ஜெமினி சர்க்கிள்

சோம. வள்ளியப்பன்

'அள்ள அள்ளப் பணம்', 'ஆளப்பிறந்தவர் நீங்கள்', 'இட்லியாக இருங்கள்' போன்ற பிரபலமான நூல்களை எழுதியிருக்கும் சோம. வள்ளியப்பன் தன் எழுத்துப் பணியைத் தொடங்கியது புனைவில்தான். 1990களில் 'கல்கி', 'மங்கையர் மலர்', 'சாவி', 'குமுதம் ஜங்ஷன்' போன்ற இதழ்களில் இவரது சிறுகதைகள் வெளிவந்திருக்கின்றன. இவருடைய 'பாதிப்புகள்' என்ற சிறுகதை இலக்கிய சிந்தனை அங்கீகாரம் பெற்றது.

முன்னுரை

2004ஆம் ஆண்டு எழுதிய ‘அள்ள அள்ளப் பணம் 1 - பங்குச்சந்தை அடிப்படைகள்’ என்ற புத்தகம் ஒன்றை லட்சம் பிரதிகளுக்கு மேல் விற்றிருக்கிறது. அதே ‘அள்ள அள்ளப் பணம்’ வரிசையில் அடுத்தடுத்து எழுதிய புத்தகங்கள் தவிர, ‘இட்லியாக இருங்கள்’, ‘ஆளப்பிறந்தவர் நீங்கள்’ உள்ளிட்ட 60க்கும் மேற்பட்ட புத்தகங்களும் நல்ல வரவேற்பை பெற்றிருக்கின்றன. ஆனால், அவற்றால் கிடைக்கும் மகிழ்ச்சியை விட, ஒரே ஒரு சிறுகதை எழுதி, அது பரிசு பெற்றாலோ அல்லது அது பிரசுரம் ஆனால் கூட ஏனோ தெரியவில்லை, கூடுதல் மகிழ்ச்சி கிடைக்கிறது.

1990களில் எழுத ஆரம்பித்த எனக்கு, கிழக்குப் பதிப்பகத்தில் புத்தகங்கள் எழுத ஆரம்பித்த 2004ம் ஆண்டுக்குப் பின் சிறுகதைகள் எழுத நேரமில்லாமல் போனது என்றுதான் நினைக்கிறேன். அல்லது அபுனைவு புத்தகங்கள் நன்றாக விற்றதால், அவற்றின் மீது கூடுதல் கவனம் சென்றதால் சிறுகதைகள் எழுதாமல் விட்டுவிட்டேன் என்று நினைக்கிறேன்.

இடையில் சில கதைகள் எழுதி இருந்தாலும், கோவிட்-19 மற்றும் அதன் காரணமாக வந்த ஊரடங்குகளால் கிடைத்த தனிமையும் நேரமும் மீண்டும் சிறுகதைகள் எழுதும் ஆர்வத்தை தூண்டின. அப்படியாக தேவகோட்டைக்கு சென்றதும் ‘கறார்’ என்ற சிறுகதை எழுதி, அதை கல்கிக்கு அனுப்ப, தற்செயலாக அது உடனே பிரசுரம் ஆகிவிட்டது.

அதிலிருந்து மடமடவென்று மீண்டும் சிறுகதைகள் எழுதினேன். அவற்றில் ஒன்று, இலக்கிய பீடம் பரிசு பெற்ற ‘இந்த காலத்து பசங்க இருக்காங்களே...’. அந்திமழை இதழில் ‘தெரியலையே’ சிறுகதை, கல்கியில், ‘நின்று கொல்லும் தெய்வம்’, ‘ஒரு சொல்’ மற்றும் ‘இடைவெளி’ ஆகிய கதைகள் பிரசுரமாயின. ‘வக்கீல் மகள்’ ராணியில் வெளிவந்தது.

ஏற்கனவே 1980, 90களில் எழுதிய கதைகளை 2000 ஆம் ஆண்டு, மணிமேகலைப் பிரசுரம் மூலம் 'நீ பாதி நான் பாதி' என்ற பெயரில் என் முதல் சிறுகதைத் தொகுணீபை வெளியிட்டேன்.

பின்பு அதிலிருந்து சிலவற்றை நீக்கி, வேறு சிலவற்றை சேர்த்து, 2014ம் ஆண்டு, ஆப்பிள் புக்ஸ் இன்டர்நேஷனல் மூலம் 'நெஞ்சமெல்லாம் நீ' என்ற பெயரில் வெளியிட்டேன். அதன் பின் இப்போது 2021ல் இரண்டாவது சிறுகதைத் தொகுப்பு வெளியிடுகிறேன். இதில் இருக்கும் எந்தக் கதையும் என் முந்தைய தொகுப்புகளில் வரவில்லை

இதில் இருக்கும் சில கதைகள் எதிலும் பிரசுரமாகாதவை. படித்துப் பார்த்த என் சிறுகதை வழிகாட்டி ஸ்ரீரங்கம் சீனிவாசன் (பெல்) என்ற ரிஷபன், கதைக்களங்கள் நன்றாக இருப்பதாகவும் எனக்கென ஒரு தனி பாணி இருப்பதாகவும், அது பெரும்பாலும் சுய அனுபவம் சார்ந்த கதைகள் எழுதுவது என்றும் சொன்னார். அவருக்கு என் நன்றிகள்.

கோவிட்-19 ஊரடங்கு காலகட்டத்தில் வீட்டில் பல மாதங்கள் இருந்து செய்த பல்வேறு வேலைகளில் ஒன்று, முன்பு எழுதியவைகளை கண்டெடுத்து சரி செய்தது. அவற்றில் பல சிறுகதைகளும் கிடைத்தன.

'அவரவர்க்கு பிடித்தது', 'காதல் கல்யாணம்', 'ஏன்?' போன்ற சிறுகதைகள் எழுதியது 1980களின் பிற்பகுதிகளில். பதிவாக இருக்கட்டும் என்று இந்தத் தொகுப்பில் சேர்த்திருக்கிறேன். அதேசமயம், சாவி, கல்கி, தினபூமி, தமிழரசி போன்ற பத்திரிக்கை களில் பிரசுரம் ஆகியிருந்தாலும் தற்போது தொகுப்பில் சேர்க்கும் அளவு அந்தக் கதைகள் சுவாரசியமாக இல்லை என்று, ஐந்திற்கும் மேற்பட்ட சிறுகதைகளை தவிர்த்துவிட்டேன்.

மரபுக்கவிதை எழுத வந்தால், அது நன்றாக இருக்கிறதென்று எவரும் சொன்னால் எப்படி ஒரு சிறு பெருமை வருமோ, அப்படித்தான் சரியான அமைப்போடு ஒரு சிறுகதை எழுத முடிந்தால், அது பிரசுரமானால், பாராட்டப்பட்டால் எனக்கு இருக்கிறது. அதனால், மகிழ்ச்சியோடு வெளிவருகிறது என்னுடைய இரண்டாவது சிறுகதைத் தொகுப்பு, 'ஜெமினி சர்க்கிள்'.

15 12 2021 **சோம வள்ளியப்பன்**

அபிராமபுரம்

கறார்

கொரோனா தொற்றுக்கு அஞ்சி சொந்த ஊர் வந்து இருபது நாட்களாகிவிட்டது. சொந்த ஊர், சொந்த வீடு.

நகராட்சி விடும் தண்ணீர் காலை 6 மணி முதல் 7 மணி வரை தொட்டியில் வந்து விழும். மோட்டார் போட்டு ஏற்றிவிட்டால் போதும். கண்ணாடிபோல சுத்தமாகவும் ஐஸ் போன்ற ஜில்லிப்புடன் இருக்கும் குளிர்ச்சியான தண்ணீர். குளிப்பதற்கு சுகமாக இருப்பது மட்டுமல்ல. குளித்துமுடித்து உடுத்திக்கொண்டு உலவும் அடுத்த ஒரு மணி நேரத்துக்கும் தண்ணீரின் குளிர்ச்சி உடம்பில் இருந்து மனதை சந்தோஷப்படுத்தும்.

சிறிய ஊர் என்பதாலோ என்னவோ பக்கத்து வீடுகளில் இருப்பவர்கள் பேசுவது நன்றாகவே கேட்கும். காலை நேரம் தூரத்தில் மயில் அகவுவது காதில் விழும். 30, 40 மீட்டர் தூரம் போன பின்பும், கடந்து போகும் மோட்டார் வண்டிகளின் ஓசை தொடர்ந்து கேட்கும். குறிப்பாக வீதியில் போகும் வியாபாரி களின் குரல். பக்கத்துத் தெருவில் அவர்கள் கூவுவதுகூட நன்றாகக் கேட்கும்.

இன்றைக்கு காய்கறி வாங்கியே ஆகவேண்டும் என்றிருந்த ராகவனுக்கு அப்படிப்பட்ட ஒரு சத்தம் கேட்டது. சத்தம் பலமாக இருந்ததே தவிர, என்ன விற்கிறார்கள் என்று புரியவில்லை. வீட்டைவிட்டு வேகமாக வெளியே வந்து வாசல் கேட்டுக்கு மேல் எம்பிப் பார்த்தான். நோய்த் தொற்று காரணமாகக் கடைகளுக்குப் போவதில்லை. பலவும் வாசலுக்கு வரும். வாங்கிக்கொள்ளலாம்.

பின் கொசுவம் வைத்து கட்டிய சேலையின் முந்தானையைச் சுருட்டி தலை சுமைக்கு கீழ் வைத்தபடி ஒரு நடுத்தர வயதுப் பெண்மணி, தலையில் இரண்டு உரப்பைகளில் எதையோ வைத்திருந்தாள். ராகம் இழுத்தமாதிரி என்னவோ கூவியபடி போய்க்கொண்டிருந்தாள். அடுத்த தெருவுக்குள் நுழைய இருந்தவளைப் பார்த்த ராகவன், உரத்த குரலில் கூப்பிடக் கூச்சப்பட்டு, கையை மெதுவாகத் தட்டினான். உடனே ராகவன் பக்கம் திரும்பிய அந்தப் பெண்மணி தொடர்ந்து அதே புரியாத வார்த்தைகளை, சத்தமாகச் கூவியபடி அவன் வீட்டை நோக்கி வந்தாள்.

கோலமாவு ஆக இருக்குமோ என்று யோசித்தபடி கூர்ந்து கவனித்தான். அவன் வீட்டை நெருங்கிவிட்ட அந்த அம்மாள், 'கேரேவண்ட்க்கேகெத்ரிகே' என்று மீண்டும் கூவ, 'கீரை, வெண்டைக்காய், கத்தரிக்காய்' என்பதைத்தான் வார்த்தைகளுக்கு இடைவெளிகொடுக்காமல், மூன்றையும் சேர்த்து விநோதமாகக் கூவுகிறாள் என்று ராகவனுக்குப் புரிந்தது. 'நல்லவேளை. காய்கறிதான். வாங்கிக்கொடுத்து விட்டால், குளிக்கப் போகலாம். 9 மணிக்கு லேப்டாப்பில் அலுவலக வேலையில் உட்கார வேண்டும். ஜூம் மீட்டிங் இருக்கிறதே' என்று நிம்மதியானான்.

கேட்டைத் திறந்து, 'உள்ள வாங்க' என்று சொல்லிவிட்டு வாயையும் மூக்கையும் மறைக்கும் மாஸ்க் போட்டுக் கொள்ளவும், பணம் எடுத்து வரவும் வீட்டுக்குள் ஓடினான்.

அந்த அம்மாளும் மாஸ்க் மாதிரி ஒரு துணி கட்டியிருந்தார்கள். ஆனால் அது தாடையை மட்டும் சுற்றியிருந்தது. மூக்கும் வாயும் மூடப்படவில்லை. இப்படியிருக்கும்போதே அவர் கத்துவது புரியவில்லை. வாயைக் கட்டிக்கொண்டுவிட்டால் பிறகு எப்படி கத்துவார், விற்பார் என்று சமாதானம் ஆனான்.

தலையில் இருந்து இறக்கி, நாற்றுநடுவதுபோன்ற முறையில் கால்களை அகல விரித்துக்கொண்டு குனிந்து நின்றபடி, பைக்குள் கையைவிட்டு, முருங்கைக் கீரை, புதினா போன்றவற்றைப் பையில் இருந்து எடுத்து வெளியே வைத்தார்.

'அம்மா... அம்மா. முதல்ல அந்த மாஸ்க்கை சரியாப் போடுங்க' என்று ராகவன் சொல்லிக்கொண்டிருக்கையில் அவன் மனைவி சுகந்தி அங்கே வந்துவிட்டார்.

'நீங்க உள்ள போங்க. நான் வாங்கறேன்.'

‘நீ உள்ள போ. முதல்ல வாயக் கட்டிக்கிட்டு வா.’

இருவரையும் நிமிர்ந்து பார்த்த அந்த அம்மாள், ‘என்ன ரெண்டு பெரும் இப்படிப் பேசுறீஹ! எனக்கு கொரானாவெல்லாம் இல்லைங்க. நான் முள்ளிக்கொண்டிலிருந்து வாறேன். அங்கிட்டெல்லாம் யாருக்கும் கொரானா இல்ல. பயப்படாதீஹ’ என்றார்.

காய்கறிப் பையை நெருங்கிப் போன சுகந்தியின் கையை பிடித்து பின்னுக்கு இழுத்த ராகவன், ‘சொன்னாக் கேளு. கிட்டக் கிட்டப் போகாதே’ என்று சத்தம் போட்டான்.

‘கிட்டப் போகாம! வெண்டைக்காய் எல்லாம் தள்ளி நின்னா வாங்க முடியுமா? முற்றல் பார்த்து வாங்க வேண்டாமா?’ என்று பதிலுக்கு சுகந்தி கோபமாய் கேட்டார்.

‘இல்ல தாயி. வெண்டைக்காயை உடைக்காதே. எல்லாரும் உடைச்சுப் போட்டா நா எப்படி விக்க முடியும்’ என்று சொல்லியபடி, ‘இதோ பாரு. பெருசா இருக்கே தவிர எல்லாம் இளசு’ என்று ஒரு வெண்டைக்காயை எடுத்துக் காட்டினார்.

‘கிலோ எவ்வளவு?’ என்று சுகந்தி கேட்க,

‘கால் கிலோ 24 ரூபா.’

‘அடேயப்பா! அப்ப கிலோ நூறு ரூபாயா?’

‘ஹும்! அதெப்படி நாலு 24, நூறுங்கிறீஹ பட்டணத்துக்காரா! 96 ரூவாதானே சொல்றேன்.’

‘கணக்கெல்லாம் கரெக்டாதான் சொல்ற. நாங்களும் இந்தூருக்காரக தாம்மா’ என்று ராகவன் சிரிக்க, அவனை ஒரு பார்வை பார்த்து விட்டு, மீண்டும் ஒரு வெண்டைக்காயின் முனையை சுகந்தி உடைக்க முயல,

‘வேணாம் தாயி. நீ வெண்டைக்காவ விட்டிரு. வாங்க வேணாம்’ என்றார்.

மேலும் உடைக்காமல் அந்த அம்மாள் போட்டதை வாங்கிக் கொண்டு, ‘கொத்தவரை என்ன விலை? அதுவும் 96 ரூபாவா?’ என்று சுகந்தி கேட்க,

‘ஹாங்... நான் என்ன அநியாய விலையா விக்கிறேன்! இப்படிக் கேக்குறீக! கிலோ 60 ரூபாதேன்.’

‘கிலோ அம்பதுன்னு கொத்தவரங்கா அரை கிலோ போடு. வெண்டைக்காய் கிலோ 70தான் கொடுப்பேன்.’

‘ஆத்தாடி. அம்புட்டு குறைவாவா? முடியாது. வேண்டாண்ணா விட்றுங்க... என்ன வெலை கொடுத்து தோட்டக்காரஹகிட்ட இருந்து வாங்யாறோம்! இப்படிக் கேக்குறீஹ!’

‘உடைக்கவும் கூடாதுங்கிற. விலையும் குறைக்க மாட்டேங்குற. பிக் பேஸ்கட்டுல இதெல்லாம் என்ன விலை தெரியுமா?’ என்று சுகந்தி சத்தமாய் கேட்க, அதற்கு அந்த அம்மாளும் ஏதோ சத்தமாய் பதில் சொல்ல, ராகவன் பதறிவிட்டான்.

சுகந்தி அந்த அம்மாளுடன் பேரம் பேசுவது ராகவனுக்குப் பிடிக்கவில்லை. அதுவும் இருவரும் சத்தமாய் பேசுவது பக்கத்து வீடுகளுக்கு கேட்குமே என்று ராகவனுக்கு தர்மசங்கடமாக இருந்தது. கையைப் பிடித்து சுகந்தியைத் தன் பக்கம் இழுத்து, அவள் காதில், ‘இவ்வளவு தூரம் வெயிலில் தூக்கி வந்து வீட்லயே தர்றாங்க. அவுங்கக்கிட்ட போய் பேரம் பேசுறியே!’ என்றான்.

சுகந்தி, ராகவனை நிமிர்ந்து ஒரு பார்வை பார்த்துவிட்டு வேறு ஏதும் பேசாமல் விறுவிறுவென்று வீட்டினுள் போய்விட்டாள்.

‘நீங்க போடுங்கம்மா’ என்றபடி, ராகவன் கொத்தவரங்காயை எடுத்து தராசுத் தட்டில் வைத்தான்.

நிமிர்ந்து நின்றுகொண்டு, ‘விலை அதேதேன் சாமி. குறைக்க முடியாது’ என்றார் அந்த அம்மாள்.

‘சரி, சரி. போடுங்கம்மா.’

கீரையையும் புதினாவையும் எடுத்து கூடையில் வைத்துக் கொண்டு, ‘எல்லாத்துக்கும் என்ன ஆச்சு?’ என்று கேட்டான்.

சத்தமாக, கீரை, புதினா, வெண்டை, கொத்தவரை என்று வரிசையாகவும் சரியாகவும் விலைகளைக் கூட்டிய அந்த அம்மாள், ‘மொத்தம் 196 ரூபா’ என்றார்.

ராகவன் எதுவும் பேசவில்லை. ‘இந்தாங்க’ என்று ஒரு 200 ரூபாய் தாளை நீட்டினான். தனது சுருக்குப் பையிலிருந்து மீதம் 4 ரூபாயை அந்த அம்மாள் தேட, ‘வேண்டாம்மா’ என்று சொல்லிவிட்டு, மேலும் ஓர் இருபது ரூபாய் தாளை எடுத்து அவரிடம் கொடுத்து, ‘இந்தாங்க இதையும் வச்சுக்குங்க. காயெல்லாம் நல்லா இருக்கு’ என்றான். உடன் அந்த அம்மாள் கூடுதல் பணத்தை வாங்க மறுப்பார்களோ என்ற எண்ணமும் வந்தது.

அந்த அம்மாள் ஏதும் சொல்லவில்லை. ஏறிட்டு ராகவனை ஒரு பார்வை பார்த்துவிட்டு, வாங்கிக்கொண்டார். அடுத்து பைக்குள் கையை விட்டு துழாவி, இரண்டு வாழைக் காய்களை எடுத்து நீட்டினார்கள். உடன், 'நாட்டுக்காய். நல்லா இருக்கும்' என்றார்.

கட்டாயமாய் வாங்க மறுத்த ராகவன் கேட்டைக்கூட சாத்தாமல், காய்ப் பையுடன் வீட்டுக்குள் போய்விட்டான்.

போனவன், அந்த அம்மாள் போவதற்காக ஹாலிலேயே காத்திருந்தான். சில நிமிடங்களில் 'கேரேவண்ட்க்கேகெத்ரிகே' என்ற சத்தம் வீட்டுக்கு வெளியில் கேட்டது. கூடுதலாகக் கொடுத்த காசுக்கு வாழைக்காயை வாங்கிக்கொள்ளாத சந்தோஷத்தில் குளிக்கப் போனான்.

அவன் குளியலறையில் இருக்கையில் சுகந்தி, குளியலைறைக் கதவுக்கு வெளியில் நின்று, 'இதென்ன வாழைக்காய் இரண்டு தரையில் இருக்கு. வெளியிலேயே விட்டிட்டு வந்திடீங்களா. என்ன விலைன்னு கொடுத்தா. 40 ரூபாயின்னு உங்க தலையில கட்டியிருப்பாளே' என்று சத்தமாகக் கேட்டார்.

ஏதும் பதில் சொல்லாமல் ஒரு மென் புன்னகையுடன் ராகவன் அடுத்த டப்பா பச்சைத் தண்ணீரை உடம்பில் ஊற்றிக் கொண்டான்.

•

இந்தக் காலத்துப் பசங்க இருக்காங்களே...

ஏசி, டிவி, வெள்ளை வெளேர் மெத்தை, சுத்தமான தலையணைகள், வெளிர் நீல காட்டன் போர்வை சகிதம் அந்த புகழ்பெற்ற மருத்துவமனையின் இருதய சிகிச்சை பிரிவின் அறை ஒன்றில் மல்லாந்து படுத்திருந்தார் ரங்கசாமி. சுவற்றோரம் போடப் பட்டிருந்த மற்றொரு அகலம் குறைவான மெத்தையில் கவலையோடு அமர்ந்திருந்தார் அவர் மனைவி ராஜம்.

நேற்று இரவு 8 மணிக்கு கடையைச் சாத்திவிட்டு, மோட்டார் சைக்கிளில் வீட்டுக்கு வந்தவர், வழக்கம்போல பைக்கில் அமர்ந்திருந்தபடியே எட்டி, ஒரு கையால் கேட் கொக்கியைத் திறந்து, காலால் கேட்டை உதைத்துத் தள்ளி, வண்டியோடு உள்ளே வர எத்தனித்தபோது ஏற்பட்டது அந்தக் கடுமையான நெஞ்சு வலி. உடனே அதிகரித்த வலி, ஒரு யானை ஏறி மிதிப்பது போலிருந்திருக்கிறது. சட்டை, வேர்வையால் தெப்பலாய் நனைய, அப்படியே வண்டியோடு சடாரென கீழே சாய்ந்திருக்கிறார்.

அதைப் பார்த்தப் பக்கத்து வீட்டுக்காரரும், எதிரில் இஸ்திரி போட்டுக்கொண்டிருந்தவரும் பதறிப்போய் ஓடிவந்து அவருடைய வீட்டுக்குள் தூக்கிப்போயிருக்கிறார்கள். உள்ளே இருந்த மனைவி ராஜமும் ரங்கசாமியின் தாயாரும் சிலர் ரங்கசாமியைத் தூக்கி வருவதைப் பார்த்ததும் பெரிதாக அலறியிருக்கிறார்கள். அந்த சத்தத்தில் அக்கம் பக்கத்தினரும் வீட்டுக்குள் ஓடி வந்து விட்டார்கள்.

ஆம்புலன்ஸ், அவசர சிகிச்சை பிரிவு, உடனடியாக வந்து பார்த்த உறவுக்கார இருதய சிகிச்சை நிபுணர் ராமதாஸ் என்று பலவும் வேகமாய் நடைபெற்று, இப்போது ரங்கசாமி பெட்டில் படுத்துக் கொண்டிருக்கிறார். வந்தது பெரிய ஹார்ட் அட்டாக். உடனடியாக ஓபன் ஹார்ட் அறுவை சிகிச்சை செய்யவேண்டும். நாளை மறுநாள் திங்கட்கிழமை செய்வது என்று முடிவாகியிருக்கிறது.

ரங்கசாமிக்கு பூர்விகம் கும்பகோணத்துக்குப் பக்கத்தில் ஒரு கிராமம். மிராசுதார் குடும்பம். தாத்தாவின் நிலபுலன்களை பெரியப்பா பார்த்துக்கொள்ள, இன்டர்மீடியட்வரை படித்திருந்த ரங்கசாமியின் அப்பா, அறுபது ஆண்டுகளுக்கு முன்பே சென்னை வந்து. பாரிஸ் கார்னரில் வியாபாரம் ஆரம்பித்தவர். அரிசி, கோதுமை, சீயக்காய், மஞ்சள் எல்லாம் அரைக்கும் 'ஃப்ளார் மில்' மிஷின் விற்பனை கடை. தமிழ்நாடு தவிர பக்கத்து மாநிலங்களில் இருக்கும் பல்வேறு ஊர்களில் இருந்தும்கூட வியாபாரிகள் வருவார்கள். சீசன் என்று ஏதும் இல்லாமல் ஆண்டுமுழுக்க வியாபாரம் நடக்கும். போட்டியும் அதிகம் இல்லை.

ரங்கசாமி பிரசிடென்சி கல்லூரியில் பி.காம் பாஸ் செய்ததுமே, படித்தது போதும் என்று அப்பா கடைக்கு கூட்டிப் போய்விட்டார். அவர் அவரது 55 வது வயதில் இறக்கும்வரை கடையைப் பார்த்துக்கொண்டவர் ரங்கசாமியை பக்கத்திலேயே வைத்துக் கொண்டார்.

ரங்கசாமிக்கு சிரமம் தெரியவில்லை. பி.காம் முடித்ததில் இருந்து 45 ஆண்டுகளாக, அதே பாரீஸ், அதே பழைய கட்டடம், அதே வியாபாரம், அதே மெஷின்கள், ஒரேபோல வாடிக்கையாளர்கள். டிவி, கம்ப்யூட்டர், செல்போன், இன்டர்நெட் என்று எத்தனையோ மாறுதல்கள் வந்தபோதும் அவர் தொழிலில் வியாபாரத்தில், கடையில் எந்த மாறுதலும் இல்லை. அப்பா காலத்து வேலையாட்கள் ரங்கசாமிக்கு சில ஆண்டுகள் உதவியாக இருந்தார்கள். பின்னர் இவர் வேலைக்கு சேர்த்தது சின்னப்பனையும் தண்டபாணியையும்.

வெள்ளாமையில் கிடைப்பதிலிருந்து பெரியப்பா அவ்வப்போது பணம் அனுப்புவார். சேட்டு நண்பர்கள் சொல்லி, ரங்கசாமி வாங்கிய பல நல்ல கம்பெனி ஷேர்கள், ஸ்டாக் ஸ்பிளிட், போனஸ் என்று குட்டிகள் போட்டுப் பெருகி, கணிசமான டிவிடெண்ட் வருமானம் கொடுத்துக்கொண்டிருக்கின்றன. அதெல்லாம் போக, கடையில் இருந்தும் கணிசமான லாபம். மொத்தத்தில் அலட்டிக்கொள்ளாத கௌரவமான சுக ஜீவனம் என்று ஓடிக்கொண்டிருந்தது ரங்கசாமியின் வாழ்க்கை.

காலையில் அம்மாவும் மனைவியுமாக சமைக்கும் முழு சாப்பாட்டைச் சாப்பிட்டு, மோட்டார் சைக்கிளில் கிளம்பி கடைக்குப் போனால், மதியம் 3 மணிக்கு பாரிஸில் இருக்கும் ஏதாவது ஓட்டலில் இருந்து தோசை அல்லது பஜ்ஜி போன்ற ஏதாவது ஒன்றை வாங்கி வரச்சொல்லி கடையிலேயே சாப்பிடுவார். அவ்வப்போது காபி. இரவு 8 மணிக்கு கடையை மூடிவிட்டு வீட்டுக்கு வந்துவிடுவார். வருடம் முழுக்க இப்படியே தான். எத்தனையோ ஆண்டுகளாக. கடையிலோ வியாபாரத்திலோ அவரது வேலை நேரம் அல்லது முறைகளிலோ எதிலும் மாற்றம் இல்லை.

இப்படியே ஓடிக்கொண்டிருந்தது இனி என்ன ஆகும் என்பதுதான் வெகுநேரமாக அவர் சிந்தனையில் ஓடும் எண்ணம்.

ரங்கசாமிக்கு இரண்டு பிள்ளைகள். முதலில் பிறந்தது மகள். கலாஷேத்திராவில் படிப்பு முடிந்த கையோடு அவளுக்கு அமெரிக்க வரன் அமைந்தது. லாவண்யா மாப்பிள்ளையோடு அமெரிக்காபோய் செட்டில் ஆகி நான்கு ஆண்டுகள் ஆகின்றன. அடுத்துப் பிறந்தவன், மகன் ஹரி. சின்ன வயதிலிருந்தே ஏனோ அப்பா சொல் கேட்க மாட்டான். சாப்பாட்டுப் பிரியன். நிறைய நண்பர்கள். எப்பவும் பொழுதுபோக்குகள்தான். அதிலும் குறிப்பாக பைக் ஓட்டுவதில் அவனுக்கு அலாதி பிரியம். அம்மா சொன்னால் மட்டும் கொஞ்சம் கேட்பான். பாட்டிக்கு அவனை மிகவும் பிடிக்கும். அவனை பணம் கொடுத்துக் கெடுப்பதே பாட்டிதான் என்பது அந்த வீட்டில் உள்ளவர்களின் பொதுவான குற்றச்சாட்டு.

எப்படியோ ஒரு வழியாக பி.ஈ படித்து முடித்தான். ரங்கசாமிக்குத் தெரிந்தவரிடம் சொல்லி ஓர் அலுவலகத்தில் சேர்த்துவிட்டார். மூன்று மாதம்தான் போனான். ஒரு மாத இடைவெளிக்குப்பிறகு மீண்டும் முயற்சித்து ஒரு கம்ப்யூட்டர் சர்வீஸ் கம்பெனியில் சேர்த்துவிட்டார். அந்த வேலை ஒரு வருடம் ஓடியது. பின்பு, அங்கிருந்தும் நின்றுவிட்டான். அவனுக்குப் பிடித்தமாதிரி ஒரு வேலையை அவனே தேடிக்கொள்வதாக சொல்லியிருக்கிறான்.

‘என்ன! எதுவுமே பேச மாட்டேங்கிறீங்க? எதைப்பத்தியும் யோசிக்காதீங்க. டாக்டர் ராமதாஸ்தான் உங்களுக்குப் பண்ணப் போறார். இதெல்லாம் இப்ப ரொம்ப சாதாரணமாம். ஒண்ணுமே இல்லயாம். சீக்கிரம் எல்லாம் சரியாயிடும். உப்பிலியப்பன் பார்த்துப்பான்’ ரங்கசாமியின் மனைவிதான் சொன்னது.

‘ஆப்ரேஷனுக்கெல்லாம் நான் பயப்படலடி. நாளை, திங்கட்கிழமை. கடையை எப்படித் திறக்கறதுன்னு யோசிச்சிட்டு இருக்கேன்.’

‘என்ன நீங்க! இவ்வளவு நடந்திருக்கு. பைபாஸ் ஆப்பரேஷன் இருக்கு. இப்பப் போய் கடையை திறக்கறது பற்றி யோசிக்கிட்டு இருக்கீங்க. தொறக்காட்டி இப்ப என்ன!’

‘60 வருஷமா மூடாத கடை. எவ்வளவு வரவு செலவு நடக்கிற இடம் தெரியுமா? திடுதிப்புன்னு மூடி வைக்க முடியுமா? சின்னப்பன், தண்டபாணி எல்லாம் வேற வந்துட்டு என்ன ஏதுன்னு முழிப்பானுங்க. விஷயம் தெரிஞ்சி ஏதாவது போன் பண்ணினாங்களா? அவங்களுக்கு யாரும் சொல்லிடல்லியே?’

‘இல்ல. சொல்லல. சொல்லவா?’

‘வேணா வேணா. அதான் சொல்றேன். அவங்களுக்கு ஏதாவது சொன்னீங்கன்னா அவங்களும் கடையைவிட்டு இங்கே ஓடி வந்திருவாங்க. வேண்டாம்.’

‘அப்ப?’

‘அதான் யோசிக்கிறேன்.’

‘ஹரியைப்போய் கடையைத் திறக்கச் சொல்லலாமா?’

‘யாரு? நம்ம ஹரியையா?’

‘ஏன்? அவனைத்தான்.’

‘சொன்னாக் கேட்பானா அவன்?’

‘அதெல்லாம் நல்லாக் கேட்பான். ஏன் கேட்காம!’

‘நம்ம கடையில அவன் உட்காருவாங்கிறியா?’

‘ஏங்க... அப்பாவுக்கு இப்படி இருக்கு. போய் இருடான்னா, ஒரு மாசமானாக்கூட இருக்க மாட்டானா?

‘ஒரு மாசமா? அவனா! அதுவும் நம்ம கடையிலயா?’

‘அதெல்லாம் நல்லா இருப்பான். அவனையே கேட்டுடலாம்.’

ராஜம், ரங்கசாமியின் மொபைல் போனில் இருந்து ஹரியை அழைத்தார். மணி அடிக்க ஆரம்பித்ததும் அவரிடம் கொடுத்தார்.

‘சொல்லுங்கப்பா.’

‘டேய், ஹரி... எங்க இருக்க?’

‘சொல்லுப்பா. நான் ஹாஸ்பிடல் வெளியில்தான், கடையில் நிற்கிறேன். என்ன எதாவது வேணுமா? ஏதாவது வாங்கி வரட்டுமா?’

‘வேணாம், வேணாம். நீ இப்ப இங்கே ரூமுக்கு வரமுடியுமா?’

ஹரி வர, ரங்கசாமி தயங்கியதைப் பார்த்து, பட்டென்று ராஜமே கேட்டார். ‘டேய் ஹரி, நீதான்டா நம்ம கடைக்குப் போகணும். நாளையிலிருந்தே. காலையில 10 மணிக்குள்ள கடையைத் திறக்கணும்.’

‘சரிம்மா.’

இப்போது ரங்கசாமி பேசினார். ‘நம்ம கடை இருக்கிற இடம் தெரியுமில்லையா?’

‘அட்ரஸ் சொல்லுப்பா’

‘பார்த்தியா! கடை இருக்கிற இடம்கூடத் தெரியல. அட்ரஸ் கேட்கிறான்’ என்பதுபோல ராஜத்தை ஓரக்கண்ணால் பார்த்தபடி, அட்ரஸைச் சொன்னார். அவன் மொபைல்போனில் குறித்துக் கொண்டான். வழி சொல்ல வந்தவரை, தடுத்துவிட்டான். ‘அதெல்லாம் நான் கூகுள் மேப்பில பார்த்துக்கிறேன்’ என்றான்.

‘கடைக்குப்போய் நீ ஒண்ணும் பண்ணவேண்டாம். கடையத் திற. அங்கேயே உக்காந்துக்க. மத்ததை அந்த இரண்டு பேரும் பார்த்துப்பாங்க’

‘எந்த ரெண்டு பேரு?’

‘சின்னப்பனும் தண்டபாணியும்தான்.’

‘ஓ. அவுங்கதானா. சரி, சரி... அவுங்க ரெண்டுபேரும் நம்ம ‘ஸ்டாஃப்’ பா?

‘ஆமாண்டா. அவங்களுக்கு எல்லாம் தெரியும். எது என்ன விலை, எந்த கஸ்டமருக்கு எவ்வளவுவரை கிரெடிட் கொடுக்கலாம், எல்லாம் தெரியும்.’

‘சரி, சரி நான் பாத்துக்குறேன். எதுவும் டவுட் வந்தா கேட்டுக்குறேன்.’

ஆபரேஷன் முடிந்து ஐ.சி.யூ.வில் இருந்த ரங்கசாமி கண் விழித்ததும் மனைவி ராஜத்தைப் பார்த்தும் கேட்ட முதல் கேள்வி, ‘என்ன ஹரி கடைக்குப் போறானா? கடை திறக்கிறாங்கல்ல?’

•

ஆபரேஷன் முடிந்து ஒன்றரை மாதம் ஓடிவிட்டது. ரங்கசாமி காலையில் சாப்பிட்டுவிட்டுக் கிளம்பிப்போவது போலவே ஹரியும் சாப்பிட்டுவிட்டு அவனுடைய பெரிய மோட்டார் சைக்கிள் எடுத்துக்கொண்டு கடைக்குப் போய்விடுகிறான். இரவு திரும்ப, பத்து, பத்தரை ஆகிவிடுகிறது. அவ்வப்போது அவனுக்குத் தேவைப்படும்போது மட்டும் அப்பாவிடம் விவரம் கேட்டுக்கொள்வான். செக்குகளில் கையெழுத்து வாங்கிக் கொள்வான். மேற்கொண்டு அவர் ஏதும் சொல்ல வந்தால், ‘எல்லாம் நான் பார்த்துக்கிறேன்’ என்று சொல்லி பேச்சை முடித்துக்கொண்டுவிடுவான்.

ரங்கசாமியை செக் செய்த டாக்டர் ராம்தாஸ், முன்போல அவர், அவரது வேலைகளை செய்யலாம் என்றும் குறிப்பிட்ட நாட்களுக்குப் பிறகு ‘ரிவியூ’ வுக்கு வந்தால் போதும் என்றும் சொல்லிவிட்டார். இனி கடைக்குப் போகலாமே என்று ரங்கசாமிக்கு மிகவும் மகிழ்ச்சி.

இரவு மகன் ஹரி வரட்டும். இவ்வளவு நாளாகக் கடையைப் பார்த்துக்கொண்டதற்கு அவனைப் பாராட்டவேண்டும். அடுத்து, இனி நானே பாத்துக்கிறேன் என்றும் சொல்லிவிடலாம் என்று நினைத்தார். ஆனால், அந்த விஷயத்தை மனைவியிடம் சொல்லவில்லை. அவள் விடமாட்டாள்.

அவர் மனது மகன் செய்ததை நினைத்துப் பார்த்தது. கிட்டத்தட்ட 90 ஆண்டுகள் பழைய கட்டடம். உயரமில்லாத விதானம். சில்லுகள் பெயரும் சுவர்கள். ஆங்காங்கே உடைந்து போயிருக்கும் சிமெண்ட் தரை. எப்போதும் பரபரப்பாக இருக்கும் பாரீஸ் கார்னரின் குறுகிய தெரு. அதிலிருந்து வரும் தூசு. பாதசாரிகள், வண்டிக்காரர்கள் போடும் சத்தம். கடைக்குள்ளே பழைய காலத்து மிஷின்கள். அவற்றை வாங்கிப் போக வரும் படிக்காத கிராமத்து மாவு மிஷின் கடைக்காரர்கள். கொஞ்சம் முரட்டு சுபாவம் உள்ள வேலையாட்கள்.

பாவம் ஹரி. எஞ்ஜினியரிங் டிகிரி படித்தவன். ஜீன்ஸ் பேண்ட், டி சர்ட் போட்டுக்கொண்டு நண்பர்களுடன் பைக்கில் சுற்றிக்

கொண்டிருந்தவன். ஆன்லைனில் புக் செய்து பீட்சாவும் ஐஸ்கிரீம்களும் சாப்பிட்டுக்கொண்டிருந்த இளைஞன். அவனைப் போய் இப்படிப்பட்ட கடையில் உட்காரவைத்து... பாவம் பிள்ளை. ஒரு மாதம் முழுக்கக் காலையிலிருந்து இரவு வரை கடையே கதியாகக் கிடந்திருக்கிறான். நமக்கு எல்லாம் சரியாகி விட்டது. போதும், இனி நான் பார்த்துக்கொள்கிறேன் என்று சொல்லிவிடலாம்.

ஹரி, இரவு பத்தரைக்குத்தான் வந்தான். அப்போது ரங்கசாமி உள்ளறையில் கட்டிலில் சாய்ந்து உட்கார்ந்திருந்தார். உள்ளே வந்த ஹரியிடம், ராஜம் சொல்வது ரங்கசாமிக்கு கேட்டது. 'டேய் ஹரி. உன் பிரண்ட்ஸ் கோபால், ஆதித்யா இரண்டுபேரும் காலையில வந்து விசாரிச்சானுங்கடா. அவங்க போன் செய்தால் நீ எடுக்காம, 'அப்புறம் பேசுறேன்'ன்னு மெசேஜ் அனுப்புறியாம். பிறகு கூப்பிடுறது இல்லையாம்.'

அதற்கு ஏதோ சாதாரணமாக பதில் சொல்லிவிட்டு குளியலறைக்குள் போய்விட்டான். குளித்துவிட்டு வந்தவன், சாப்பிட்டுவிட்டு மீண்டும் பைக்கை எடுத்துக்கொண்டு வெளியே கிளம்பிவிட்டான்.

'நாளை புதன்கிழமை, வளர்பிறை, நல்லநாள் என்று அம்மா சொல்லிவிட்டாள். நாளைமுதல் கடைக்குப் போக ஆரம்பிக்கலாம்' என்று முடிவெடுத்த ரங்கசாமி, அவரது காருக்கு டிரைவர் போடவும் ஏற்பாடுகள் செய்திருந்தார். ஹரியிடம் இனி நாளைதான் பேசமுடியும் என்று படுத்துத் தூங்கிப் போனார்.

காலையில் ரங்கசாமி கிளம்புவதற்கு முன்பே ஹரி கிளம்பிக் கொண்டிருந்தான். டிபன் சாப்பிட்டவுடன் அவனிடம் பேச எத்தனித்தபோது, 'எதுவா இருந்தாலும் சாயங்காலம் பேசலாமே. நான் கிளம்பவேண்டும்' என்றான்.

'இல்லடா... நான் என்ன சொல்ல வர்றேன்னா...' என்று ஆரம்பித்தபோது, 'என்ன டிரஸெல்லாம் பண்ணியிருக்க. இன்னைக்கு நீயும் கடைக்கு வரியா?' என்று கேட்டான்.

ஆம் என்று சொன்னதற்கு, 'நான் கிளம்பிட்டேன். நீ பின்னால வா. அங்க பேசிக்கலாம்' என்று சொல்லிவிட்டு அவன் கிளம்பிப் போய்விட்டான்.

'அவன்தான் கடைக்குப் போய்ட்டான்ல்ல. நீங்க கொஞ்சம் ரெஸ்ட் எடுத்துட்டு, மத்தியானமா போகலாமே!' என்று ராஜம்

சொன்னதைக் கேட்காமல், 'ஒன்றரை மாசமா நான் போகல. இவன் புதுசு. தவிர, வேகமான ஆள் வேற. அங்க இருக்கிற நம்ம ஆளுங்களும் வேகமான ஆட்கள். வர்ற கஸ்டமர்களும் அவ்வளவு படிச்சவங்க இல்ல. அங்க என்ன நடக்குதுன்னு தெரியல. இவன் சொல்ல மாட்டேங்குறான். கடையாட்களும் எனக்குப் போன் பண்றதில்ல. நான் போயே ஆகணும்' என்றார். ஊபர் டாக்ஸியில் கிளம்பிப் போனார்.

ரங்கசாமி டாக்ஸியில் இருந்து இறங்கியபோது, அவர் வழக்கமாக பைக் நிறுத்தும், கடை வாசலில் இருக்கும் சிமெண்ட் மேட்டில் ஹரியின் வண்டி நிற்பது தெரிந்தது. மேலும் அதை 'கடை ஸ்டாஃப்' சின்னப்பன் துடைத்துக்கொண்டிருந்தது ரங்கசாமிக்கு பெரிய அதிர்ச்சியைக் கொடுத்தது. இத்தனை ஆண்டுகளில் சின்னப்பன் கை விரல்கூட ரங்கசாமியின் பைக் மேல் பட்டதில்லை. அவ்வளவு ஏன்! ரங்கசாமிக்கு டிஃபன் வாங்கக்கூட அவன் போக மறுத்துவிடுவான். 'நான் கடை வேலை செய்யத்தான் வந்தேன். உங்க சொந்த வேலை செய்வதற்கு இல்லை' என்று ரூல் பேசுவான். அவனா இப்படி!

சின்னப்பன் கண்ணில் படாமல் ரங்கசாமி வேகமாகக் கடைக்குள் போனார். உள்ளே சோபாவில் மூன்று பேர் அமர்ந்திருந்தார்கள். ரங்கசாமி அவர்களை இதுவரை பார்த்ததில்லை. புதிய கஸ்டமர்களாக இருக்கும் என்று நினைத்துக்கொண்டார். உள்ளே போனார். அங்கே தரையில் ஒரு துண்டு விரித்து அதன்மேல் அமர்ந்தபடி ஹரி ஹோட்டல் டிஃபன் பொட்டலத்தில் இருந்து எடுத்து சாப்பிட்டுக்கொண்டிருந்தான். ஹரிக்கு எதிரில் வேறொருவர் உட்கார்ந்து சாப்பிட்டுக் கொண்டிருந்தார். யார் என்று பார்த்தால்.. அட! அது கடை ஸ்டாப் தண்டபாணி! ரங்கசாமிக்கு பெரிய அதிர்ச்சி. 'என்ன இது வேலைக்கு வைத்திருப்பவரை இப்படியா, தனக்கு சரிக்குச் சமமாய் பக்கத்தில் உட்காரவைத்து இந்த ஹரி சாப்பிடுவான்!' என்று எரிச்சலாக இருந்தது அவருக்கு.

ரங்கசாமி அங்கேயே நின்றுகொண்டு நடப்பவற்றைத் தொடர்ந்து பார்த்தார். இருவரும் எழுந்தார்கள். ஹரி சாப்பிட்ட இலையையும் கட்டாயப்படுத்தி, தண்டபாணி எடுத்துக்கொண்டான். இருவரும் பின்பக்கம்போய் கைகழுவிவிட்டு வந்தார்கள். 'கஸ்டமர் காத்துக்கிட்டு இருக்கார். பில் பண்ண அயிட்டத்தையெல்லாம் எடுத்து வந்திடலாமா?' என்று கேட்டபடியே ஹரி உள்ளே போக, தண்டபாணியும் பின்னலேயே போனான்.

‘என்ன இது! வழக்கமா சாப்பிட்டபிறகு அரை மணிநேரத்துக்கு காணாமப்போய், சிகரெட் நாத்தத்தோட வரும் தண்டபாணியா இது! ஆட்டுக்குட்டி மாதிரி ஹரி பின்னாடி போறான்!’ ரங்சாமியின் ஆச்சரியம் மேலும் அதிகமானது.

முதலில் தண்டபாணி ஒரு ‘கிரைண்டிங் வீலை’ உருட்டிக்கொண்டு வந்தார். தண்டபாணிக்குப் பின்னால் மற்றொரு ‘கிரைண்டிங் வீலை’ உருட்டியபடி ஹரி வந்தான். அவர்கள் இருவருமே ரங்கசாமி அந்த ரூம் வாசலில் நிற்பதைக் கவனிக்கவில்லை. வியாபாரம் சுறுசுறுப்பாக நடந்து கொண்டிருந்தது. திடீரென, ‘சின்னப்பா...’ என்ற ஒரு பெரிய சத்தம். கூப்பிட்டது ஹரிதான். வெளியில் வண்டி துடைத்துக்கொண்டிருந்த அறுபது வயதான சின்னப்பன் உடனே ஓடிவந்து, ‘சொல்லுங்க தம்பி ‘என்றார் ஹரியைப் பார்த்து.

ரங்கசாமிக்கு இது மேலும் மேலும் அதிர்ச்சியைக் கொடுத்தது. அவர்களில் எவரும் இவரைக் கவனிக்கும் முன்பாக டக்கென்று காலியாக இருந்த சோபாவின் ஒரு மூலையில் உட்கார்ந்து கொண்டார். இப்போது ஹரி சின்னப்பன் தண்டபாணி ஆகிய மூவருமே வேறு எதோ ஐயிட்டத்தைத் தேடி உள்ளே போய் விட்டார்கள்.

ரங்கசாமி அவர் வழக்கமாக உட்காரும், தடுப்புக்குப் பின்னால் இருக்கும் மேஜை நாற்காலியை எட்டிப்பார்த்தார். அந்த மேஜை மீது ஒரு லேப்டாப். திறந்திருந்த அதன் திரையில் மிஷின்களின் படங்கள். லேப்டாப் பக்கத்தில் அவர் புதிதாக எடுத்திருந்த பில் புத்தகம். 200 பில்கள் கொண்ட அந்த நோட்டில் பாதிக்கும் குறைவான பில்கள்தான் மீதம் இருந்தன. மற்றவை விற்பனையான மிஷின்களுக்காக கிழித்துக்கொடுக்கப்பட்டிருக்க வேண்டும். லேப் டாப்புக்குப் பின் பக்கம், ஒரு ‘பேப்பர் கப்’ பில் ஆடைபடிந்து கரும் பழுப்பு நிறத்துக்கு மாறிப் போயிருந்த தேநீர்.

மீண்டும் சோபாவில் அமர்ந்தபடி, அருகில் அமர்ந்திருந்த ஒருவனிடம் ரங்கசாமி பேச்சுக்கொடுக்க, அந்த இளைஞன், வாக்கியத்துக்கு வாக்கியம், ‘ஹரி சார்... ஹரி சார்’ என்றான்.

இப்போது, ஹரி, தண்டபாணி, சின்னப்பன் ஆகிய மூவரும் உள்ளிருந்து ஒரு பெரிய டிரம்மை உருட்டி வருவதைக் கவனித்த ரங்கசாமி, சோபாவில் இருந்து விருட்டென எழுந்து, கடையை

விட்டு வேகமாக வெளியேறி, காலியாகப் போய்க்கொண்டிருந்த ஆட்டோவை, கைதட்டி அழைத்தார். எங்கே போகவேண்டும் என்று கேட்ட ஆட்டோக்காரரிடம் தன் வீட்டு முகவரியைச் சொன்னார்.

ரியர் வியூ கண்ணாடியில் தெரிந்த அவர் முகத்தில் படர்ந்த புன்முறுவலை, வண்டி ஓட்டிக்கொண்டிருந்த ஆட்டோக்காரர் வியப்புடன் பார்த்தார்.

•

தெரியலையே!

வெளியில் சற்று நேரம் நடந்து, அப்படியே இரவு உணவை ஏதாவது ஒரு கடையில் முடித்துக்கொண்டு வரலாம் என்று கிளம்பினேன். அறைக்கதவைப் பூட்டிவிட்டு வெளியே வந்து குளத்தைச்சுற்றி இருந்த பாதையில் மெதுவாக நடக்க ஆரம்பித்தேன்.

மாலை மணி ஆறேமுக்கால். தெரு விளக்குகள் எரிந்து கொண்டிருந்தன. தெருவில் போவோர் வருவோர் மற்றும் வீடுகளைப் பார்த்தபடியே மெதுவாக நடந்தேன். தற்காலக் கட்டடங்கள் போலிருந்த வீடுகளுக்கு நடுவில், அதிக அகலத்துடனும் உயரம் குறைவாகவும் இருந்த ஒரு பழைய காலத்து செட்டிநாட்டுப் பாணி வீடு கண்ணில் பட்டது. வீட்டு நுழைவாயிலின் இருபக்கமும் பெரிய திண்ணைகள், அவற்றில் குட்டையான ஆனால், தடிமனாக இருந்த மரத்தூண்கள் என அந்த வீடு வித்தியாசமாக இருந்தது. நெருங்கிப் போனேன்.

இப்போது இன்னும் சிலவும் என் கண்ணில் பட்டன. விசாலமாக இருந்த திண்ணைகளின் தரையில் ஆங்காங்கே காரை பெயர்ந்திருந்தது. வலது பக்கத் திண்ணையின் ஓரத்தில் இருவர், அருகருகே கால் நீட்டிப் படுத்தபடி பேசிக்கொண்டிருந்தது அங்கே எரிந்துகொண்டிருந்த முட்டை பல்பின் மஞ்சள் வெளிச்சத்தில் தெரிந்தது.

திண்ணைகளை ஒட்டிய சுவர்கள் இரண்டிலும் பக்கத்துக்கு ஒன்றாக கரும்பலகைகள்போல கருப்பாக வர்ணம்

பூசப்பட்டிருந்தது. அவற்றின் மேலே வலது பக்க மூலையில் சாக்பீஸால், தேதி மற்றும் இன்னும் என்னவோ சில வார்த்தைகள் எழுதப்பட்டிருந்தன. அது பள்ளிக்கூடமாக இருக்குமோ என்று நினைத்துக்கொண்டேன்.

இப்போது அந்த வீட்டின் வாசலருகில் வந்துவிட்டேன். வீட்டுக்கு வெளியில் சற்று வித்தியாசமான மூன்று சக்கர சைக்கிள்கள் சில நிறுத்திவைக்கப்பட்டிருந்தன. அவற்றின் மீது சிலர் அமர்ந்து பேசிக்கொண்டிருந்தார்கள். அந்த வண்டிகளைப் போலவே அந்த இளைஞர்களும் வித்தியாசமானவர்களாகத் தெரிந்தார்கள். அவர்களுடைய கால்கள் மெலிந்துபோயும் , இடுப்புக்கு மேல் உடல் பருமனாகவும் இருந்தது. போலியோ பாதிப்பாக இருக்கலாம் என்று நினைத்துக்கொண்டேன். அந்த இளைஞர்களில் ரோஸ் கலர் சட்டை போட்டிருந்த ஒருவன் மட்டும் என்னைத் திரும்பிப் பார்த்தான்.

அந்த வீட்டு காம்பவுண்டில் உடைந்து தொங்கிக்கொண்டிருந்த இரும்பு கேட்டுக்கு சற்றுத் தள்ளி, சவுக்கக் கட்டைகள் அடித்து ஒரு பெயர் பலகை நிறுத்தி வைக்கப்பட்டிருந்தது. அதில் இளம்பச்சை வர்ணத்தில் மழையிலும் வெயிலும் பாதி அழிந்து போன வெள்ளை எழுத்துக்களில் '...தன் செட்டியார் மாற்றுத் திறனாளிகள் இல்லம்' என்று எழுதி இருப்பது மங்கலாகத் தெரிந்தது.

'யாரைப் பார்க்கிறீங்க?' என்பதுபோல ஒரு சிறுவன் சைகை காட்டிக் கேட்டான். அவனுக்குப் பேச வராதுபோல. நான் பதில் சொல்வதற்குள் அவனே, 'உள்ள போய் பாருங்க. இருக்கார்' என்பதுபோல மீண்டும் சைகை காட்டினான். கைக்கடிகாரத்தைப் பார்த்தேன். மணி ஏழாகவில்லை. சாப்பிடப் போக இன்னும் நிறைய நேரமிருக்கிறது. உள்ளே போனேன்.

வலுவான அந்தக்காலத்து வேலைப்பாடு நிறைந்த, உயரம் குறைவான செங்கருப்பு நிறத்து நிலை. பெரிய சாவித்துவாரம் வைத்த கனமான கதவுகள். செருப்பைக் கழற்றிவிட்டு முகப்பைத் தாண்டி உள்ளே போனேன். நீள் சதுரமாக இருந்த அந்த முன் கட்டுப் பகுதியின் இடது பக்கமும் வலது பக்கமும் வரிசையாக மும்மூன்று அறைகள். வீட்டின் நடுவில் வானம் பார்த்த பெரிய நடுவாசல்.

செட்டிநாட்டுப் பக்கம் முற்றத்தை அப்படித்தான் அழைக் கிறார்கள். அறைகளுக்கு வெளியே நடுவாசலைச் சுற்றிலும்

பட்டியக்கற்கள் பதித்த அகலமான வளவு எனப்படும் சுற்றுப் பத்தி. பத்திகளுக்கும் முற்றம் இருந்த தரைக்கும் இடையே ஓரடி உயர வித்தியாசம். அறைகளும் பத்தியும் இருந்த அளவைக் காட்டிலும் முற்றம் இருக்குமிடம் மொத்தமும் ஆழம் குறைவான பெரிய தொட்டிபோல இருந்தது. முற்றத்துக்கு அட்டைப் பெட்டிகள், பேப்பர் பண்டில்கள், 8 நாற்காலிகள், வாட்டர் கேன்கள், செருப்புகள் மற்றும் பெஞ்ச்கள். மேலே கூரையில்லாமல் திறந்தவெளியாக இருந்தது.

முற்றம் தவிர, சுற்றுப்பத்தி முழுக்க பிரித்து வைக்கப்பட்டிருந்த ஓர் அரிசி மூட்டை, கூடைகளில் காய்கறிகள், தார் டிரம்கள், கேஸ் சிலிண்டர்கள் என எங்கும் பலவிதமான சாமான்கள் அடசலாக இருந்தன. அதனாலோ என்னவோ அங்கே, முற்றத்தின் காற்றோட்டத்தையும் மீறி, கிராம்பு, வெல்லம், துவைக்கும் சோப்பு போன்ற பலவும் சேர்ந்த ஒரு மளிகைக் கடை வாசனை அடித்தது.

வலது பக்க பத்தியின் சுவற்றோரம் பல டிரங்க் பெட்டிகள், சுருட்டி வைக்கப்பட்டிருந்த பாய், தலையணைகள் இருந்தன. அவற்றுக்கு மேலே ஆணிகளில் மாட்டப்பட்டிருந்த சட்டை பேண்டுகள் தொங்கிக்கொண்டிருந்தன. தரையில் அமர்ந்து சில பையன்கள் எதையோ அடுக்கி வைத்துக்கொண்டிருந்தார்கள். அவர்களுக்கு அருகில் ஒரு மர நாற்காலியில் அமர்ந்திருந்த ஒரு நடுத்தரவயதுப் பெண்மணி, அவற்றை எப்படி அடுக்க வேண்டும் என்ற விவரம் சொல்லிக்கொண்டிருந்தார்.

அவர்களை விடுத்து அடுத்தப் பக்க வளவின்மீது பார்வையைச் செலுத்தினேன். அங்கே நடு அறைக்கு வெளியே ஒரு மேசை, நாற்காலி. அதில் சரிந்து அமர்ந்திருந்த ஐம்பது வயது மதிக்கத்தக்க, சற்று பருமனான, பழுப்பேறிய வெள்ளை பனியன் மற்றும் லுங்கி அணிந்திருந்த ஒருவர். நெற்றியில் லேசாய் திருநீறு. அவருக்குப் பின்னால் ஒரு சிறுவன் நின்று கொண்டிருந்தான். சரியாகப் பார்த்ததில்தான் தெரிந்தது, அவன் அவருக்குத் தலை பின்னிக்கொண்டிருந்தான் என்பது.

அவருக்குப் பக்கவாட்டில் காற்றைவிட அதிக சத்தம் கொடுத்துக் கொண்டிருந்த ஒரு பெடெஸ்டல் ஃபேன். அவர்தான் அநேகமாக அந்த இல்லத்தின் பொறுப்பாளராக இருக்கவேண்டும் என்று நினைத்துக்கொண்டேன்.

எதையோ எழுதிக்கொண்டிருந்தவர் என் காலடிச் சத்தம் கேட்டு முகத்தை லேசாக நிமிர்த்திப் பார்த்தார். அவருடைய இடது கண் சற்று மாறுகண்போல இருந்தது. நிமிர்ந்து உட்கார்ந்து கொண்டார். உடன் அந்தப் பையன் அவர் தலையை விட்டுவிட்டு நகர்ந்து நின்றுகொண்டான். என்னைப் பார்த்து, ‘சொல்லுங்க.. என்ன வேணும்’ என்று கேட்டார்.

‘இந்த இல்லம் பற்றித் தெரிஞ்சுக்லாமின்னு...’

‘நீங்க யாரு...?’

‘என் பெயர் சுந்தரம். சென்னையில் பேராசிரியரா வேலை பார்க்கிறேன். காரைக்குடி அழகப்பா யுனிவர்சிட்டியில் ஒரு செமினார். கலந்துக்கிறதுக்காக வந்திருக்கேன். கோயில் பின்னாடி இருக்கிற லாட்ஜிலதான் தங்கியிருக்கேன். இந்தப் பக்கமாக நடந்து வரும்போது போர்டு கண்ணில பட்டுச்சு. உள்ள வந்தேன்.’

‘அப்படியா? சும்மா பார்க்க வந்திருக்கீஹகளா? உக்காருங்க.’

அதற்குள் அந்தப் பையன் விந்தி விந்தி நடந்துபோய், ஒரு மர ஸ்டூலை, சிரமப்பட்டு நகர்த்தி வந்தான். பரவாயில்லை என்ற படியே, இழுத்துப் போட்டுக்கொண்டு உட்கார்ந்தேன்.

அப்போது மற்றொரு பையன் நாங்கள் இருக்கும் இடத்துக்கு வேகமாக வந்தான். அவனுடன் இருபது வயது மதிக்கத்தக்க இளைஞனும் வந்தான்.

‘சார்... இவரு உங்களப் பார்க்கணுமாம்’ என்றான் அவரைப் பார்த்து.

என் அருகில் வந்து நின்ற அந்த இளைஞன் கையில் ஒரு கனமான துணிப் பை புடைத்துக்கொண்டு இருந்தது. அதிலிருந்து ஏதோ ஓர் இனிப்பு வாசம் வந்தது. ‘சொல்லுப்பா’ என்றார் அவர்.

‘இதல அதிரசம் இருக்கு. பசங்களுக்கு கொடுத்துட்டு போலாம்னு வந்தேன்.’

‘நீ...?’

‘நானும் காரைக்குடிதான் சார். துபாயில வேலை பார்க்குறேன். லீவுல வந்திருக்கேன். இந்த பசங்களுக்கு ஸ்வீட் கொடுத்துட்டு போலாம்னு...’

‘அப்படியா. சரி. மொத்தம் 45 பசங்க மற்றும் பத்து ஸ்டாஃப்.’

‘இதுல எண்பது, எண்பத்து ஐந்து இருக்கும் சார்.’

‘நல்லதுப்பா. அந்த டிரம் மேல வைச்சிட்டுப் போ. பை திரும்ப வேணுமா?’

‘இல்ல சார். இருக்கட்டும்.’

‘உங்க அப்பா என்ன பண்றாரு?’ என்று நான் கேட்டேன்.

‘அப்பா இல்ல சார். சின்ன வயசுலேயே இறந்திட்டாரு. அம்மா மட்டும்தான்..’

‘வேற என்ன?’ என்பதுபோல அவர் அவனைப் பார்க்க, அவன் சொல்லிக்கொண்டு கிளம்பினான். அடுத்து அவர் என்னைப் பார்த்து, ‘அப்பறம்’ என்றார்.

‘நீங்கதான் சொல்லணும்.’

‘பாத்தீங்க இல்ல. இது உடல் ஊனமுற்றோர் இல்லம். நான்தான் பாத்துக்கிறேன். என் பேரு பெருமாள். இந்தப் பசங்க எல்லாராலையும் ஸ்கூல் போக முடியாதுங்கறதால இங்கயே பள்ளிக்கூடமும் நடத்துறோம். முதல் புண்ணியம் குமரப்பன் அப்பாவைத்தான் சேரும். இந்த பில்டிங்கைப் பிள்ளைகளுக்காக விட்டுட்டுப் போயிருக்கிறார். பில்டிங்குக்கு இப்ப 150 வயசு ஆச்சு.

இங்க படிச்ச பிராமணப் பிள்ளைங்க சில பேரு இப்ப வேதபாட சாலையில் படிச்சுக்கிட்டு இருக்காங்க. டீச்சர்களுக்குச் சம்பளம் ரூ 5000தான். 3 ம் தேதி கொடுத்திடுவேன். காலை 9 மணியில் இருந்து சாயங்காலம் 4 மணிவரை கிளாஸ்.

மடமடவென்று சொல்லிக்கொண்டு வந்தவர், எனக்கு ஸ்டூல் இழுத்து வந்து போட்டவனை அருகில் அழைத்து, ‘இவன் ஒன்பதாம்ப்பு பெயில். வேற ஸ்கூல் போனால், பத்தாங் கிளாஸ் மாடியில இருக்கு. இவனைத் தூக்கிட்டுத்தான் போகணும். இவனுக்குத் தோதான ஸ்கூல்ன்னு சொல்லி இங்க எங்ககிட்ட அனுப்பிட்டாங்க. இவன் பொறக்கையில எடை குறைவு. 1700 கிராம்தான் இருந்திருக்கிறான். போகப்போக கால் இப்படியாயிடுச்சு’ என்றார். அவன் என்னைப் பார்த்துப் புன்னகைத்தான்.

நாங்கள் பேசிக்கொண்டிருந்த விஷயம் காதில் விழுந்தோ என்னவோ அடுக்கி வைக்கும் பையன்களுடன் எதிர் பத்தியில் அமர்ந்திருந்த பெண்மணி நடுவாசலில் இறங்கி, எங்கள் பக்கம் வந்தார்.

பெருமாள், அந்தபெண்மணியின் கையைப் பிடித்துக்கொண்டு, 'நான் இங்க வந்தப்ப எனக்கு 30 வயசு. அதுக்கு அப்புறம்தேன் இவளைக் கல்யாணம் பண்ணிக்கிட்டேன். பேரு மங்கை. தெரிஞ்சேதான் என்னையக் கட்டிக்கிட்டா' சத்தமாக சிரித்தார்.

கையை அவர் பிடியில் இருந்து விலக்கிக்கொண்டே மனைவி சொன்னார், 'அப்பெல்லாம் இவருக்கு 440 டிகிரி பிரஷர் இருக்கும். கக்கூஸ் போயிட்டு வந்து உட்கார்ந்தா, தூக்கித்தூக்கிப் போடும். எப்ப வந்து பார்த்தாலும் டாக்டர் இன்னும் ஒரு மணி நேரம் அல்லது இரண்டு மணி நேரத்தில் உயிர் போயிரும்பார். இப்ப அதெல்லாம் இல்லை. மட்டன், டீ, காபி எல்லாம் விட்டுட்டு முழுநேரமும் இதே வேலைதேன். இவருக்கு எப்பவும் பசங்க நினைப்புதான். இவர் செல் நம்பர் ஸ்கூல் பையன்கள் எல்லார்கிட்டயும் இருக்கு. எப்ப வேணா கூப்பிடுவாய்ங்க.'

அப்போது 18, வயது மதிக்கத்தக்க ஒரு பையனும் அவனை விட ஒன்றிரண்டு வயது அதிகம் இருக்கக்கூடிய பாவாடை, தாவணி அணிந்திருந்த பெண்ணும் எங்களைக் கடந்து போனார்கள். பார்க்க மற்ற பிள்ளைகளில் இருந்து வித்தியாசமாகத் தெரிந்தார்கள். அவர்களுக்குள் ஏதோ சுவாரசியமாக பேசியபடி போனபோதும், இருவருமே என் முகம் பார்த்து சிநேகமாகப் புன்னகைத்தார்கள்.

நான் கேட்காமலேயே அவர் சொன்னார், 'என் பசங்கதேன். பொண்ணு, டிகிரி பர்ஸ்ட் இயர். பையன் எலெக்ட்ரிக்கல் டிப்ளமா படிச்சிருக்கேய்ன். வேலை தேடிக்கிட்டிருக்கேய்ன். கோயிலுக்குப் போயிட்டு வர்றாய்ங்க.' அந்தப் பிள்ளைகள் முன் கட்டைத் தாண்டி, இரண்டாம் கட்டுக்குள் நுழைந்தார்கள்.

அப்போது காற்றில் லேசாக மண் வாசம் வந்தது. மழை வரும் என்று அவர் சொல்லி முடிப்பதற்குள் சடசடவென மழை கொட்ட ஆரம்பித்தது. வீட்டின் நடு முற்றம் திறந்தவெளி என்பதால் மழைச்சாரல் எங்கள் மீது தெறிக்க, நான் எழுந்தேன். அவரும் எழுந்தார். அதற்குள் வேகம் பிடித்துவிட்டது மழை.

25 அடிக்கு 15 அடி அகலத்தில் இருந்த முற்றம் முழுக்க வானில் இருந்து நேடியாக மழை கொட்டுவதைப் பார்க்க அற்புதமாக இருந்தது. உடனே வெளியில் விளையாடி பேசிக் கொண்டு இருந்தவர்களும் படுத்துக் கொண்டு இருந்தவர்களும், பத்தியில் அமர்ந்து அடுக்கிக்கொண்டிருந்தவர்களும் ஒரு சேர நாங்கள் இருந்த முன் கட்டுக்குள் ஓடி வந்தார்கள். அத்தனை பேரும் சாரல்

படுமாறு பத்தி மீதிருந்த பொருள்களையெல்லாம் வேகவேகமாக சுவற்றின் ஓரங்களுக்குத் தள்ளிவிட்டார்கள். கூடவே சண்முகத்தின் மனைவியும் பிள்ளைகளும் சில பொருள்களை நகர்த்தினார்கள்.

மழையின் வேகம் கூடியது. அவ்வப்போது பளீர்பளீரென்ற மின்னல். அடுத்த சில வினாடிகளில் தொடர்ந்த பெரும் இடிச் சத்தம். காற்று அதிகம் இல்லை. ஹோ என்ற இரைச்சலுடன் கனமாகக் கொட்டியது மழை.

மங்கைதான் சொன்னார்கள். 'முத்தத்துல தூப்பாய் அடைச்சிருக்கும் போல. அதேன் தண்ணி வடியமாட்டேங்குது. தூப்பாய் என்பது முற்றத்தின் நான்கு மூலைகளிலும் இருக்கும் தண்ணீர் வெளியேறும் வழி. முற்றத்தில்விழும் தண்ணீர் முழுவதும் வீட்டுக்கு அடி வழியாகவே தூப்பாய் வழியாக வெளியேறி கம்மாய், குளத்துக்குப் போய்விடும்.

உடனே பையன்கள் பலரும் ஒன்றாக முற்றத்தில் இறங்க முயற்சிக்க, 'டேய் நீங்க இறங்கவேணாம். தொரட்டிக் கம்பை எடுத்தாந்து எங்கிட்ட தாங்க. அடைப்பை நான் குத்திவிடுறேன் என்று சொல்லியபடி லுங்கியை மடித்துக் கட்டிக் கொண்டு பெருமாள் தண்ணீரில் இறங்குவதற்கு ஆயத்தம் ஆனார். ஒரு பெரிய இடி இடித்தது. உடன் பட்டென கரெண்ட் போய்விட்டது. வீடு முழுக்க இருட்டு.

'நீங்க இறங்கிறம்னவுடன என்ன ஆச்சு பார்த்தீகளா?' என்று மங்கை சிரித்தபடி சொன்னார். பையன்களும் கூடச் சேர்ந்து சிரித்தார்கள்.

முற்றத்தை நிறைத்தே தீருவது என்ற தீர்மானம்போல மழை கொட்டிக்கொண்டிருந்தது. முற்றத்தின் தண்ணீர் மட்டம் மெள்ள மெள்ள ஏறிவந்துகொண்டிருந்தது. நிறைந்து, பத்திக்கும் மேலே வந்து விட்டால் பிறகு தரையெல்லாம் பரவி, அடுத்து அங்கிருந்து அறைகளுக்குள்ளும் தண்ணீர் போய்விடும். அங்கே தரையில் என்னென்ன வைத்திருக்கிறார்களோ!

அதுவரை என்ன செய்வது என்று தெரியாமல் நின்று கொண்டிருந்த எனக்கு ஒரு யோசனை வந்தது. மெதுவாக நகர்ந்து போய் என் செல்போனில் இருந்த லைட்டை ஆன் செய்து தார் டிரம்முக்குள் என்ன இருக்கிறது என்று பார்த்தேன். நல்ல வேளையாக அதில் இரண்டு சின்ன பிளாஸ்டிக் வாளிகள் இருந்தன. தோதாகப் போய்விட்டது என்று நினைத்துக்

கொண்டேன். டிரம்முக்குப் பக்கத்தில் இருந்த பெரிய அண்டாவையும் முற்றத்தில் இறக்கவேண்டும் என்று உதவிக்குப் பையன்களைக் கூப்பிட்டேன்.

‘சார் அதெல்லாம் எதுக்கு? வேணாம்’ என்று சொன்ன பெருமாளுக்கு மங்கை பதில் சொன்னார்.

‘சார் முத்தத்திலிருந்து தண்ணிய டிரம்முக்கு மாத்திப்புட்டா தண்ணி பத்திக்குப் போகாதுன்னு ஐடியாப் பண்ணுறார்போல.’

என் யோசனை அதுதான்.

‘டிரம்மை கீழ இறக்க வேணாம் சார். அப்படியே ஓரத்துக்கு இழுந்து வந்தாப் போதும். மோந்து ஊத்தலாம்’ இருட்டில் கொட்டுகிற மழையில் இரண்டு பையன்கள் இறங்கி வாளிகளில் மொண்டு கொடுக்க, நான், மங்கை அவர்கள் மகன் ஆகிய மூவரும் பத்தியில் நின்றபடி நனையாமல் வாங்கி வாங்கி, ஊற்றினோம்.

தொடர்ந்து மழை பெய்ததால் என்ன மொண்டும் தண்ணீர் குறைவதாக தெரியவில்லை. பெருமாளாலால் ஓரளவுக்கு மேல் குனிய முடியவில்லை. இயலாமல் நிமிர்ந்து பெருமூச்சு விட்டார். அப்போது திடீரென அவர்கள் எல்லாம் வாண்டு என்று அழைக்கும் ஒரு சின்ன பையன் தடுத்தும் கேட்காமல் தடாரென்று தண்ணிக்குள் இறங்கி, தூப்பாய்க்கு நேராக குனிந்து கையை விட்டுத் துழாவினான். அவனுடைய பாதி முகமும் தலையும் தண்ணீருக்குள்.

‘வேணாண்டா, வாண்டு’ என்று பெருமாளும் மங்கையும் சத்தம் போட்டும் அவன் கேட்கவில்லை. ஒரு நிமிடம்கூட இருக்காது.

‘இதோ பாருங்க சார்...’ என்று அவன் எதையோ பிடித்து தூக்கி மேலே காட்டியது இருட்டில் சரியாகத் தெரியவில்லை. சுருட்டி வைத்த கோணிப்பையாக இருக்கலாம்.

அடைப்பு நீங்கிவிட்டது. சளக் புளக் என்ற சத்தத்துடன் தண்ணீர் சுழித்துக்கொண்டு தூப்பாய் வழியாக வேகமாக இறங்க ஆரம்பித்தது. முற்றத்தில் இருந்தவர்கள் பத்திக்கு ஏறினார்கள். சற்று நேரத்தில் மழையின் வேகம் குறைந்தது.

சட்டையையும் பேண்டையும் எல்லோரும் உதறிக்கொண்டிருக்க, ‘டேய் கோபால், சாருக்கு ஒரு துண்டு கொடு. உள்ள கண்ணாடி

பிரோல்ல புதுசு இருக்கு பார்' என்றார் பெருமாள். மங்கையும் அவர் மகளுமாக பத்தியில் இருந்த தண்ணீரை சரட்சரட்டென விளக்குமாறால் முற்றத்தில் தள்ளிவிட்டார்கள்.

மழை நின்று விட்டது. மங்கை உள்ளே போனார்கள். 'அப்ப நான் கிளம்புறேன் சார். இன்னொரு நாள் வருகிறேன்' என்று சொன்னேன்.

'மழை முழுசா வுடட்டும் சார். லாட்ஜ்லதானே இருக்கீங்க. பக்கம்தானே. போகலாம், இருங்க' என்றார்.

பெருமாள் சொல்லி, அவர் மகன் போய் தேன்குழல் எடுத்துவந்து பையன்கள் எல்லோருக்கும் கொடுத்தான். 'பசங்களா, குளிச்சிட்டு வேற டிரஸ் போட்டுக்குங்க' என்றார்.

ஸ்டூல் மீது அமர்ந்தேன். தலையைத் துவட்டிக் கொண்டிருக்கையில் மங்கை டீ கொண்டுவந்தார்கள்.

'தா பசங்களுக்கும் டீ போடு' என்று அவர் சொன்னதற்கு பதில் இல்லை. பால் இல்லையோ என்னவோ. அடுத்து டிராயரைத் திறந்து பணத்தை எடுத்து, 'கோபால், கடையிலிருந்து பத்து டீ வாங்கியாடா. பெரிய பிளாஸ்க் எடுத்துப்போ' என்றார்.

சூடாக இருந்த டீயைப் பருகியபடியே, 'சொல்லுங்க சார்' என்றேன்.

'எங்க விட்டேன்?' என்று கேட்டுவிட்டு அவரே சொல்ல ஆரம்பித்தார்.

'இவுங்களுக்குத் தாய் தகப்பேன் இல்ல. யாராவது வந்து கூட்டிப்போனாத்தேன் வீடுகளுக்குப் போலாம். மொத்தம் 40 பசங்க. அஞ்சு பொம்பளைப் பிள்ளைஹ. வகுப்பு 9 மணிக்கு. முடியறது 4 மணிக்கு. புள்ளைஹ வெளியில் இருந்தும் வருவாஹ.

பெரிய பசங்க இங்கிருந்து அழகப்பா காலேசுக்கு படிக்கப் போறாய்ங்க. கவர்மெண்ட் ஸ்கூட்டி கொடுக்குது. மோட்டரைசுடு. நாலு பேத்துக்கு கெஞ்சினா, இரண்டு பேத்துக்கு கிடைக்கும். வேலை கிடைச்சதும் இங்கயிருந்து போயிடுவாய்ங்க. இதுவரை 45 பிள்ளைஹ கவர்மெண்ட் ஜாப்க்குப் போயிருக்காய்ங்க.

கேரம்போர்டு விளையாடுவாய்ங்க, அவைங்களுக்குள்ளாற பேசிக்கிவாய்ங்க. ராத்திரி 9 மணியானப் படுத்திடுவாய்ங்க.

காலையில ஐந்து, ஐந்தரைக் கெல்லாம் டாண்ணு எந்திரிச்சிடு வாய்ங்க. பண்டிகைகளுக்கு ஊருக்குப் போவாய்ங்க. பொம் பளைப்புள்ளைஹளுக்கு தனியா இடம் இருக்கு. மூணு பேர் வாய் பேசமாட்டாய்ங்க.'

மவுனமாகக் கேட்டுக்கொண்டிருந்தேன்.

'அவங்களால யாருக்கும் எந்தத் தொந்திரவும் இல்ல. சாமி இருக்கார். பையன்க ஜாலியாக இருப்பாய்ங்க. எங்கிட்ட 45 அறிவாளிகள் இருக்காங்கன்னு நினைச்சுப்பேன். என்ன... அவைங்களுக்கு கை கால் இல்லை. நாம் வைச்சிக்கிட்டு என்ன பெரிசா செய்றோமின்னு அவைங்களுக்குத் தெரியும்.

பெருக்கக் கழுவ ஆயா வைச்சிருக்கோம். சமையலுக்கு இரண்டு ஆள் இருக்கு. ஆளுக வராதப்ப மங்கையே செஞ்சிறுவா. ஆள் வரட்டுமுண்ணு காத்திருக்க முடியுமா? பிள்ளைஹ கிளாஸுக்குப் போகணுமே!

நான் படிச்சது பி.எஸ்.சி. ஏ.எம்.ஐ.இ. இயல்பாவே வந்துசேர்ந்து விட்டேன். 24 மணி நேரமும் 7 நாட்களும் இதேதேன். மங்கை எம்.ஏ., பி.எல். இந்த வேலை செய்ய, படிப்புத் தேவையில்ல. தெரியாம படிச்சுப்புட்டோம்.'

சொல்லிக்கொண்டு கிளம்பினேன்.

•

இட்லி சாப்பிடும் கடையில் கடைசி பெஞ்சில்போய் உட்கார்ந்தேன். என் பின்னமேயே வேகமாக வந்த ஒருவன் என் பெஞ்சிலேயே மற்றொரு கோடியில் சற்றுத் தள்ளி உட்கார்ந்தான். என்னையே பார்த்தான். முகம் கொஞ்சம் பரிச்சியமாகத் தெரிந்தது. யோசித்ததில், இல்லத்துக்குப் வெளியில், டிரை சைக்கிள் மேல் அவன் உட்கார்ந்திருந்தது நினைவுக்கு வந்தது. அட! ஆமாம். அந்த ரோஸ் கலர் சட்டைக்காரன்தான்.

'என்னப்பா?' என்றேன்.

'சார் நீங்க பேப்பர்காரரா?'

'பேப்பர்காரரா என்றால்..?'

'பத்திரிகைக்காரரா?'

'இல்லை'

‘அவர் சொல்றதையெல்லாம் நம்பிடாதீங்க. ஸ்கூலைப் பார்த்துக்குறேன்னு வந்தவர், புள்ளைங்களைக் காட்டி நிறைய பணம் பண்றார். கவர்மெண்டு, ரோட்டரி, இன்னர் எல்லார்கிட்டயும். மேக்கொண்டு ஜனங்க அவுங்க பிறந்த நாள், கல்யாணமான நாள்ன்னு அடிக்கடி காசு கொண்டுவந்து கொடுப்பாங்க. இந்த வீட்டைக் குடுத்தவங்க பேரன் பேத்திங்க இடத்தைக் கேட்டா, இவர் காலி பண்ணமாட்டேங்குறார். கவர்மெண்ட் வேற இடம் கொடுத்தாலும் ஒத்துக்க மாட்டெங்குறார்.’

சர்வர் வந்தார். ஒரு தட்டில் இலை வைத்து அதன்மீது நான்கு இட்லிகள் வைத்தார். ‘சாம்பாரா? சட்னியா?’ என்று கேட்டார்.

யோசனையில் இருந்த நான் பதில் சொல்வதற்குள் சர்வர் அடுத்த வாடிக்கையாளரைப் பார்க்கப்போய்விட்டார்.

•

நான் சரியாக முகம் கொடுத்துப் பேசாததால் ரோஸ் சட்டைக்காரன் எழுந்துபோய்விட்டான். எவர்சில்வர் தூக்குவாளியுடன் மீண்டும் வந்த சர்வர், ‘சார், அந்த ஆள் சொன்னதை நம்பாதீங்க. அந்த சிறார் இல்லத்துக்குப் பக்கத்து வீட்டுக்காரரு அவரு. அவருக்குத் தொந்திரவா இருக்கின்னு ரொம்ப நாளா அதை இடம் மாத்தச் சொல்லி பெட்டிஷன் போட்டுக்கிட்டு இருக்காரு. இதே வேலைதான் அவருக்கு.’

சொல்லிவிட்டு மீண்டும் கேட்டார், ‘சார், இட்லி ஃபேன் காத்துல காய்ஞ்சுக்கிட்டு இருக்கு. சாம்பார் ஊத்தவா? சட்னியா?’

ரோஸ் கலர் சட்டைக்காரன் போன திசையையே பார்த்தபடி இருந்தேன்.

•

4. சாமி சரணம்

இளம் பெண்களையும் அனுமதிக்கலாம் என்று உச்ச நீதிமன்றம் தீர்ப்பு சொன்ன பிறகு சபரிமலைக்குப் போக முயற்சிக்கும் சில பெண்களும், தடுத்து நிறுத்தும் சில அமைப்புகளும் போராடும் இடமாக சபரிமலையை மாற்றியதால், பதற்றமாக இருந்த நேரம் அது.

கிட்டத்தட்ட பத்து மணி நேரத்திற்கும் அதிகமான பயணம் என்பதாலும், பகல் நேரத்தில் தொடங்கிய பயணம் என்பதாலும் அந்த வேனுக்குள் பேச்சுக்கள் அதிகமிருந்தன. திருச்சியிலிருந்து வேன் கிளம்பியதுமே அதைப்பற்றிய பேச்சு ஆரம்பமாகி விட்டது.

'ரொம்ப ஸ்ட்ரிக்ட்டாப் பார்க்கிறார்களாம். செக் பண்றாங்களாம். எங்கிருந்து என்ன வண்டியில வந்தாலும் நிலக்கல்வரைதான் பர்மிஷனாம். அங்கிருந்து பம்பை 14 கிலோ மீட்டர். அங்கேயே வண்டிகளை நிறுத்திட்டு, கேரள அரசு பஸ்லதான் மேலே பம்பைக்குப் போக முடியுமாம்' என்றெல்லாம் தகவல்கள் பரிமாறிக்கொள்ளப்பட்டன.

இதுபோல பல விஷயங்களை அதிக ஆர்வத்துடன் பேசிக் கொண்டே வந்தது சுந்தரி என்பவர்தான். ஐம்பத்து ஐந்து வயது இருக்கலாம். டெல்லியிலிருந்து கணவருடன் வந்திருப்பவர். இது அவர்களுக்கு மூன்றாவதுமுறை. காப்பீட்டு நிறுவனம் ஒன்றில் கிளை மேலாளராக இருக்கும் அவர் அளவு அவருடைய கணவர் பேசுவதில்லை. எல்லாவற்றையும் கேட்டுக்கொள்வார்.

அவ்வப்போது ஆமோதிப்பார். எப்போதாவது, 'விடு சுந்தரி' என்பார். அதையும் அதிக சத்தமில்லாமல்தான் சொல்வார்.

ஒரு வேனுக்கு 12 பேர் என்று இரண்டு வேன்களில் செல்லும் 24 பேர் குழுவை பல ஆண்டுகளாக சபரிமலைக்கு அழைத்துச் செல்வது கிருஷ்ணன். அவர்தான் குருசாமி. ரயில்வேயில் இருந்து பணி ஓய்வு பெற்றவர். பணியின்போது பல ஆண்டுகளுக்குத் தொடர்ந்து தொழிற்சங்கப் பொறுப்புகளில் இருந்தவர். அதன் காரணமாக பலருக்கும் உதவியவர். நேர்மையானவர் என்று பெயரெடுத்தவர். பல இடங்களிலும் அவருக்கு ஆட்களைத் தெரியும். செல்வாக்கு மிக்கவர். சபரிமலைக்கு முப்பது ஆண்டுகளுக்கு மேலாகப் போவதால், அங்கும் அவருக்குத் தொடர்புகளும் செல்வாக்கும் உண்டு.

அவருடன் வேனில் போனால், விடிகாலையில் பம்பைபோய், அவர் ஏற்பாட்டில் தங்கி, மலை ஏறி, இருமுடி காணிக்கை செலுத்திவிட்டு, இரவு தங்கி, மறுநாள் காலை தரிசனம் செய்துவிட்டு வேனில் திரும்பிவிடலாம். எந்தச் சிரமமும் இருக்காது. எல்லாம் சரியாக திட்டமிடப்பட்டு, சிரமமின்றி நடக்கும். போவதற்குச் சில மாதங்கள் முன்பே அவரிடம் சொல்லி வைப்பார்கள். அவருடன் அவர் தம்பியும் வருவார். மற்றபடி பல ஆண்டுகளாகத் தொடர்ந்து அவருடன் வரும் சில குடும்பங்கள் உண்டு. ஒவ்வொருமுறையும் முதல்முறை வரும் கன்னி சாமிகள் யாரேனும் இருப்பார்கள்.

இந்தமுறை கன்னி சாமி ஒருவர் மட்டுமே. பெயர் நாகராஜன். குருசாமிக்குத் தெரிந்தவர். மத்திய அரசின் அணு ஆராய்ச்சித் துறையில், உயர் பதவியில் இருப்பவர். பணி ஓய்வுக்கு இன்னும் ஐந்து ஆண்டுகள் இருக்கின்றன. அமைதியானவர். அதிகம் பேசுவதில்லை.

இருமுடியுடன் மற்றொரு பையையும் தூக்கிக்கொண்டு போக வேண்டுமே. பம்பைக்கு முன்பாகவே செல்லும் வண்டிகளில் இருந்து இறங்கச் சொல்கிறார்களே என்ற கவலையைப் பலரும் பகிர்ந்துகொள்ள, சுந்தரி இடைமறித்தார். 'அந்த ரூல்ஸ் எல்லாம் இருக்கும்தான். ஆனால், எல்லோரையும் அப்படி நிறுத்திட மாட்டாங்க. குருசாமியைப் பார்த்தால், நம்ம வண்டியை விட்டுடுவாங்க' என்றார். கேட்டுக்கொண்டிருந்த பலரும் சுந்தரி சொன்னதை ஆமோதித்தார்கள்.

முன் பக்கத்தில் டிரைவருக்கு இணையாக இருக்கும் மற்றொரு ஜன்னலோரத்து ஒற்றைச் சீட்டில் அமர்ந்திருந்த குருசாமி காதிலும் சுந்தரி சொன்னது விழுந்தது. அவர் பதிலேதும் சொல்லவில்லை.

டிரைவருக்குப் பின் சீட்டில் நாகராஜன் பக்கத்தில் அமர்ந்திருந்த குருசாமியின் தம்பி, 'சாமி சொன்னா விடாம இருப்பாங்களா!' என்று சொன்னார். அண்ணனை அவர் மாலை போட்டிருக்கும் நேரங்களில் சாமி என்றுதான் அழைப்பார்.

'நிச்சயம் ட்ரை பண்ணுவோம்' என்று அவர் தொடர்ந்து சொல்ல, அவரை குருசாமி திரும்பிப் பார்த்தார். அதன்பின் அது குறித்து எவரும் அதிகம் பேசவில்லை.

மாலை ஏழு மணிக்கு வண்டி ஒரு தகரக் கூரை போட்ட ஷெட்டில் நின்றது. இரண்டாவது வேனும் பின்னமேயே வந்து நின்றது. அனைவரும் வேன்களில் இருந்து இறங்கி, ஒதுக்குப்புறம் போய்விட்டு கைகால் கழுவிக்கொண்டு வந்தார்கள். பனை மட்டைத் தட்டுகளில் வைத்து இட்லியும் வெங்காய கொஸ்தும் சாப்பிட்டார்கள்.

அந்தக் கொஞ்ச நேரத்தில் இரு வேறு வேன்களில் பயணித்துக் கொண்டிருந்தவர்கள் ஒரு சேர சந்தித்துப் பேசிக் கொள்ளும் வாய்ப்பு கிடைத்தது. 'நிலக்கல்வரை மட்டுமே வண்டிகள் அனுமதிக்கப்படுமாமே!' என்று இரண்டாவது வேனில் வந்தவர் ஒருவர் கேட்க, 'குருசாமியின் தம்பி சொல்லிவிட்டார். சாமி, எப்படியும் பேசி நம்ம வேனை பம்பைக்கே கூட்டிப் போய் விடுவார்' என்று சுந்தரி சொன்னார். 'அப்படியா!, அப்படியா!' என்று பலரும் கேட்டு சந்தோஷப்பட்டார்கள்.

இரண்டாவது வேனில் வந்த மற்றவர்களுக்கும் அந்த செய்தி பரவியது. ஒருவர் குருசாமியின் தம்பியிடம் வந்து அதை உறுதிப்படுத்திக்கொள்ளும் விதமாக, 'அப்படியா சாமி?' என்று கேட்டார். 'ஆமாம். விட்டிடுவமா?' என்று அவர் சொன்னார். அவருக்குப் பின்புறம் குருசாமி நின்றுகொண்டிருந்ததை அவர் கவனிக்கவில்லை. குருசாமி அதற்கு ஏதும் சொல்லவில்லை.

வேன்கள் கிளம்ப ஆயத்தம் ஆயின. காலையில் இருந்து குருசாமி பலவேலைகளாக இருந்ததால், முன் சீட்டில் அமராமல், கொஞ்சம் கண்ணயரலாமே என்று, மூன்றாவது வரிசையில், நாககராஜனுக்குப் பக்கத்தில்போய் உட்கார்ந்து கொண்டார். டிரைவருடன் பேச்சுக் கொடுத்துக்கொண்டு வரும் பொறுப்பு

குருசாமியின் தம்பிக்கு. அவர் டிரைவர் சீட்டுக்கு இணையான முதல் ஒற்றை சீட்டில் அமர்ந்துகொண்டார். டிரைவர், அய்யப்பன் பாடலைப் பிளேயரில் பாடவிட்டு வண்டியை எடுத்தார்.

இனி நடுவில் நிறுத்தங்கள் இல்லை. நேராக மலைக்குத்தான். மணி, இரவு எட்டரை. நல்ல காற்றும் அடிக்க, உண்ட மயக்கத்தில் பலரும் கண்ணயர்ந்தார்கள். குருசாமியும் நாகராஜனும் மட்டும் கொஞ்ச நேரம் பேசிக்கொண்டே வந்தார்கள். நாகராஜன் உயர் பதவியில் இருப்பது குருசாமிக்குத் தெரியும்தான் என்றாலும், நாகராஜன் பிரதமர், அமைச்சர்கள் ஆகியோருடன் நேரடியாக பேசுபவர் என்பதெல்லாம் இப்போது உரையாடியபோதுதான் தெரியவந்தது. அவற்றைக் கூட நாகராஜன் அவராகவோ பெருமையாகவோ சொல்லவில்லை. பேச்சுவாக்கில் வெளிப்பட்டவைதான் அவை.

விடிகாலை மூன்று மணிவாக்கில் நிலக்கல் அருகே வந்தபோது, முன்னால் போய்க்கொண்டிருந்த வண்டிகள், பம்பைக்குப் போகும் வழியில் தொடர்ந்து போகாமல் இடது பக்கம் வளைந்து வேறு பக்கம் போவதை டிரைவர் கவனித்தார். பேச்சுக் கொடுத்தது, கொடுத்துக்கொண்டே வந்த குருசாமியின் தம்பியிடம், 'அதோ அங்க வண்டிகளை நிலக்கல்லுக்குத் திருப்பி விடுறாங்க போல' என்றார்.

அண்ணனைத் திரும்பி பார்த்தவர், அவர் உறங்கிக் கொண்டிருப்பதைக் கவனித்து, அவரைத் தொந்தரவு செய்யவேண்டாம் என்று எண்ணினார். அவருக்கு ஒரு யோசனை வந்தது.' அண்ணா, லைட்ட ஆஃப் பண்ணிட்டு மெதுவா பம்பை போற வழியிலயே போங்க' என்றார். அவரைத் திரும்பிப் பார்த்து கண் சிமிட்டிச் சிரித்த டிரைவர், வண்டியின் ஹெட் லைட்டுகள் உள்பட அனைத்து விளக்குகளையும் அணைத்தார்.

உடனடியாக செல்போனை எடுத்த குருசாமியின் தம்பி, பின்னால் வந்துகொண்டிருந்த வேன் டிரைவருக்கும் அந்த விவரம் சொன்னார். மேலும் சற்று தூரம் போனதும் சாலையின் குறுக்கே இரும்பு தடுப்புகள் வைத்து, 'டேக் டைவர்ஷன்' என்று மாற்றுப் பாதையில் போக எழுதி வைத்திருந்தது.

இவர்கள் வண்டியும் பின்னால் வந்த வேனும் நிலக்கல்லுக்குப் போகும் வழியில் திரும்பாமல், நேராக பம்பை போகும் வழியில் வருவதைப் பார்த்த ஒரு போலீஸ்காரர் கையைப் போட்டு முதல்

வேனை நிறுத்தினார். அவருக்குப் பின்னால் சற்றுத்தள்ளி இன்னும் சில போலீஸ்காரர்கள் நின்றுகொண்டிருந்தார்கள். சிலர் கைகளில் டீ கிளாஸ்கள். 'எவ்விடே போகுன்னு வண்டி? போர்டு கண்டிட் இல்லே? இவட யு டர்ன் அடிக்கி. வண்டிகளொக்க நிலக்கல்லோடு ஸ்டாப்ஆனு' என்றார்.

'வண்டி தேவஸ்தானம் போகிறது' என்றார் டிரைவர்.

'தேவஸ்தானத்திலேக்கோ எந்தினா?' என்று கேட்ட போலீஸ்காரர் குரல் கேட்டு குருசாமி விழித்துக்கொண்டுவிட்டார். 'என்ன ஆச்சு? வண்டி எங்க நிக்குது?' என்று கேட்க விவரம் சொன்னார்கள்.

'தேவஸ்தானத்திலேக்கு எந்தினானு சோதிச்சில்லே?' என்று போலீஸ்காரர் மீண்டும் கேட்க, 'தேவஸ்தானத்துக்கு பச்சைக் காய்கறி கொண்டு போகிறோம்' என்றார் குருசாமியின் தம்பி. அவர்கள் குழு வழக்கமாகக் காய்கறிகள் கொண்டுபோய் கொடுப்பார்கள். வேனில் தேவஸ்தானத்துக்கு கொடுக்க வேண்டிய காய்கறிகள் சில கூடைகள் இருந்தன. சமயோசிதமாக தம்பி அதைச் சொன்னதற்கு குருசாமி மறுப்பு சொல்லவில்லை.

'தேவஸ்தானத்திலேக்கு பச்சக்கறியோ! ஆருடத்தே கொடுக்கும்?' என்று போலீஸ்காரர் கேட்க, செயலாளரின் பெயரை குருசாமி சொன்னார். மணி விடிகாலை மூணே முக்கால். போலீஸ்காரர் என்ன நினைத்தாரோ. 'சரி போயி சாதனங்கள் இறக்கிட்டு உடன்தன்னே மடங்கி வரணே. வண்டி பம்பாலே எவ்டயும் நிக்காம்பாடில்லா. வண்டினகத்து கொச்சு பெம்பிள்ளா ஆரும் இல்லல்லோ?' என்று கேட்டபடி ஜன்னல் பக்கங்களில் எட்டிப் பார்த்தார். பின்னால் நின்றுகொண்டிருந்த மற்றொரு போலீஸ்காரர் ஏதோ கேட்க, தேவஸ்தானத்துக்கு பச்சக்கறி கொண்டு போகுன்னு என்று இவர் சொல்லியபடி, வேனுக்குள் ஏறிப் பார்த்தார். நன்றாகத் தூங்கிக்கொண்டிருந்த வர்களை ஒரு நோட்டம் விட்டுவிட்டு, இளம் பெண்கள் யாரும் இல்லை என்று உறுதியான பின், கீழே இறங்கி, போகலாம் என்பதுபோல என்று லட்டியால் ஒரு தட்டு தட்டினார்.

குருசாமியின் தம்பி அவரிடம் அடுத்த வேனும் அதேதான் என்று சொல்ல, அதிலும் ஏறிப் பார்க்கையில், அவர் செல்போன் அடித்தது. அதில் பேசியபடியே, சைகையால் போகலாம் என்று கை காட்டியபடியே இறங்கிப் போய்விட்டார். வேன்கள் கிளம்பின.

வேன்கள் இரண்டையும் தங்குமிடத்தில் உள்புறம் நிறுத்தி விட்டார்கள். திட்டமிட்டபடி சுவாமி தரிசனம் முடித்து, இரவு தங்கிவிட்டு, மறுநாள் அனைவரும் ஏறி அமர்ந்து வண்டி புறப்பட காலை மணி எட்டு ஆகிவிட்டது. பலருக்கும் நல்ல பசி. கீழேபோய் சாப்பிட்டுக் கொள்ளலாம். ஒரு மணி நேரம்தான் ஆகும் என்று குருசாமி தம்பி சொன்னார்.

நிலக்கல் அருகே வண்டி வந்தபோது போலீஸ்காரர்கள் வண்டி எண்ணைக் கவனித்து, அவர்களுக்குள் ஏதோ பேசியபடியே அருகே வந்து, இரண்டு வேன்களையும் நிற்கச் சொன்னார்கள். பின்பு, டிரைவரிடம், 'வண்டி எப்போழா பம்பா போயி? ஏது டேட்டு? அவ்விட எவ்டே நிறுத்தி?' என்று கேட்டுவிட்டு, வேன்களை இடது பக்கம் திருப்பி, அருகில் இருந்த போலீஸ் தற்காலிகக் கட்டிடத்தின் பக்கத்தில் நிறுத்தச் சொன்னார்கள். உடன் மொபைல் போன் எடுத்து, 'வேன் ரண்டும் எத்தி. பிடிச்சு வச்சுட்டுண்டு. எஸ்பி ஆபீஸ்லேக்கு சொல்லியாமதி' என்றார்கள்.

வேன்கள் அவர்கள் சொன்ன இடத்தில் நிறுத்தப்பட்டன. டிரைவர்களிடம் வேன் சாவிகளைக் கேட்டு வாங்கிக்கொண்டு, 'வண்டியோட பேப்பர் ஒக்க எடுத்தொண்டு வெரு' என்று சொல்லி விட்டு போலீஸ் டெண்டுக்குள் போய்விட்டார்கள். 'ஏன்? ஏன் சாவியெல்லாம் எடுத்துக்கிட்டுப் போறீங்க?' என்று கேட்டபடி வேனில் இருந்து வேகமாக இறங்கி ஓடினார் குருசாமி.

உடன் நாகராஜனும் இன்னும் சிலரும் இறங்க முற்பட, குருசாமியின் தம்பி தடுத்துவிட்டார். மற்றொரு வேனில் இருந்தும் எவரும் இறங்கவேண்டாம் என்று சொன்னார். என்ன செய்வார்கள்? என்று விசாரித்த சுந்தரியிடம், 'எல்லாம் குருசாமி பார்த்துக்கொள்வார்' என்று உறுதியாகச் சொன்னார்.

நேரம் ஓடிக்கொண்டிருந்தது. வேனுக்கு வெளியில் நின்று போன் பேசிக்கொண்டிருந்த குருசாமியையும், தள்ளி நின்று வேனைக் காட்டி பேசிக்கொண்டிருந்த போலீஸ்காரர்களையும் ஜன்னல் வழி எட்டிப்பார்த்தபடி அனைவரும் என்ன ஆகுமோ என்ற அச்சத்துடன் உட்கார்ந்திருந்தார்கள். வெயில் ஏறிக்கொண்டிருந்தது. வேனுக்குள் புழுக்கம்.

போலீஸ் கட்டடத்துக்குள் போன டிரைவர்கள் வெளியே வரவில்லை. தன் பக்கத்தில் சற்றுத்தள்ளி நின்றுகொண்டிருந்த தம்பியை அருகில் அழைத்து, சைகையால், 'உள்ளே போயிருக்கும் டிரைவர்களைப் போய்ப் பார்' என்று அனுப்பி வைத்தார்.

போலீஸ் கட்டடத்துக்குள் போய்விட்டு வந்தவர் முகத்தில் சுரத்தில்லை. 'சூப்பிரண்டென்ட் ஆப் போலீஸ் வருவதற்காக வெயிட் பண்ணுகிறார்கள்' என்று குருசாமியிடம் மெதுவாகச் சொன்னார். அடுத்து மற்றொருவருக்கு குருசாமி போனில் முயற்சி செய்துகொண்டிருந்தார். அப்போது வெள்ளைக் கலர் போலீஸ் கார் ஒன்று வேகமாக வந்து நின்றது. அதிலிருந்து ஓர் இளம்வயது போலீஸ் அதிகாரி வேகமாக இறங்கி வேன்கள் இரண்டையும் ஒரு பார்வை பார்த்தபடியே கட்டடத்துக்குள் போனார். உடன் மற்ற போலீஸ்காரர்கள் ஓடினார்கள்.

'எஸ்.பி யே வந்திருக்கார். விஷயம் பெரிசாயிடுச்சு.' 'நம்ம வேன் மேல போயிருக்கக்கூடாது. போய் இறங்கிக்கிட்டு, வேனை அனுப்பிச்சிருக்கணும்' என்பதுபோன்ற பேச்சுகள் வந்தன. சிலர் மெல்லிய குரல்களில் 'சரணம் அய்யப்பா' பாட்டுப் பாடினார்கள்.

வெளியே வந்த இரு போலீஸ்காரர்கள் குருசாமியிடம், 'எஸ்.பி. வந்திருக்கிறார். கூப்பிடுகிறார். வாருங்கள்' என்று சொல்ல, 'நீங்க போங்க. நான் வருகிறேன்' என்று சைகை காட்டியபடியே தொடர்ந்து மொபைல் போனில் பேசியபடி குருசாமி டெண்டுக்கு எதிர்ப்பக்கம் போனார்.

'வண்டியை சீஸ் பண்ணிடுவாங்களோ! இங்கிருந்து எப்படிக் கிளம்பி ஊர் போவது!' என்று ஒருவர் கேட்க, 'அதெல்லாம் ஆகாதுங்க. சாமி பேசிக்கிட்டு இருக்காங்க. எஸ்.பி.க்குப் போன் வரும். அப்புறம் நாம் கிளம்பிடலாம்' என்றார் குருசாமியின் தம்பி.

குருசாமி மேலும் மேலும் நகர்ந்துபோய் பேசிக் கொண்டேயிருக்க, வேனுக்குள் இருந்தவர்களிடம் கவலை பரவியது. நான் போய் பார்க்கிறேன் என்று மீண்டும் வேனில் இருந்து நாகராஜன், சுந்தரி மற்றுமொருவர் இறங்க முற்பட, 'எல்லாரும் இறங்கினால் போலீஸுக்குப் பிடிக்காது. பிரஷர் கொடுக்கிறோமுன்னு நினைப்பாங்க. பேசாம இருங்க. சாமி பேசிக்கிட்டுதான் இருக்காங்க' என்றார் குருசாமியின் தம்பி. ஆனால், இந்தமுறை அவ்வளவு உறுதியாகச் சொல்லவில்லை.

போலீஸின் அதிகாரம், அவர்களுக்கு வரக்கூடிய கோபம், நாம் செய்தது தவறுதான் என்பதுபோல் பலரும் வெளிப்படையாகவே பேசினார்கள். குருசாமியின் தம்பிக்கு அந்தப் பேச்செல்லாம் பிடிக்கவில்லை. வேனில் இருந்து இறங்கி மீண்டும் குருசாமி இருந்த இடம் போனார்.

இப்போது வேன் அருகில் வந்த போலீஸ்காரர் ஒருவர் தமிழில், 'ரொம்ப நேரமா ஐயா காத்துகிட்டிருக்கார். யாருக்குப் போன் பண்ணினாலும் ஒண்ணும் நடக்காது. உங்க கிருஷ்ணன் சாரை வந்து அய்யாவைப் பார்க்கச் சொல்லுங்க. யார் யாரையோ வைச்சு பிரஷர் கொடுக்கிறார். இதுனால பிரச்னை பெரிசுதான் ஆகும்' என்று சொல்லிவிட்டுப் போனார். 'கிருஷ்ணன் சாரை' என்று அவர் குறிப்பிட்டது குருசாமியைத்தான்.

மணி காலை பத்தரை. வெயில் ஏறிவிட்டது. தூசு, புழுக்கம். பசி, அயர்வு என வேனுக்குள் இருந்தவர்களுக்கு பல சோதனைகள். திருச்சிபோய் இரவு ரயிலைப் பிடிக்கவேண்டுமே என்று சிலருக்கு கூடுதல் கவலைகள்.

இப்போது போலீஸ் கட்டடத்துக்குள் இருந்து எஸ்.பி. வெளியே வந்தார். அவர் கிளம்பப் போவது போலிருந்தது. இன்னமும் குருசாமி யாருடனோ மொபைலில் பேசிக்கொண்டிருந்தார். எஸ்.பி கிளம்புவதைப் பார்த்த அவர், போலீஸ் கட்டடம் அருகே போகாமல் வேன் அருகில் வந்தார்.

'பாவம் சாமி. ஒருத்தரா கஷ்டப்படுறார். யாராவது கூடப் போங்க' என்றார் சுந்தரியின் கணவர். உடன் சுந்தரியும் நாகராஜனும் இறங்க முற்பட, அதைக் கவனித்த குருசாமி, 'இறங்க வேண்டாம்' என்பதுபோல சுந்தரியைப் பார்த்து சைகை காட்டினார். நாகராஜனை மட்டும் வாங்க என்று கை காட்டினார்.

குருசாமியும் நாகராஜனும் பேசியபடி போலீஸ் கட்டடம் நோக்கி நடக்க, வெளியில் நின்றபடி அவர்கள் வருவதைப் பார்த்த எஸ் பி., திரும்பிக் கட்டடத்துக்குள் போய்விட்டார்.

எஸ்.பி.யிடம் என்ன சொல்லலாம் என்று குருசாமி சொல்ல வந்ததை நாகராஜன் காதில் வாங்கிக்கொள்ளவில்லை. அவர் நடையில் ஒரு வேகம் இருந்தது.

உள்ளே அந்த ஹாலின் நடுவில் ஒரு பெரிய மேஜை. அதன் ஒரு முனையில் பாதி அமர்ந்தும் பாதி நின்றபடியும் இருந்த எஸ்.பி., அவரது இரண்டு கைகளையும் பேண்ட் பேக்கட்டுகளில் விட்டபடி முகத்தில் கடுகடுப்புடன் குருசாமியையே உற்றுப் பார்த்துக்கொண்டிருந்தார். அருகில் வந்ததும், 'கியா?' என்றார் சத்தமாக.

'இவர் மிஸ்டர் நாகராஜன், சென்ட்ரல் கவர்மெண்டில..' என்று சொல்ல ஆரம்பித்த குருசாமியின் கையைப் பிடித்து அழுத்தி, 'அதெல்லாம் சொல்லவேண்டாம்' என்பதுபோல முகஜாடை

காட்டிய நாகராஜன், நல்ல ஆங்கில உச்சரிப்பில் மென்மையாக, 'சாரி. நாங்கள் செய்தது தவறுதான். வண்டியை பம்பைக்கு கொண்டுபோய் இருக்கக்கூடாது. அதனால் உங்களுக்குப் பல பிரச்னைகள் வந்திருக்கும். உங்களைக் கேள்விகள் கேட்டு இருப்பார்கள். மன்னித்துக்கொள்ளுங்கள். வண்டியில் வயதானவர் கள் இருக்கிறார்கள். தயவுசெய்து எங்களை அனுப்புங்கள்' என்று கேட்டார்.

நாகராஜன் அப்படிச் சொன்னதும் எஸ்.பி. முகத்தில் சட்டென ஒரு மாறுதல். இறுக்கம் தளர்ந்தது. 'வாட்? கம் அகெய்ன்' என்று நாகராஜனைப் பார்த்து, சொன்னதை மீண்டும் சொல்லச் சொல்ல, நாகராஜன் இன்னும் தெளிவாக அதையே சொல்ல, 'என்ன சொல்றார் பார்த்தீர்களா?' என்பதுபோல அருகில் நின்றிருந்த மற்ற போலீசாரை ஒரு பார்வை பார்த்தார். பின்பு குருசாமி பக்கம் பார்வையைத் திருப்பினார். குருசாமி ஏதும் சொல்லவில்லை. மவுனமாக இருந்தார்.

'நீங்க என்னா சொல்றீங்க கிருஷ்ணன்ஜி? பம்பைக்கு வேனை கொண்டுபோனது தப்புத்தானே?' என்று கேட்டார்.

ஆமாம் என்பதுபோல பட்டும் படாமலும் தலையாட்டினார் குருசாமி.

பின்பு தன் கைக்கடிகாரத்தைத் திருப்பிப் பார்த்த எஸ்பி, 'தப்புன்னு ஒத்துக்கிறாங்க. ஆல்ரைட். எல்லாம் வயசானவுங்க. லேடீஸ் வேற இருக்காங்க. இனி இப்படி நடக்கக்கூடாதுன்னு வார்ன் பண்ணி, சாவியைக் கொடுத்து அனுப்புங்கையா' என்று சொல்லி விட்டு, அந்த இடத்தைவிட்டு வேகமாக வெளியேறினார்.

வாசலிலேயே நின்றுகொண்டிருந்த குருசாமியின் தம்பி, டிரைவர்கள் இருவரும் வேன் சாவிகளுடன் வேகமாக வெளியே வருவதைக் கண்டதும் வியப்படைந்தார். அடுத்து வந்த குருசாமியைப் பார்த்து, 'என்ன? விட்டுட்டாங்களா? போகலாமா? எப்படி திடீர்ன்னு, உடனே?' என்று கேட்டார். குருசாமி ஏதும் பதில் சொல்லவில்லை.

அடுத்து வந்த நாகராஜனைப் பார்த்து, 'எப்படி சார் திடீர்ன்னு?' என்று கேட்க, அவர், தலையை நிமிர்த்தி மேலே பார்த்தபடி, 'எல்லாம் சாமி சரணம்' என்றார், சரணம் என்ற வார்த்தையில் அதிக அழுத்தம் கொடுத்து.

•

5. சரி செய்யவேண்டும்

எப்படியும் இன்று 'மாஸ்டர் ஹெல்த் செக்கப்' செய்து கொண்டுவிடுவது என்று முடிவு செய்து கிளம்பினோம். ஐந்து ஆண்டுகளுக்கு முன்பு செய்தது. எதுவும் சாப்பிடாமல் வெறும் வயிற்றுடன் காலை 7 மணிக்கே கிளம்பிவிட்டோம். புறநகர் பகுதியில் இருக்கும் அந்தப் பிரபலமான மருத்துவமனையின் ஸ்பெஷாலிட்டி சென்டருக்கு நாங்கள் போய்ச்சேர்ந்தபோது மணி, காலை ஏழரைதான்.

அடேயப்பா! சென்னையின் புறநகர் பகுதியில் இவ்வளவு பெரிய கட்டடமா! பழக்கமான மருத்துவர் இங்கேதான் அவருடைய பேஷண்டுகளைப் பார்க்கிறார் என்பதால் இங்கு வந்திருக்கிறோம்.

வாசலிலிருந்து மருத்துவமனைக் கட்டடத்துக்கு நீண்ட அகலமான பாதை. உள்ளே பெரிய கார் பார்க். காரை நிறுத்திவிட்டு வந்தோம். புல்தரை, செடிகள், பெரிய கண்ணாடிக் கதவுகள். வாசலில் நின்றுகொண்டிருந்த ஒரு நர்ஸ், கொரானா தொற்றைத் தடுப்பதற்கான சேனிடைசர் திரவத்தைக் கையை நீட்டச் சொல்லிக் கொடுத்தார்.

உள்ளேபோய், ரிசப்ஷனை அடைந்தோம். அது, கிட்டத்தட்ட நட்சத்திர ஓட்டலில் வரவேற்பு கவுண்டர்போல பளபளவென்று இருந்தது. கவுண்டருக்குப் பின்னிருந்து பேசிய பெண்மணிகளும் கிட்டத்தட்ட பெரிய நட்சத்திர விடுதிப் பணியாளர்கள் போலத்தான் நல்ல சேலை மற்றும் ஒப்பனையுடன் அழகாகவும்

சுத்தமாகவும் தோற்றமளித்தார்கள். இங்கிதமாகப் பேசினார்கள். கவுண்டரில் கூட்டம் இல்லை.

'மாஸ்டர் ஹெல்த் செக்கப்' என்று சொன்னதும், மெனுகார்டு போன்ற ஓர் அட்டையைக் கையில் கொடுத்தார்கள். மாஸ்டர் ஹெல்த் செக்கப்பிலேயே பல்வேறு பேக்கேஜ் வகைகள் அதில் பட்டியலிடப்பட்டிருந்தன. குறிப்பிட்ட சில டெஸ்ட்டுகள் சேர்த்தது, சேர்க்காதது என்று விதவிதமாய் இருந்தவற்றுக்கு ஐந்தாயிரம் முதல் பதினைந்தாயிரம் ரூபாய்வரை கட்டணங்கள்.

ஹோட்டலில் மெனுகார்டில் இருந்து சாப்பிடும் ஐட்டங்களைத் தேர்வு செய்வதுபோல உணர்ந்தேன். 'அது எதற்கு?' 'இது வேண்டாம்' என்று எனக்கு சில குறிப்பிட்ட டெஸ்ட்களை நான் தவிர்க்க, என் மனைவி ஒப்புக்கொள்ளவில்லை. 'எல்லாவற்றை யும் போட்டுங்க மேடம்' என்று நேரடியாக அந்தப் பெண்ணிடம் சொல்லிவிட்டார்.

என் மனைவிக்கு அதிகம் தேர்வு செய்யத் தேவை இருக்கவில்லை பெண்களுக்கான டெஸ்ட் வகைகளில் வேறுபாடு குறைவாக இருந்தது. எந்த பேக்கேஜுக்கு எவ்வளவு கட்டணம் என்பதை அச்சடிக்காமல் பேனாவால் எழுதியிருந்தார்கள்.

இரண்டு படிவங்கள் கொடுத்து நிரப்பச் சொன்னார். பின்பு வாங்கி வைத்துக்கொண்டு ஓர் அட்டையைக் கையில் கொடுத்து, கேஷ் கவுண்டருக்குப்போய் பணம் கட்டிவிட்டு வாருங்கள் என்றார் அந்தப் பெண்மணி.

நான் மட்டும் போனேன். எனக்கு முன்னால் வேறு ஒருவர் அவர் மனைவியுடன் கேஷ் கவுண்டரில் குனிந்து நின்று கொண்டிருந்தார். அவரும் காசாளரும் ஏதோ பேசிக்கொண்டிருந்தார்கள். தொடக்கத்தில் அவர்கள் பேசிக்கொண்டிருந்த விஷயத்தை நான் கவனிக்கவில்லை. அவர்கள் பேச்சு நீண்டுகொண்டே போன காரணத்தால் கவனிக்க ஆரம்பித்தேன்.

அவர் கொண்டுவந்திருந்தது மொத்தம் பத்தாயிரம் ரூபாய். ஆனால் அவர் கட்டவேண்டிய தொகை பன்னிரெண்டாயிரம் ரூபாய். 2000 ரூபாய் குறைகிறது. அவர், அவருடைய வங்கி கிரெடிட் கார்ட்டைக் கொடுத்தார். ஏனோ அதிலிருந்து பணம் மாற்றம் செய்ய முடியவில்லை. அவருக்கு என்ன செய்வது என்று தெரியவில்லை. அவர் பக்கத்தில் இருந்த மனைவி இது விவரம் தெரியாமல், 'என்னால ரொம்ப நேரம் நிக்க முடியல. சீக்கிரம் பணத்தைக் கட்டிட்டு வரீங்களா?' என்று கேட்டார்.

‘கொஞ்சம் இரு. வருகிறேன்’ என்று சொல்லிவிட்டு, அந்த நபர், கேஷ் கவுண்ட்டர் பெண்ணிடம், ‘என் பையன்கிட்ட போன் பண்ணிச் சொன்னா அவன் 2000 ரூபாய் கொண்டாந்திடுவான். அதுக்குள்ள நாங்க போய் டெஸ்ட்க்கு ரத்தம் கொடுக்கட்டுமா?’ என்று கேட்டார்.

‘உங்க பையன் எப்ப வருவார்? அவர் எங்கிருந்து வரணும்?’

‘இங்க பக்கத்தில போரூர்தான் மேடம். பைக்கில வந்திடுவார். அரைமணிநேரம் போதும்.’

‘சரி சார். வெயிட் பண்ணுங்க. பணம் வந்ததும் கட்டிட்டுப் போங்க.’

‘அதான் பத்தாயிரம் கட்டிட்டேனுல்ல.. மீதிப் பணம்தானே கட்டணும். அவுங்க பசி தாங்க மாட்டாங்க. ரத்தம் கொடுத்திட்டுதானே சாப்பிடலாம். அதான் கேட்டேன்.’

‘சரி சார். நான் மட்டும் என்ன சொல்றேன்! அரை மணிநேரம் தானே, பணத்தைக் கட்டிட்டுப் போயிடுங்க.’

‘என் பேப்பர்கூட கொடுக்கவேண்டாம். நான் அப்புறம் டெஸ்டுக்கு கொடுக்கிறேன். மனைவி பேப்பர் மட்டும் கொடுங்க. அவுங்கபோய் டெஸ்டுக்கு ரத்தம் கொடுக்கட்டும்.’

‘இல்ல சார். எப்ப வேணா ஆடிட் வருவாங்க. பணம் குறைந்தால் என் வேலை போய்விடும்’ என்றார்.

அவர் அப்படிச் சொல்லிக்கொண்டிருக்கையிலேயே நான் இடைமறித்து, ‘நான் 2000 தர்றேன் சார். பையன் வந்ததும் தாங்க போதும்’ என்றேன்.

அவர் முதலில் லேசாகத் தயங்கினாலும் வாங்கிக்கொண்டார். அவர் போன் நம்பர் கொடுத்தார். அந்த ஹாஸ்பிடல் குறித்து எரிச்சலாக ஏதோ முணுமுணுத்தபடி மனைவி இருக்குமிடம் போனார். பின்பு சற்று நகர்ந்துபோய் மகனுக்கு போன் பேசுவது காதில் விழுந்தது.

நான் என் சீட்டுகளுடன் கவுண்டருக்குள் கைவிட்டு என் கார்ட்டைக் கொடுத்து பணம் கட்டினேன். அப்போது, ‘அவங்களை அலவ் பண்ணியிருக்கலாமே!’ என்றேன்.

‘இல்ல சார். அப்படிச் செய்ய ரூல்ஸ் இல்லை சார்’ என்று கறாராகப் பதில் சொல்லிவிட்டு, கார்ட்டைத் தேய்த்து, ‘பின் நம்பர்’ போடுவதற்கு அந்த குட்டி மிஷினை என் பக்கம் நீட்டினார்.

என் மனைவியோடு பரிசோதனைகள் அறை ஒவ்வொன்றுக்காகச் சென்று, எல்லாம் முடிக்க மணி பதினொன்றரை ஆகிவிட்டது. இருவருக்கும் நல்ல பசி. 'சாப்பிட்டுவிட்டு வந்திடுங்க. டாக்டரைப் பார்க்கலாம்' என்று சொல்லி அவர்கள் கொடுத்த டிபன் டோக்கனுடன் அடுத்த கட்டடத்தில் இருந்த கேண்டீனுக்குப் போனோம். அங்கே எங்களுக்கு முன்பாக ஒரு தம்பதியர். அங்கே நிற்கையில் காலையில் நான் பணம் கொடுத்த நபர் வேகமாக வருவது தெரிந்தது. அவர் பின்னால் டி-ஷர்ட் போட்ட ஒரு பையன். அவர் மகனாக இருக்கவேண்டும்.

சில ரூபாய் நோட்டுகளை என்னிடம் கொடுத்தார். '2000 இருக்கு சார். செக் பண்ணிக்குங்க. ரொம்ப ரொம்பத் தேங்க்ஸ்' என்றார்.

நான் வாங்கி அப்படியே சட்டைப் பையில் வைத்தேன். 'இதுக்குப் போய் ஏன் ஓடி வர்றீங்க! என்ன அவசரம்?' என்றேன்.

'இல்ல சார்.. உங்களை அந்த பில்டிங்குல அரை மணி நேரமாத் தேடினேன்' என்றார்.

பிறகு கிளம்பிப் போய்விட்டார்.

எனக்கு முன் நின்றவர் கேண்டீன் கவுண்டரிலிருந்தவரிடம் 'சீக்கிரம் கொடுங்க சார். நான் சக்கர மாத்திரை போட்டுட்டேன்' என்று சொல்ல, 'ரொம்ப லேட் சார். டிபன் முடிஞ்சிடுச்சு. இருங்க ஏதாவது இருக்கான்னு பார்க்கிறேன்' என்று உள்ளே போனார்.

போனவர் வரவில்லை. சற்று நேரம் ஆனது. அந்த தம்பதியரும் நாங்கள் இருவரும் என நால்வரும் டிபனுக்காக நின்றிருந்தோம். கவுண்டரின் ஒரு பக்கத்தில், காபி, டீ கேண்கள் இருந்தன. அவற்றை நோக்கி ஐம்பது வயது மதிக்கத்தக்க ஒரு பெண்மணி வந்தார். அதன் அருகில் நின்றுகொண்டார்.

அந்த கார்ப்பரேட் மருத்துவமனைக்குத் தொடர்பில்லாத உருவமாக அவர் தெரிந்தார். சேலை. அதற்குமேல், கொஞ்சம் அளவு பெரிதாக இருந்த ஆண்கள் யூனிபார்ம் நீல நிற சட்டை. காலில் பிளாஸ்டிக் செருப்பு. தலையிலிருந்து முடி விழாமல் இருக்க மாட்டிய ஒரு வெளிர்நீல வண்ண வலை. மஞ்சள் அப்பிக் குளித்திருந்த முகம். நெற்றியில் பெரிய குங்குமப் பொட்டு.

அந்த மற்றொருவர் அந்த அம்மாவைப் பார்த்து, 'எனக்கு காப்பி கொடுத்துடுங்க. டிபன் வர நேரமாகுது' என்றார்.

‘டோக்கன் தாங்க.’

‘டோக்கனா? அவர் கையில கொடுத்துவிட்டேனே!’

‘அப்படியா! பரவாயில்ல. காப்பிதானே! வாங்கிக்கங்க.. சக்கரை போட்டா, போடாமலா?’ என்று கேட்டு, காப்பியை ஒரு பேப்பர் கப்பில் பிடித்துக் கொடுத்தார். நான் தொடர்ந்து எங்களுடைய டிஃபனுக்காக நின்றேன்.

டிஃபன் எடுக்கப் போயிருந்த பையன் இரண்டு தட்டுக்களுடன் திரும்பி வந்தார். அவற்றில் ஆறிப்போய் உதிரியாகச் சிதறிக்கிடந்த ரவாக் கிச்சடி.

அந்த தம்பதியர் அவற்றைப் பேசாமல் வாங்கிக்கொண்டு போனார்கள். மீண்டும் உள்ளே சென்ற அந்தப் பையன், அடுத்து இரண்டு தட்டுகளில் மேலும் குறைவான அளவில் சுரண்டப்பட்ட கிச்சடி எடுத்து வந்தார். எனக்கு சாதாரணமாகவே ரவா கிச்சடி என்றாலே பிடிக்காது.

‘எல்லோருக்குமே இன்றைக்கு இதுதான் டிஃபனா?’

‘இல்லை சார். இட்லி, வடை, கிச்சடி. இட்லியும் வடையும் தீர்ந்துபோச்சு. மணி என்னன்னு பாருங்க’ என்றான்.

‘அதுக்காக.. இதைச் சாப்பிடமுடியுமா?’ என்று குரலை உயர்த்திக் கேட்டேன். ‘நான் என்ன சார் செய்யட்டும்?’ என்று சொல்லிவிட்டு அந்தப் பையன் நகர்ந்தான். நான் கேட்பதை கரிசனத்துடன் பார்த்துக்கொண்டிருந்த அந்த காபி அம்மாள்,

‘ஆமாப்பா. இப்படிக் காலையில இருந்து காஞ்சுபோய் கிடக்கிறத எப்படிச் சாப்பிடமுடியும்! அதுவும் இது வயித்துக்குப் போதுமா?’ என்றார் கரிசனத்துடன்.

சில விநாடிகள் நின்றுபார்த்துவிட்டு, வேறு வழியின்றி நானும் என் மனைவியும் அருகில் இருந்த ஒரு டேபிளில் உட்கார்ந்தோம். மனைவி சாப்பிட ஆரம்பித்தார். நான் அப்படியே கிச்சடியையே பார்த்தபடி உட்கார்ந்திருந்தேன். அப்போது இரண்டு தட்டுகளுடன் வந்த டிபன் தந்த பையன், ‘அதை அப்படியே வச்சிடுங்க சார். இது வெஜிடபிள் ரைஸ். சூடா இருக்கு. சாப்பிடுங்க’ என்றான். ஆவி பறக்கும் கேரட், பீன்ஸ் போட்ட இளம்சிவப்புக் கலர் வெஜிடபிள் ரைஸ்.

‘அவுங்களுக்கு?’ என்று அடுத்த டேபிளைக் கை காட்டினேன்.

‘அவுங்களுக்கும் கொடுக்கிறேன் சார்’ என்று மீண்டும் உள்ளே போனான்.

அப்போது தண்ணீர் டம்ளருடன் அங்கே வந்த அந்த ‘காப்பி கவுண்ட்டர்’ அம்மாள், ‘நான்தான் சார் ‘ஏன்ப்பா.. இதைப் போய் கொடுக்கிற? மத்தியானத்துக்குப் போட்டுக்கிட்டு இருக்கிற வெஜிடபிள் சாதத்தையாவது கொடுக்கலாமே!’ ன்னு சொன்னேன்’ என்றார்.

அந்தப் பையன் மீண்டும் இரண்டு தட்டுகளில் ஆவி பறந்த வெஜிடபிள் ரைஸ் எடுத்துப்போய் அடுத்த டேபிளில் இருந்த தம்பதியருக்குக் கொடுத்தான். ‘இப்பதான் ரெடியாச்சு சார்’ என்று கொஞ்சம் அசடு வழிந்தான்.

அவனைப் பார்த்து தேங்க்ஸ் என்றேன். அவன் போனதும் தோள்பட்டையில் முகவாயை இடித்துக்கொண்டபடி அந்த காபி அம்மாள் சொன்னார், ‘அவன் எங்க கொடுக்கிறேன்னான்! மேனேஜர் கேட்டா யார் பதில் சொல்றதுன்னு என்னத் திருப்பிக் கேட்டான். ‘உனக்குத் தெரியாது. நான் கொடுத்தேன்னு மேனேஜர் கேட்டா சொல்லிடுப்பா’ன்னு சொல்லிட்டேன். பசிக்கு இல்லாம வேற எதுக்கு சார்!’

எல்லாம் ‘முறைப்படி’ நடக்கும் மிகப்பெரிய கார்ப்பரேட் ஹாஸ்பிடலில் வேலை செய்யும் அந்த ‘காபி கவுண்ட்டர்’ பெண்மணி புதிதாகச் சேர்ந்திருக்கிறார் என்றும் அதுவும் அவர் உள்ளூர் கிராமத்து ஆளாக இருக்கவேண்டும் என்று நினைத்தேன். கூடவே, இவரைச் சீக்கிரமே ‘பயிற்சி’ கொடுத்து, ‘சரி’ செய்துவிடுவார்கள் என்றும் தோன்றியது.

•

6. எலி

'இவ்வளவு நேரமாகவா நாம் அனுப்பிய மெயிலை மோகன் பார்க்காமல் இருப்பார்? அவர் போனிலும் மெயில்கள் பார்ப்பவர்தானே! உடனுக்குடன் கேள்விகள் கேட்டு, பதில் அனுப்புவர்தானே!! இந்த மெயிலுக்கு ஏன் நான்கு மணி நேரம் ஆகியும் இன்னும் பதில் அனுப்பவில்லை!' - கவலையாக இருந்தது திருவேங்கடத்துக்கு.

உடன், 'தாமதம் ஆனால்கூடப் பரவாயில்லை. கேட்கும் லீவுக்கு, 'எஸ்' சொல்லிவிட்டால் போதும்' என்றும் தோன்றியது.

'ஏங்க நம்ம ஊருக்குப் போகலாமா? அகிலா குட்டிக்கு ஒருவாரம் லீவு' என்று மனைவி சுமதி கேட்டதும், 'சரி, நான் எனக்கு லீவ் அப்ளை பண்ணிப் பார்க்கிறேன்' என்று சொன்னான். அவன் அப்படி உடனடியாக ஒப்புக்கொண்டு லீவு போட முயல்வது இதுவே முதல்முறை. ஆபீஸ்க்கு அதிகம் லீவு போடாதவன், இப்போது உடனே சம்மதம் சொல்லிவிட்டானே! என்று சுமதிக்கு ஆச்சர்யம்தான்.

திருவேங்கடம் லீவு கேட்பதற்குக் காரணம், குடும்பத்துடன் ஊருக்குப் போவதற்காக அல்ல. அவனுக்கு அலுவலக வேலையில் இருந்து இப்போது கட்டாயமாக ஒரு இடைவெளி தேவைப்படுகிறது. அவனால் முடியவில்லை. கடுமையான மன அழுத்தத்தில் இருக்கிறான்.

அலுவலக வேலையில் அவனுக்குச் சிரமமில்லை. பத்து வருடங்களாகப் பார்க்கும் அதே ப்ராஜக்ட் மேனேஜ்மெண்ட்தான்.

அக்கவுண்டும், அதே பழக்கமான யு.எஸ் அக்கவுண்ட்தான். மன அழுத்தம் அவற்றால் அல்ல.

'டிங்' என்று போனிலிருந்து சத்தம் வர, மோகன் போடும் பதில் மெயில்தானா என்று அவசரமாக எடுத்துப் பார்த்தான். ஹூஹூம். இல்லை. வங்கியில் இருந்து ஏதோ மெயில். இந்த மோகன் ஒரு 'ஓக்கே' போட்டு அனுப்ப எவ்வளவு நேரம் காக்க வைக்கிறார்! என்று எரிச்சலாக இருந்தது. இப்படிப்பட்ட அவமரியாதைகள்தான் அவனுடைய மனஅழுத்தத்திற்குக் காரணம்.

இத்தனைக்கும் மோகன் அவனுக்கு நன்கு பரிச்சயமானவர். நான்கு ஆண்டுகள் ஒன்றாகப் படித்த நண்பனை இப்போது அப்படி, தெரிந்தவர் என்ற அளவில் மட்டும், அதையும் 'ர்' போட்டு மரியாதையாய் சொல்லவேண்டிய நிலைமையாகி விட்டது.

ஆமாம், இந்த மோகன் என்பவர் திருவேங்கடத்துக்கு என்னதான் வேண்டும்?

மோகன் திருவேங்கடத்தின் மேலதிகாரி. தவிர, நிறுவனத்தின் முதலாளியும் அவர்தான். மேலும், இருவரும் ஒரே பொறியியல் கல்லூரியில் ஒரே வகுப்பில் படித்தவர்கள். இரு வேறு பெரிய நிறுவனங்களில் வேலைக்குச் சேர்ந்தவர்கள். பின்பு ஒருநேரம் மோகன், தன் வேலையை ராஜினாமா செய்துவிட்டு சொந்த கம்பெனி ஆரம்பிக்க முடிவு செய்தார். கூடப் படித்த சிலரையும் கூட்டு சேர்த்துக்கொண்டார். தத்தம் வேலைகளை ராஜினாமா செய்துவிட்டு மோகனுடன் கூட்டு சேர்ந்த மூவரில் ஒருவன், திருவேங்கடம்.

பணம் போட்டு கூட்டுச் சேர்ந்த மற்ற இருவரும் சில மாதங்களில் விலகிக்கொண்டார்கள். ஆனால், மோகன் கேட்டுக் கொண்டதால் திருவேங்கடம் அதே கம்பெனியில் தொடர்ந்து வேலை செய்தான். இன்றளவும் பத்தாண்டுகளாகத் தொடர்கிறான்.

சம்பளம் அதிகம் இல்லை. விட்டுவிட்டு வந்த வேலை அளவு என்று தொடங்கி அப்படியே மாறாமல் பல ஆண்டுகளுக்கு இருந்த சம்பளம். 'இப்பத்தான் ஆரம்பிச்சிருக்கோம். போகப் போக பெரிசா வரும்...எல்லாம் நமக்குத்தானே' என்பார் மோகன். இக்கட்டான காலகட்டத்தில் நண்பனை விட்டுவிட்டுப் போக வேண்டாம் என்று திருவேங்கடம் அதேவேலையில் தொடர்ந்தான். நேரம் காலம் கிடையாது. வார விடுமுறைகள் இல்லாமல் சில மாதங்கள் என்று கடுமையாக வேலை செய்ய வேண்டியிருந்தது.

மூன்று ஆண்டுகளுக்குப் பின் வியாபாரம் அதிகரித்தது. திருவேங்கடம் கையாண்ட வாடிக்கையாளர் தவிர இன்னும் பல புதிய வாடிக்கையாளர்கள் வந்தார்கள். நிறுவனத்தின் வியாபாரம் டாலர்களில் செழித்தது. ஏழுபேராக இருந்த ஊழியர் எண்ணிக்கை 100, 200, 300 என்று வளர்ந்துகொண்டே போனது.

தற்போது சுமார் 800 பேர் வேலை செய்யும் நிறுவனத்திற்கு மோகன்தான் தனி முதலாளி. அவரே தலைமைச் செயல் அதிகாரியும்கூட. திருவேங்கடத்திற்கே வியப்பாக இருக்கும். மோகனிடம்தான் இப்போது என்ன மிடுக்கு,பேச்சு,எவ்வளவு ஆற்றல்! எத்தனை வெளிநாட்டுக் கம்பெனிகளின் ஆர்டர்கள்! எவ்வளவு திறமையானவர்கள் பெரிய நிறுவனங்களில் இருந்து விலகி இந்தக் கம்பெனியில் சேர்கிறார்கள்! மோகன் பெரிய ஆள்தான் என்று பெருமைப்பட்டுக்கொள்வான்.

நிறுவனம் வளர வளர, திருவேங்கடத்தின் பதவியும் சம்பளமும் அதிகரித்தது. உடன் மோகனுடனான இடைவெளியும். திருவேங்கடத்திற்கே சில சமயங்களில், இடைவெளி என்ற சொல் சரியானதா என்று சந்தேகம் வரும். காரணம், மோகன் அவரது திறமையால் உழைப்பால், மெருகேறி மெருகேறி, தொழில்துறையில், சமுதாயத்தில் உயர்ந்த இடத்துக்குப் போய் விட்டார். இப்போது மோகனுக்கு இருக்கும் பொறுப்புகளும் வாய்ப்புகளும் மிக அதிகம். நம்மோடு எப்படி முன்போல நேரம் செலவு செய்யமுடியும் என்று சமாதானம் செய்துகொள்வான்.

சேர்ந்த நான்காவது ஆண்டிலிருந்தே மோகனுடன் எதையும் பர்சனலாக பேசமுடியவில்லை. தனியாக அமர்ந்து பேசும் சந்தர்ப்பங்களே கிடைக்காது. மோகன் எப்போதாவது திருவேங்கடத்தின் மனைவி மகள் பற்றி விசாரிப்பார். அதுவும் கேட்பதுடன் சரி. சொல்லும் பதிலை உள் வாங்கிக் கொண்டாரா என்றுகூட புரிந்துகொள்ளமுடியாது. நகர்ந்துவிடுவார். மோகனுக்கு நேரமேயிருக்காது. எப்போதும் வேகம்தான். ஓட்டம்தான். வளர்ச்சிதான்.

வேறு வழியில்லை என திருவேங்கடம் மற்ற ஊழியர்களைப் போல தன் வேலையை செய்துவிட்டுப் போய்க்கொண்டிருந்தான். அந்த நிலைக்கும் கீழ் போகவேண்டிய நிலை இந்த ஆண்டு தொடக்கத்தில் ஆரம்பமானது.

மோகன் சொந்த நிறுவனம் ஆரம்பிப்பதற்கு முன் வேலை பார்த்த நிறுவனத்திலிருந்து சுபாஷ் என்கிற ஒரு வடநாட்டுக்காரரை

அழைத்து வந்தார். 'இவர் பெரிய ஐடி நிறுவனங்களில் வேலை பார்த்த அனுபவம் இருப்பவர். நம் நிறுவனம் வளர்ந்து விட்டது. நான் பார்த்துக்கொண்டிருக்கும் சில வேலைகளை இனி இவர் பார்ப்பார்' என்று சுபாஷை மோகன் அறிமுகப்படுத்தினார்.

சுபாஷ் அந்நிறுவனத்தின் இரண்டாவது இடத்தில். உதவி முதன்மை அதிகாரி. திருவேங்கடம் உள்பட இன்னும் சில பிராஜெக்ட் தலைவர்கள் சுபாஷிடம் ரிப்போர்ட் செய்யவேண்டும் என்று அறிக்கை வந்தது.

இனி மோகனுக்குப் பதில், திருவேங்கடத்துக்கு எல்லாம் சுபாஷ் தானாம். எதுவென்றாலும் திருவேங்கடம் சுபாஷிடம்தான் போக வேண்டும். கேட்டுக்கொள்ளவேண்டுமாம்.

திருவேங்கடத்திடம் மட்டுமல்ல. அனைவரி டமும் சுபாஷ் கெடுபிடியாக நடந்துகொண்டார்.அதை மோகன் வரவேற்றார். அதுதான் நிறுவனத்திற்கு இந்தக் காலகட்டத்தில் தேவை என்று சுபாஷைப் பாராட்டினார்.

'மோகனுடன் படித்தவர், நிறுவனம் தொடங்கியதில் இருந்து மோகனுடன் இருப்பவர், உயராத சம்பளம்பற்றியெல்லாம் கவலைப்படாமல் நிறுவனத்தின் தொடக்க காலத்தில் இரவு பகலாக உழைத்தவர்',போன்ற திருவேங்கடம் குறித்த எந்தத் தகவலையும் சுபாஷ் தெரிந்து வைத்திருப்பதாகத் தெரியவில்லை. அல்லது அவற்றைப் பொருட்படுத்தவில்லை. மற்ற எவரையும் கையாளுவதுபோலவே திருவேங்கடத்திடமும் அதட்டல், விரட்டல் செய்தார்.

இதுவிஷயம் மோகனுக்குத் தெரியாமலா இருக்கும்? என்று திருவேங்கடம் யோசித்ததுண்டு. ஆனால், அவ்வப்போது நடந்த ரிவியு மீட்டிங்குகளில் மோகன் இருக்கும்போதே திருவேங்கடத்தை சுபாஷ், 'என்ன ஆயிற்று? ஏன் முடியவில்லை? அதெல்லாம் எனக்குத் தெரியாது. இதைச் செய்து முடித்தாகவேண்டும்' என்பது போல விரட்டுவதும், அப்படிப்பட்ட நேரங்களில் மோகன் பேசாமல் இருந்தது தவிர, 'அதானே! ஏன் இப்படி?' என்பதுபோல முகத்தை வைத்துக்கொண்டு திருவேங்கடத்தைப் பார்ப்பதும் திருவேங்கடத்தை அதிர்ச்சிக்குள்ளாக்கியது. அதனால் சாதாரணமாக சொல்லக்கூடிய பதில்களைக்கூட சொல்லமுடியாமல் மென்று விழுங்கும் நிலை ஏற்பட்டது.

'சாத்தியமில்லாதவைகளைக் கேட்கிறார்கள். அதையும் நம் டீம் முன்பாகவே ஒன்றும் தெரியாத புதியவரை விரட்டுவது போலல்லவா விரட்டுகிறார்கள்!' என்று மனதிற்குள் குமுறத் தொடங்கினான்.

'சரி. மோகனைத் தனியாகச் சந்தித்து எல்லாவற்றையும் பேசலாம் என்று நினைத்தான். நேரம் கேட்டான். அப்படியா என்று கேட்டாரே தவிர மோகன் இன்னும் நேரம் தந்தபாடில்லை.

திருவேங்கடத்திற்குப் புரிந்துவிட்டது. வேண்டாம். இங்கே மரியாதை இல்லை. இத்தனை ஆண்டுகள் வெளியில் தனக்கு கிடைத்த வாய்ப்புகளை விட்டுவிட்டு உழைத்ததற்கு மதிப்பில்லை. ராஜினாமா செய்துவிடுவது என்றுமுடிவு செய்தான்.

வேறு ஒரு வேலையைப் பெறாமல் இந்த வேலையை விடவேண்டாம் என்று சுமதி சொன்னதை ஏற்றுக்கொண்டு வேலைகளுக்கு விண்ணப்பிக்க ஆரம்பித்தான்.

ஒரு நிறுவனத்தில் ஒரேவிதமான வேலையை பல ஆண்டுகள் செய்திருப்பதும், அதிலும் கடைசி நான்கு ஆண்டுகளாக நிர்வாகப் பொறுப்பில் மட்டும் இருந்து வருவதும் குறைகளாக மற்ற நிறுவனங்களில் பார்க்கிறார்கள் என்று வேலை வாங்கித் தரும் கன்சல்டண்ட்கள் சொன்னார்கள். திருவேங்கடம் இப்போது வகிக்கும் பதவிக்கு நிகரான வேலைகள் கிடைக்க வில்லை. கிடைத்தவையும் பெங்களூரு அல்லது ஹைதராபாத் போக வேண்டிய வெளியூர் வேலைகளாக இருந்தன. தவிர, சம்பளம்மும் குறைவு. அதிகம் தர ஒப்புக் கொண்ட ஒரு நிறுவனம் பூனேவில் இருக்கிறது. சிறிய நிறுவனம். அதை நம்பிப் போகலாமா என்று தெரியவில்லை.

வெளியுலக யதார்த்தம் தெரியவர, திருவேங்கடத்திற்கு பயம் வந்தது. மகள் அகிலா ஆறாவதுதான் படிக்கிறாள். இனி வேறு வழியில்லை. இங்கேயே அட்ஜஸ்ட் செய்து இருக்கத்தான் வேண்டும் என்கிற முடிவுக்கு வந்தான். சுமதியும் அதுதான் சரியென்றாள்..

ஒரு வாரம் போயிருக்கும். வேண்டும் என்றோ, தற்செயலாகவோ தெரியவில்லை. சுபாஷின் விரட்டுதல் அதிகரித்தது. அதிலும் குறிப்பாக அனைத்து துறைத் தலைவர் களையும் வைத்துக் கொண்டு சுபாஷ் நடத்தும் ஆய்வுக் கூட்டங்கள் என்றாலே திருவேங்கடத்திற்கு வயிற்றில் அமிலம் பாய்ந்தது. சுபாஷ் கேட்கும் கேள்விகள், செய்யும் அதிகாரம் எல்லாம் தாங்க

முடியாததாக மாறியது. கேலி, கிண்டல், குத்தல் பேச்சுகள்தவிர, முடியாதவர்கள் வெளியேறலாம் என்றெல்லாம் பேசினார்.

அடுத்த காலாண்டு ரிவியு மீட்டிங், வரும் திங்களன்று என சர்க்குலர் வந்ததில் இருந்து திருவேங்கடத்திற்கு தலையை வலிக்க ஆரம்பித்துவிட்டது. ஒவ்வொரு சின்ன விஷயத்தையும், சிறிய இலக்கணப் பிழையான ஆங்கில வாக்கியங்கள் உள்பட அனைத்தையும் வெளிப்படையாக ஏன் என்று கேட்பார். சரியான பதிலை அங்கேயே சொல்லச் சொல்லி வற்புறுத்துவார். அடுத்த விஷயத்துக்கு நகராமல் அதையே பேசி அசிங்கப்படுத்துவார். தனக்குப் பின்னால் வேலைக்குச் சேர்ந்த பல இளையவர்கள் முன்னால் திருவேங்கடத்தால் இவற்றையெல்லாம் சகித்துக் கொள்ள முடியவில்லை.

சென்ற கூட்டத்தில் சுபாஷ், 'திருவேங்கடம் சொன்ன ஒரு தகவல் தப்பு' என்றார். 'உங்கள் கஸ்டமர் விவரம் உங்களுக்கே தெரிய வில்லையே!' என்று சவால் விடுவதுபோல பேசினார். லேசாக திருவேங்கடம் மறுக்கப் போக, 'அப்படியென்றால் அடுத்த கூட்டத்தில் நீங்கள் சரியான தகவலை பிரசெண்ட் செய்யுங்கள்' என்று சொல்லியபடி மோகனைப் பார்த்தார். மோகனும் ஆமோதிப்பதுபோல தலையாட்டிவிட்டு எழுந்து போய்விட்டார்.

இப்போது அடுத்தமாத கூட்டத்திற்கு அழைப்பு வந்துவிட்டது. 'சுபாஷ் சொன்ன தகவல்தான் சரி. எப்படியோ தன் துறையில் இருப்பவர்களிடமிருந்தே தகவல் பெற்றிருக்கிறார். நாம் மறுத்தது தவறு. அதை இந்தக் கூட்டத்தில் விலாவாரியாகப் பேசி அவமானப்படுத்தப் போகிறார்' என்று திருவேங்கடம் பயந்தான். பலர் முன்னிலையில் ஏற்படவிருக்கும் அவமானத்தை நினைத்து நினைத்து அவருக்கு தலைவலி அதிகமானது. எப்படியாவது அந்தக் கூட்டம் நடக்காமல் போகாதா? சுபாஷ் வேலையைவிட்டு போய்விடமாட்டாரா? என்றெல்லாம் அவன் மனது கிடந்து தவித்தது. அன்று இரவு சுமதி, 'ஏங்க நம்ம ஊருக்குப் போகலாமா? அகிலா குட்டிக்கு ஒரு வாரம் லீவு' என்று கேட்டதும், அதைச் சாக்காக வைத்து வரும் ரிவியு மீட்டிங்கைத் தவிர்த்துவிடலாம். நாலு நாள் ஒரு பிரேக் மனசுக்கு நிம்மதியாக இருக்கும். ஊரில் முக்கிய வேலை இருப்பதாக எழுதி, நான்கு நாட்கள் லீவு கேட்டு மோகனுக்கு மெயில் அனுப்பினான். நியாயமாக சுபாஷுக்குத்தான் அனுப்பவேண்டும். சுபாஷுக்கு அவன் காப்பியும் மார்க் செய்ய வில்லை. பயம்.

மீண்டும் போனில் ஒரு ‘டிங்’ சத்தம்.

இந்தமுறை சத்தம், மோகன் மெயில் வந்ததால்தான். டியர் திருவேங்கடம் என்றெல்லாம் எதுவும் இல்லை. நேரடியாக ஒரே வார்த்தை. ‘ஓக்கே’ அவ்வளவுதான். ஆனால், அந்த மெயில் சுபாஷுக்கும் காப்பி போடப்பட்டிருந்தது. ‘அதனால் என்ன! நான்கு நாட்கள் லீவ். சனி ஞாயிறையும் சேர்த்தால் ஆறு நாட்கள். அப்பாடா! ஒரு வாரத்துக்கு சுபாஷ் முகத்தில் விழிக்கவேண்டாம். ரிவியு மீட்டிங்கும் முடிந்துவிடும்.’ சிறையில் இருப்பவருக்கு பெயில் கிடைத்ததுபோல இருந்தது திருவேங்கடத்துக்கு.

மாலை மணி ஆறு. சொந்த ஊருக்குக் குடும்பத்துடன் காரோட்டி வந்தாயிற்று. கேட்டைத் திறந்து உள்ளேபோய் வீட்டுக் கதவை திறந்துகொண்டிருந்தாள் சுமதி. டிக்கியைத் திறந்து சாமான்களை இறக்கிக்கொண்டிருந்த திருவேங்கடம் காதில் சுமதி, ‘அடி ஆத்தி...’ என்று கத்தும் சத்தம் கேட்டது. கூடவே மகள் அகிலாவின் கத்தல் சத்தமும்.

சாமான்களை அப்படியே போட்டுவிட்டு என்ன என்று பார்க்க ஓடினான். வாசல் கதவு திறந்திருந்தது. படிக்கட்டுக்கு இந்தப் பக்கம் நின்றபடி, சுமதி முகத்தில் பயத்துடன் உள்ளே கை காட்டினாள். உள்ளே பார்த்தால் வைத்துவிட்டு வந்திருந்த சமையல் சாமான்கள், டப்பாக்கள் மற்றும் மற்ற பல பொருள்களும் தரையில் சிதறிக் கிடந்தன.

ஆறு மாதமாக பூட்டிக்கிடந்த வீடு. எப்படியோ உள்ளே வந்துவிட்ட எலி உருட்டிக் கொண்டிருந்திருக்கிறது. கரப்பான் பூச்சி, பல்லி என்றாலே எகிறிக் குதிக்கும் சுமதிக்கு வீட்டிற்குள் எலி என்றால் கேட்கவா வேண்டும்! வீட்டிற்குள் வர பயந்தாள். திருவேங்கடம் உள்ளேபோய் ஆராய்ந்தான். சமையலறையில் பாத்திரங்கள் கழுவும் தொட்டியின் கழிவுநீர் தரைக்குக் கீழே போகும் மெல்லிய பிளாஸ்டிக் குழாய் கடித்துக் குதறப்பட்டுக் கிடந்தது. அதன் வழியாகத்தான் வீட்டிற்குள் வந்து போய்க் கொண்டிருக்கிறது எலி என்று கண்டுபிடித்தார்கள்.

நல்லவேளையாக ரூம் கதவுகளை மூடிவிட்டுப் போயிருக்கிறார்கள். எனவே சமையலறை மற்றும் ஹாலில் மட்டும் எலி ஆட்டம் போட்டிருக்கிறது. தரையெல்லாம் கடித்துத் துப்பிய பிளாஸ்டிக் டப்பாக்களின் துகள்கள், சோபாவின் ஸ்பாஞ். உடன், தரையெங்கும் கால் வைக்க முடியாத அளவு பிசு பிசுவென்று

கருப்பு அரிசி போன்ற எலிப் புழுக்கைகள். கடுமையான நாற்றம் வேறு.

எட்டுமணி நேரம் கார் ஓட்டிய அயர்வை ஒதுக்கி வைத்து விட்டு திருவேங்கடம் சுமதிக்கு உதவினான். மூன்றுமணிநேரம் பெருக்கிக் கழுவிச் சுத்தம் செய்துவிட்டு சமையலறை கழிவு நீர் போகும் ஓட்டையை செங்கல் வைத்து அடைத்தான். உடன், கடைக்குப்போய் ஒரு எலிப்பொறி வாங்கி வந்து, தேங்காய் சில்லை நெருப்பில் சுட்டு உள்ளே சொருகி, அதன் அருகிலேயே வைத்தான். அதன் பின்தான் ஓரளவு நிம்மதியுடன் படுத்தார்கள்.

மறுநாள் காலை மீண்டும் சமையலறைச் சாமான்கள் ஒன்றிரெண்டு உருண்டு கிடந்தன. தவிர, அவர்கள் வைத்திருந்த எலிப்பொறியும் இடம் நகர்ந்திருந்தது. ஆனால், அதனுள் எலி இல்லை. 'அதோ எலி...' என மகள் அகிலா சத்தம் போட, அவள் காட்டிய திசையில் பார்த்தார்கள். சுவர் அலமாரிக்குள் எலியின் வால் தெரிந்தது.

அந்த நேரம் பக்கத்து வீட்டிற்கு வந்த பால்காரரை உதவிக்கு அழைத்து வந்தாள் சுமதி. முன், பின் பக்க வாசல்களைத் திறந்து வைத்து அதன் வழியாக விரட்டிவிடத் திட்டம். எல்லோரையும் நகர்ந்துகொள்ளச் சொல்லிட்டு திருவேங்கடம் அலமாரிக் கதவைத் திறக்க, குதித்த எலி அவன் கால்களுக்கு இடையே ஓடி, மூலையில் இருந்த வாஷிங் மெஷினுக்கு அடியில் போய்விட்டது.

திருவேங்கடம் வாஷிங் மெஷினை இப்படியும் அப்படியும் தட்ட, எலி வெளியே வருவதாகத் தெரியவில்லை. பின்பு பால்காரர் உதவியுடன் வாஷிங் மெஷினை அப்படியே அலுங்காமல் தூக்கிக்கொண்டுபோய் வீட்டிற்குப் பின்புறம் வைத்துவிட்டுப் பின் கதவை சாத்திப் பூட்டிவிட்டார்கள்.

இனி எலி வெளியே ஓடிவிடும் என்ற நிம்மதியுடன் மற்ற வேலைகளைப் பார்த்தார்கள். பிறகுதான் திருவேங்கடம் கவனித்தான். சுபாஷ் மெயில் போட்டிருந்தார். லீவுக்கு மோகன் ஓக்கே போட்டிருந்த மெயில் மேல் சுபாஷ், 'ரிவியு பிக்ஸ் பண்ணியிருக்கிறோமே! சரி. ரிவியுவை நான்கு நாட்கள் தள்ளி வைத்துக்கொள்வோம். எப்படியும் நீங்கள் வந்தபின்தான் ரிவியு மீட்டிங்' என்று எழுதியிருந்தார். மோகனுக்கு காப்பி மெயில்.

திருவேங்கடத்திற்கு மீண்டும் தலையை வலிக்க ஆரம்பித்தது. 'அய்யய்யோ.. சென்னை திரும்பியதும் ரிவியு மீட்டிங்கா! நான் இல்லாவிட்டால் என்ன? நடத்தித் தொலைக்க வேண்டியது தானே! என்ன இந்த ஆள் நம்மை விரட்டாமல் விடமாட்டானா!'

இரவெல்லாம் அவனுடைய லேப் டேப்பில் வரவிருக்கும் ரிவியு மீட்டிங்கிற்கான தகவல்களைத் திரட்டினான். இரவு மூன்று மணி ஆகிவிட்டது. அவனுக்கே தெரிந்தது அடுத்த மீட்டிங்கில் தான் கொடுத்த தப்பான தகவலை வைத்து சுபாஷ் என்ன கேவலப் படுத்தப் போகிறார் என்று. கொஞ்ச நேரம் சிந்தித்தவன் லீவை மேலும் ஒருவாரம் நீட்டிக்கக் கேட்டு மோகனுக்கு ஒரு மெயில் அனுப்பிவிட்டு தூங்கப்போனான்.

காலை டிபன் செய்துகொண்டிருந்த சுமதி, கிச்சன் தொட்டிக்கு கீழ் என்னவோ சத்தம் கேட்கிறது என்றாள். 'ஒன்றுமிருக்காது. உனக்கு பிரமை' என்று சொல்லியபடி, செல்போன் டார்ச் அடித்து குனிந்து பார்த்த திருவேங்கடத்தை பயத்துடன் முழித்துப் பார்த்தது, தொட்டிக்கு அடியில் இருந்த சிமிண்ட் ஓட்டையில் ஒடுங்கியிருந்த எலி.

'நேத்து இது வாஷிங் மிசினுக்குள்ள போகவேயில்லபோல. ஓடி வீட்டுக்குள்ளவே வேற எங்கயோ போயிருந்திருக்கு. திருட்டு எலி. நாம் அது அங்க இருக்கிறதா நினைச்சு வாஷிங் மெஷினைத் தூக்கி வெளியில வைச்சிருக்கோம்! என்றாள் சுமதி. 'இனி இது அங்கயும் இங்கயும் ஓடினாலும் விடக்கூடாது. சனியன் என்ன விரட்டினாலும் வீட்டுக்குள்ளயிருந்து போகமாட்டேங்குதே!' என்றவள் உடன் தெரிந்தவரிடம் சொல்லி, ஒரு மேசனை அழைத்து வந்தாள்.

எலியால் கடிக்க முடியாத அளவு தடிமனான பிளாஸ்டிக் பைப் மாட்டிவிட அவர் ஆலோசனை சொல்ல, சரி என்றார்கள். முதல்ல உள்ள இருக்கிற எலியை விரட்டணுமே!' என்றதற்கு மீண்டும் எல்லோரும் தயாரானார்கள்.

இரண்டு அறைக் கதவுகளையும் இழுத்து தாழ்ப்பாள் போட்டார்கள். சுமதியும் அகிலாவும் வீட்டிற்கு வெளியில். மேசனும் அவருடைய ஒரு சித்தாள் பையனும் கைகளில் கம்புகளுடன் சமையலறையில் இருந்து பின்கதவுக்குப் போகும் வழியில். திருவேங்கடம் கையில் ஒரு சின்னக் குச்சி. டார்ச் அடித்தபடி எலி பதுங்கியிருந்த இடத்தில் மெல்லத் தட்டினான். ஒன்றும் அசைவில்லை.

'என்ன சார்! தடவிக் குடுக்குறாப்ல குத்துறீங்க... நல்லாக் குத்துங்க சார்' என்றார் பொறுமையிழந்த மேசன். பின்பு திருவேங்கடம் நீட்டிய குச்சி எலியின் வயிற்றில் பட, துள்ளிக் குதித்தது எலி.

திருவேங்கடம் வேகமாய் பின்வாங்க, மேசன், சித்தாள், எவர் கம்புகளுக்கும் அகப்படாமல் விர்ரென ஓடிய எலி சுவற்றோரமாகவெ ஓடி.. அட ! வாசல் கதவுக்குப் பக்கத்து மூலையில் இருந்த இன்வெர்ட்டருக்குள் புகுந்துவிட்டது.

வேகமாய் ஓடி இன்வெர்ட்டரை இழுக்கப் போன சித்தாள் பையனை திருவேங்கடம் தடுத்தான். ‘இருப்பா தம்பி. இன்வெர்ட்டர் ஒயர் கரண்ட் பாக்ஸ் சில மாட்டியிருக்கு பார். இழுத்தா பிஞ்சிடும். அதைக் கழட்டி விட்டுட்டு இன்வெர்ட்டரை நகர்த்தலாம்’ என்றான். ஒயர் மரப் பெட்டிக்குள் இருந்ததால் எலெக்ட்ரீஷியன்தான் கழற்றவேண்டும் என்றார் மேசன். எலெக்ட்ரீஷியனுக்கு சுமதி போன் செய்ய, அவர் மதியம் 12 மணிக்கு வருவதாகச் சொன்னார். மணி பத்தரைதான்.

‘அதுகுள்ள அது திரும்ப வீட்டுக்குள்ள ஓடிட்டா?’ என்ற சுமதியிடம், ‘இல்லம்மா. இவ்வளவு வெளிச்சத்தில அது வெளிய வராது. அதுவும் நாம இப்ப அதை விரட்டுறோம்ன்னு தெரியும். அதுனால உள்ளவேதான் இருக்கும்’ என்றார். வேறுவழியில்லை. காத்திருக்கவேண்டியதுதான்.

‘எலெக்ட்ரீஷியன் வரட்டும்மா. அதுகுள்ள நாங்க தொட்டி ஓட்டையைப் பூசுற வேலையை முடிச்சிடுறோம்’ என்று சொல்லி விட்டு மேசன் சமையலறைக்குள் போனார். ‘ஏங்க எலெக்ட்ரீஷியன் வர்றதுக்குள்ள, நீங்க ஏடிஎம்க்குப் போகணுமின்னீங்களே. போயிட்டு வந்திடுங்க’ என்றாள்.

சட்டையை மாற்றிக்கொண்டு கிளம்பினான். திருவேங்கடம். முதல் ஏடிஎம்மில் பணம் இல்லை. மற்றொரு ஏடிஎம் தேடி, பணம் எடுத்துக்கொண்டு வீடு வர சற்றுத் தாமதமாகி விட்டது. வீட்டருகே வரும்போது சத்தமாக இருந்தது.

‘இதோ இந்தப் பக்கம்..’ ‘அதோ அந்தப் பக்கம்’ என்ற குரல்கள். அவன் கேட்டைத் திறந்து உள்ளே நுழைந்தபோது ‘டப்’ என்று ஒரு சத்தம். வாசலை அடைத்தபடி நின்றிருந்த மேசனையும் அந்தப் பையனையும் விலக்கிக்கொண்டு எட்டிப் பார்த்தான் திருவேங்கடம். வயிற்றுப்பக்கம் அடிவாங்கி தரையில் ரத்தம் சிதறிக் கிடக்க துடித்துக்கொண்டிருந்தது எலி. அது நகராமல் ஒரு கட்டையால் அழுத்திப் பிடித்துக்கொண்டிருந்தார் மேசன்.

‘அடப்பாவிகளா! அடிச்சிட்டீங்களே! விரட்டி விட்டிருக்கலாமில்ல. உங்கள மாதிரித்தானேடா அதுவும். சாப்பிடக் கிடைக்காம

வந்ததை இத்தனை பேர் சேர்ந்து இங்க அங்கன்னு விரட்டி, விரட்டி எவ்வளவு ஓடி ஒளிந்தாலும் விடாம இப்படியா அடிப்பீங்க!' என்று தலையைப் பிடித்துக்கொண்டு கத்தினான்.

எலிமேல் இவனுக்கு என்ன அவ்வளவு கரிசனம் என்று சுமதி உள்பட அவர்கள் அனைவரும் அவனை வியப்போடு பார்த்தார்கள்.

அவனுக்குப் பயங்கரமாக தலையை வலித்தது.

•

7. நின்று கொல்லும் தெய்வம்

ஆகஸ்ட் 1

செல்போன் மணி அடிக்கும் சத்தம் கேட்டதும் பாலன், போனை எடுத்து அழைப்பது யார் என்று பார்த்தார். புரஃபசர் ராஜாராம். அவருடன் 15 ஆண்டுகளுக்கு முன்பு பொறியியல் கல்லூரியில் பணியாற்றியவர்.

'ராஜாராமுக்கு என்ன வேலை. வீட்டில் சும்மா இருப்பவன். ஏதாவது உதவிக்குத்தான் கூப்பிடுவான். தேவையென்றால் இன்னொருமுறை கூப்பிடட்டுமே' என்று அது ஓயும்வரை எடுக்காமல் விட்டார்.

செல்போன் மணி மீண்டும் அடிக்க, எடுத்தார். அதே ராஜாராம் தான். பேசினார்.

'விஷயம் தெரியுமா பாலன் சார். ஓல்ட் ஸ்டுடென்ட்ஸ் சிலர் நமக்கெல்லாம் மரியாதை செய்யப் போறாங்களாம். விவரங்கள் சேகரிச்சுக்கிட்டு இருக்காங்க.'

'நம்ம ஓல்ட் ஸ்டூடன்ஸா? ஓ! நீங்க 'எல்.எல் டெக்' காலேஜ் பத்திச் சொல்றீங்களா? சரி, சரி. எந்த பேட்ச்?'

'1974 - 79 ன்னு நினைக்கிறேன்.'

'ஓ! அவ்வளவு முன்னாடி பேட்சா! நாற்பது வருஷமாச்சே!'

'ஆமாமாம். மொத்தம் 95 பசங்களாம். 65 பேர் வரை கண்டுபுடிச்சு ஒண்ணு சேர்ந்திட்டாங்களாம்.'

‘பரவாயில்லையே. எல்லாம் இப்ப நல்ல பொசிஷனில் இருப்பாங்களே!’

‘பின்ன! இல்லாமலா சார்? நம்ம காலேஜ் பசங்க. அதுவும் அவ்வளவு ஆரம்பகால பேட்ச் வேற! சிலர் வெளிநாடுகளில். சில தொழிலதிபர்களா பிரமாதமா இருக்காங்க.’

‘உங்களுக்கு சொன்னது யாரு?’

‘ஆராவமுதன் போன் பண்ணினான். ஆராவமுதன் நினைவிருக்கா சார்?’

‘எந்த ஆராவமுதன்? காரைக்குடி யுனிவர்சிட்டி முன்னாள் வி.சி.யா?’

‘இல்ல சார். 1974 பேட்ச் ஸ்டூடண்ட். எஸ். ஆராவமுதன்.’

‘என்ன ராஜாராம், விளையாடுறீங்களா? அவங்க படிச்சது 1974 ல. நான் புரோமோஷனில் வி.சி. ஆகி, பிறகு யூனிவர்சிட்டி விட்டு வெளியே வந்து... அதுவே பத்து வருஷம் ஆச்சு. சாதாரணமா ‘ஸ்டூடண்ட் ஆராவமுதன்’ ங்கிறீங்க!’

‘அது சரி. உங்க லெவலே வேற சார். எங்களை மாதிரியா நீங்க? அடுத்தடுத்து மேல போயிட்டு எழுபது வயசுலயும் ரெண்டு காலேஜ் ஹேண்டில் பண்றீங்க. இன்னொன்னுக்கு அட்வைசர்.’

‘அதை விடுங்க. அந்த ஆராவமுதன் வேற என்ன சொன்னான்?’

‘அவுங்க பேட்ச் ‘வாட்ஸ்அப் குரூப்’ ஆரம்பிச்சு ரெண்டு வருஷம் ஆச்சாம். மொத்தம் 95 பேர்ல இப்ப 65 பேர் இருக்காங்களாம். ஆகஸ்ட் 15 சென்னையில மீட் பண்ணி சேர்ந்து செலிபரேட் பண்ணப் போறாங்களாம். டீச்சர்ஸ்சுக்கு மரியாதை செய்யப் போறாங்களாம்.’

‘அப்படியா! நல்ல விஷயமாச்சே! நினைப்பா செய்றாங்களே! குட், குட். முன்னாடிகூட இதேமாதிரி ஒரு பேட்ச் பசங்க செஞ்சாங்கல்ல.’

‘ஆமாம். அது நடந்து ஒரு ஏழெட்டு வருஷம் இருக்கும். இவங்க அதையெல்லாம்விட ரொம்ப அக்கறையா பெரிசா செய்றாங்க சார்.’

‘அப்படியா? என்ன பெரிசாப் பண்ணுவாங்க! மாலை போடுவாங்க. ரிஸ்ட் வாட்ச் கொடுப்பாங்க. வேற என்ன.’

'இல்ல சார். இவங்க வேற மாதிரி பெருசா செய்யப் போறாங்களாம்.'

'அப்படியா?' செய்யட்டும், செய்யட்டும். எப்பன்னு சொன்னீங்க?'

'ஆகஸ்ட் 15.'

நிமிர்ந்து காலண்டரைப் பார்த்தப் பாலன், 'அப்படியா? இன்னும் இரண்டு வாரம்தான் இருக்கு. எனக்கு இன்னும் இன்விடேஷன் வரலையே!'

'கூப்பிடுவாங்க சார். உங்களைக் கூப்பிடாமலா? இன்னும் நாள் இருக்கில்லையா?'

'அதுக்கில்லை. அன்னைக்கு ஏதும் போர்டு மீட்டிங் அல்லது ஏதாவது இன்ஸ்பெக்ஷன் ஆளுங்க வந்துட்டா நான் என்ன செய்யுறது? எதுவா இருந்தாலும் முன்னாடி சொல்லனும் இல்லையா? என்னத்தப் படிச்சு, எவ்வளவு வயசான என்ன! இப்படித்தான் இருக்கானுங்க' என்று சொல்லிவிட்டுச் சிரித்தார். பின்பு, 'ராஜாராம், எதுக்கும் அந்த ஆராவமுதன்கிட்ட என்னுடைய இரண்டு மொபைல் நம்பர்களையும் கொடுங்க. ஒண்ணு பிசியா இருந்தாலும் இன்னொன்னுல கூப்பிடலாம் பாருங்க.'

'அதெல்லாம் பத்து நாள் முன்பே அவுங்க 'ஃபுல் லிஸ்ட்' வாங்கிட்டாங்க சார். ஏதாவது புது நம்பர் என்று நீங்கள் வரும் கால்களை எடுக்காமல் இருந்திடப் போறீங்க.'

'இல்ல இல்ல. அப்படி ஒண்ணும் வந்தமாதிரி தெரியல. என்னைக்குன்னு சொன்னீங்க?'

'ஆகஸ்ட் 15.'

ராஜாராம் போனை வைத்துவிட்டார். பாலனுக்கு கொஞ்சம் யோசனையாக இருந்தது. பக்கத்தில் நின்று பாலன் பேசியவற்றைக் கவனித்துக்கொண்டிருந்த அவர் மனைவி கேட்டார்கள், 'என்னவாம் அந்த ராஜாராமுக்கு!'

'ஒண்ணுமில்ல. எங்க 'எல்.எல். டெக்' காலேஜ் ஒரு பேட்ச் பசங்க விழா எடுக்கப்போகிறார்களாம். எங்களுக்கெல்லாம் பெரிசா மரியாதை செய்யப் போறாங்களாம்.'

'அதுக்கு ஏன் முகத்தை இப்படி சங்கடமா வெச்சிருக்கீங்க?'

‘இல்ல.. என்னை இன்னும் கூப்பிடல. அதான்.’

‘உங்களைக் கூப்பிடாமலா? அங்க எச்.ஓ.டி.யாவும் இருந்திருக்கீங்க இல்லை. அப்ப நீங்க ரீடரா இருந்தீங்களோ? உங்களைக் கூப்பிடாமல் எப்படி பங்ஷன் நடக்கும்? நீங்க பின்னாடி யூனிவர்சிட்டி வி.சி. வேற ஆயிட்டீங்க. நீங்க போனா, பின்னாடியே மீடியாவும் வரும்... பங்கஷனுக்கே ஒரு இம்பார்டென்ஸ் வரும்...’

‘சரி, சரி. விடு கூப்பிடுவாங்க. வீட்டு ‘லேண்ட் லைன்’ல கால் எது வந்தாலும் எடுக்காமல் விட்டுடாத. டவர் கிடைக்கல்லன்னு அதுல கூப்பிட்டாலும் கூப்பிடுவானுங்க.’

ஆகஸ்ட் 10

‘ராஜாராம், நான்தான் டாக்டர் பாலன் பேசுறேன்.’

‘சொல்லுங்க சார். உங்கள அழைக்க வந்திட்டுப் போய்ட்டாங்களா?’

‘என்ன கேட்டீங்க? அழைக்க வந்தாங்களான்னா? அப்ப, அழைப்பதற்கு நேர வீட்டுக்கே வர்றாங்களா?’

‘ஆமா சார். ஒரு புரபசர் வீட்டுக்கு நாலு பேர்ன்னு பிரிச்சுக்கிட்டு இருக்காங்களாம். எங்க வீட்டுக்கு முந்தாநாள் வந்தாங்க. பெரிய பித்தளைத் தட்டு. அதுல மெரூன் கலர் ரெடிமேட் சட்டை, வேட்டி. ஒரு கோவாப்டெக்ஸ் பட்டுப்புடவை, பூ, பழம்... கூட ரெண்டு அரை பவுன் தங்க காயின் வேற. இதெல்லாம் எதுக்கு வேண்டாண்ணா கேக்கல. புரஃபசர்களை மட்டும் கூப்பிடலையாம். கூடவே லேப் அட்டெண்டருங்க, வாட்ச்மேன்களையும் கூப்பிடுறாங் களாம். அவுங்களுக்கெல்லாம் தங்க காயினுக்குப் பதிலா 25 ஆயிரம் ரூபாய்க்கு டி.டி கொடுக்கிறாங்க. மத்தபடி எல்லாம் ஒரே மாதிரியாம்.’

‘.................’

‘சார்...’

‘சொல்லுயா. கேட்டுக்கிட்டுத்தான் இருக்கேன்.’

‘15ஆம் தேதி சாயங்காலம் நாலு மணிக்கு கார் வரும். வந்திடுங்கன்னு கூப்பிட்டாங்க.’

‘இதுவரை யாரையெல்லாம் கூப்பிட்டிருக்காங்க?’

‘லெதர் கோபாலன். டெக்ஸ்டைல் பாண்டா, டாக்டர் ராமநாதன்.’

‘என்னைய்யா எல்லாரையும் கூப்பிட்டு இருக்காங்க. எனக்குத் தகவல் சொன்னால்தானே அவுங்க வரும்போது நான் வீட்ல இருக்கமுடியும்! சொல்லாம கொள்ளாம திடீர்னு வந்தா, நான் வீட்ல இல்லன்னா என்ன செய்வாங்களாம்!’

‘தெரியல சார். உங்க வீடு பெரம்பூர் தூரமுன்னு லேட் ஆவுதோ என்னவோ. நான் வேணும்ன்னா எப்ப வர்றாங்கன்னு கேட்கட்டுமா?’

‘வேணாம், வேணாம். எனக்குன்னு ஏதாவது ‘சர்ப்பிரைஸ் ப்ளான்’ வச்சிருக்கப் போறாங்க. நீ ஒண்ணும் கேட்க வேண்டாம். விடு.’

ஆகஸ்ட் 14 காலை

‘சார் நான் ராஜாராம் பேசுறேன். என்ன சார் வந்து கூப்பிட்டுட்டாங்க இல்லை?’

‘.......’

‘பசங்க உங்களை இன்வைட் பண்ண வந்தாங்கல்லியா சார்?’

‘ம். அதை விடு. அப்ப நான் வீட்ல இல்ல. வேற என்ன டெவலெப்மெண்ட்? நாளைக்கு என்ன நிகழ்ச்சியாம்?’

‘அடையார்ல இருக்கிற காலேஜ் அலுமினி கிளப் லான்ல மீட்டிங். ஒரு ஸ்டேஜ் போட்டிருக்காங்களாம். நாமெல்லாம் அவுங்க கொடுத்த டிரெஸைப் போட்டுக்கிட்டு போகணுமாம். அப்படியே வரிசையாக ஸ்டேஜ் ஏறணுமாம். அங்க பெயர்கள் எழுதியிருக்கிற சேர்களில் உட்கார்ந்துக்கணுமாம்.

வரவேற்புரை முடிஞ்ச பிறகு. பசங்க பேசுவாங்கபோல. அப்புறம் நம்மள்ள விருப்பப்பட்டவங்க பேசலாம். நீங்க நிச்சயம் பேசுவீங்க. நிகழ்ச்சியோட ஹைலைட்டே கடைசியிலதான் சார். அவங்க அதை பிளான் பண்ணியிருக்கிற விதமே தனி. நம்ம பசங்க நம்ம மேல் பெரிய மரியாதை வச்சிருக்காங்க.’

‘அப்படி என்ன டிஃபரெண்டா செய்யப் போறாங்க?’

‘நாம எல்லோரும் மேடையின் முன்பக்க விளிம்பு பக்கமாக வரிசையாக நிற்கணுமாம் சார்.’

‘நின்னு?’

‘அவங்க எல்லோரும் மேடைக்கு கீழ நிற்பாங்களாம். நாம் அவங்களுக்கு அட்சதை தூவி, ஆசீர்வாதம் செய்யணுமாம்.’

‘.....’

‘சார்..’

‘சொல்லுய்யா... கேட்டுக்கிட்டுத்தான் இருக்கேன்.’

‘அவ்வளவுதான் சார். அப்புறம் அங்கேயே டின்னர். முடிஞ்சதும் வீட்டுக்குக் கூட்டிப் போய் விட்டுவாங்களாம்.’

‘இதுக்குத்தான் இவ்வளவு ஆட்டமா?’

‘சார்...’

‘ஒண்ணும் இல்லப்பா. விடு.’

‘நாளைக்கு நிகழ்ச்சியில் பார்ப்போம் சார். அவுங்க உங்களுக்கு வாங்கிய சட்டை அளவு சரியா இருக்கா சார்?’

‘போனை வைய்யா.’

•

பாலன் பேசுவதையே கேட்டுக்கொண்டிருந்த அவர் மனைவி, ‘என்னங்க.. பேசக் கூப்பிட்ட மீட்டிங்குக்கும் வரலன்னிடீங்க. இவனுங்க இன்னும் கூப்பிட வரல்லியே! அதெப்படி உங்களை மட்டும் இன்னும் கூப்பிடலை?’

‘கூப்பிடமாட்டாங்கடி. ’

‘அப்படியா? ஏன்?’

‘கூப்பிடமாட்டாங்கன்னா விடேன். கேட்கமாட்டியா? என்ன உனக்கு அந்தப் பட்டுப்புடவையும் தங்க காசும் வேணுமா?’

‘அதுக்கா கேட்கிறேன்! அதெப்படி உங்ககிட்ட படிச்சப் பசங்க உங்களைக் கூப்பிடாம விழா நடத்தலாம்?’

ஆகஸ்ட் 14 மாலை

பாலன் சோர்ந்துபோய் சோபாவில் சாய்ந்து உட்கார்ந்திருந்தார்.

‘அவங்க கூப்பிடலைன்னா என்ன! விடுங்க. சின்ன பசங்க. ஒண்ணுத்துக்கும் பிரயோஜனம் இல்லாத ராஜாராமையும் பாண்டாவையும் கோபாலையும் கூப்பிடுறாங்க. அவுங்கெல்லாம் ரிட்டயர் ஆனபிறகு வீட்டில் உட்கார்ந்திருக்கவுங்க. மேல மேல வந்து மதிப்போட இருக்கிற உங்களைக் கூப்பிடலைன்னா அந்தப் பசங்களுக்குத்தான் நஷ்டம்.’

பாலனாலும் அடக்க முடியவில்லை. பொரிந்துதள்ளிவிட்டார். 'என்ன நெஞ்சழுத்தம் இந்த ராஜாராமனுக்கு! வாரம் ஒருவாட்டி என்கிட்ட பேசுறான். கூப்பிட்டாங்களா, கூப்பிட்டாங்களான்னு என்னையக் கேட்கிறான்! வெட்டிப்பயல். கூப்பிடுங்கடான்னு அவனுங்ககிட்ட சொல்லவேணாமா!'

ஆகஸ்ட் 15 இரவு மணி 11

காரில் ஏசி மிகவும் சில்லிப்பாக இருந்தது. கழுத்தில் போடப்பட்ட பூமாலையில் இருந்த தண்ணீர் ராஜாராமன் சட்டை காலரை லேசாக நனைத்திருந்தது. மடியில் மடித்து வைத்திருந்த சிவப்பு நிற டர்க்கி டவல் கை வைத்துக்கொள்ள மெத்தென்று இருந்தது. மனநிறைவோடு, பெருமிதமாகப் பின்சீட்டில் சாய்ந்து உட்கார்ந்திருந்தார். முன் சீட்டில் டிரைவருக்குப் பக்கத்தில் ஒரு முன்னாள் மாணவர். பின்சீட்டில் ராஜாராமனுக்குப் பக்கத்தில் மற்றொரு முன்னாள் மாணவர். கார் சீரான வேகத்தில் போய்க் கொண்டிருந்தது.

இரண்டு பேரையும் பார்த்து ராஜராமன் பொதுவாகச் சொன்னார். 'ஃபங்ஷன் ரொம்ப நல்லா இருந்ததுப்பா. ரொம்ப சந்தோஷமா இருக்கு. நீங்கல்லாம் பின்னாடி இவ்வளவு பெரியாட்களா வருவீங்க, இவ்வளவெல்லாம் நினைவாப் பண்ணுவீங்கன்னு நாங்க நினைச்சதே இல்லை. சொல்லப்போனா நாங்களே இவ்வளவு வருஷம் இருப்போமுன்னுகூட நினைச்சதில்லை.'

சொல்லும்போதே அவர் கண்கள் கலங்கியது.'பாடம் சொல்லிக் கொடுத்ததுக்கு இவ்வளவு மரியாதையா! எவ்வளவு பேரு, எவ்வளவு யோசிச்சு, பிரமாதமாகப் பண்ணி இருக்கீங்க! எவ்வளவு முயற்சி, நேரம், பணம் செலவழிச்சு அக்கறையா பண்ணி இருக்கீங்க! ரொம்ப சந்தோஷமா இருக்குப்பா' சொல்லிவிட்டு அமைதியாக இருந்தவரை அவர்கள் இருவரும் பேசாமல் பார்த்துக்கொண்டிருந்தார்கள்.

பின்னர் ராஜாராமன் மெதுவாகக் கேட்டார். 'ஏம்பா எல்லா புரஃபஸர்களையும் கூப்பிடலையா?'

அவர்கள் இருவருமே பதில் சொல்லாமல் அமைதியாக இருந்தார்கள். ராஜாராமனே மீண்டும் பேசினார். 'இல்லப்பா. முக்கியமாக நம்ம வி.சி. பாலன் சார் எல்லாம் வரல்லயேண்ணு தான்.'

ராஜாராமன் பக்கத்தில் இருந்த மாணவர், ‘ஆமாம் சார். கூப்பிடவில்லைதான். அவரை மட்டுமில்ல. இன்னும் இரண்டு புரஃபசர்களையும் கூப்பிடலை. எங்களுக்குள்ள நல்லா டிஸ்கஸ் பண்ணித்தான் அந்த முடிவெடுத்தோம்.’

‘முடிவா? என்ன முடிவு?’

‘வகுப்பெடுத்திருந்தாலும் எல்லா புரஃபஸர்களையும் கூப்பிட வேண்டியது இல்லை... கூப்பிடக் கூடாதுன்னு.’

‘அப்படியா?’

‘ஆமாம் சார். பாலன் சார் ஆகட்டும் ஆரோக்கியசாமி சார் ஆகட்டும் வேலாயுதம் சார் ஆகட்டும், உங்களுக்கே தெரியும், அஸ் அ பேக்கல்ட்டி அவர்கள், ஸ்டூடென்ட்ஸ்கிட்ட எப்படி நடந்துகிட்டாங்கன்னு. வி.சி. பாலன் சார் இருக்காரே அவர், ‘மாணவர்கள்’ ‘சின்ன வயசு’ ‘தெரியாம’ விளையாட்டாச் செய்கிறார்கள்’ என்பதுபோன்ற எந்தப் புரிதலும் இல்லாமல், எங்க பேட்சுலயே மூணு பசங்களோட இண்டர்னல், லேப் மார்க்குகளில் கை வைத்து அவுங்க வாழ்க்கையையே கெடுத்துட்டார் சார். ஆரோக்கியசாமி சார், காலேஜ் பிராபர்டீஸ் வைத்து எவ்வளவு தவறாக எவ்வளவு சம்பாதித்தார்; வேலாயுதம் சார் கிளாஸ் எடுத்ததைவிட சொந்த வேலை செய்ததுதான் அதிகமுன்னு உங்களுக்குத் தெரியாதா சார்.’

‘ஆனாலும் என்னப்பா! இவ்வளவு பேரைக் கூப்பிட்டிருக்கீங்க. அவுங்க மூணு பேரையும் சேர்த்துக் கூப்பிட்டிருந்தால் என்ன பெரிசா கூடுதல் செலவாயிருக்கும். அவங்களையும் கூப்பிட்டு...’

‘இல்ல சார். நிச்சயமாக செலவுக்காகப் பார்க்கவில்லை. அவங்கெல்லாம் அப்படி இப்படின்னு பலவகையிலும் சம்பாதிச்சாங்க. அப்படி இருந்தவங்களுக்கு பதவி உயர்வுகளும் கூட கிடைச்சுது. பாலன், வைஸ் சான்ஸ்சிலர் கூட ஆயிட்டார். அதெல்லாம் கிடைக்கட்டும் சார். ஆனா, இன்னைக்கு நாங்க உங்களை மாதிரி ஆசிரியர்களுக்குச் செய்தது, அவர்களுக்கு கிடைக்கக்கூடாது சார். வித்தியாசம் இருக்கணும், அது வெளிப்படையாத் தெரியவும் செய்யணும் சார். இந்த அன்பையும் மரியாதையையும் நாங்க சும்மா தூக்கிக் கொடுக்கத் தயாரில்லை. அது அவங்களுக்கும் அவுங்களை மாதிரி நடந்துக்கிற மற்ற ஆசிரியர்களுக்கும் புரியணும் சார்.’

ராஜாராமன் வீடுபோய் இறங்கும்வரை பேசவில்லை.

8.பெறுவதும் கொடுப்பதும்

அலுவலகத்திலிருந்து வந்த ராமநாதனுக்கு மனது சரியில்லை என்பதை அவன் முகம் பார்த்தவுடன் கண்டுபிடித்துவிட்டாள் கோதை. கைகால் முகம் கழுவிவிட்டு வரட்டும் என காத்திருந்தாள். காப்பியைக் கொடுத்துவிட்டு அவன் பக்கத்தில் போய் உட்கார்ந்தாள். அவன் அலுவலகம் போனபின்பு நடந்த ஏதாவது ஒன்றைப்பற்றி விரிவாகப் பேசுவது அவள் வழக்கம். ஆனால் அன்று அமைதியாக இருந்தாள். மகன் குமரேசன் ட்யூஷனுக்குப் போயிருக்கிறான். அவன் வர இன்னும் அரை மணி நேரம் இருக்கிறது.

ஆழந்த யோசனையில் இருந்த ராமநாதனுக்கு கோதையின் மௌனம் வித்தியாசமாகப்பட அவளைத் திரும்பிப் பார்த்தான். உடனே கோதை இதமாகக் கேட்டாள்,

'என்ன அய்யா ஒரேயடியா யோசனையில இருக்கிங்க?'

'ஒண்ணும் இல்ல. சும்மாதான்.'

ராமநாதன் காப்பியைக் குடித்துவிட்டு கப்பை டீப்பாய்மீது வைத்தான். ஒரு பெருமூச்சு விட்டபடி சோபாவில் சாய்ந்து உட்கார்ந்தான். வழக்கமாக டிவி ரிமோட்டைத் தேடுபவன் இன்று சும்மாவே உட்கார்ந்திருந்தது கோதைக்கு மேலும் வியப்பாக இருந்தது.

'என்னாச்சுங்க? முகமே சரியில்ல. ரொம்ப யோசனையா இருக்கீங்க. ஆபீஸ்ல ஏதாவது ப்ராப்ளமா?'

‘ஒண்ணும் இல்லை.’

‘சும்மா சொல்லுங்க.’

‘பெருசா ஒண்ணும் இல்லை. ஃபிரெண்ட்ஸ்தான்.’

‘என்ன ஆச்சு?’ கோதை ராமநாதன் பக்கம் நெருங்கி அமர்ந்து கொண்டாள்.

‘எல்லாம் இந்த கோபால்தான்.’

‘என்னவாம் அவனுக்கு?’

‘எப்ப பாரு, கூட இருக்கிற மோகன், டேவிட்டை எல்லாம் ஏதாவது பெருசா சொல்லிப் பாராட்டுகிறான். நான் செய்றது எதையும் கண்டுகொள்வதில்லை. எதையும் பாராட்ட மாட்டான். நாம ஏதாவது சொல்ல வந்தாலும் அதைக் கவனிக்க மாட்டான். புதுசா வேற ஒரு சப்ஜெக்ட் எடுத்துப் பேசுவான். இன்றைக்கு சாயங்காலமும் அப்படித்தான் பாரு…’

‘அட! அவ்வளவுதானே! நான்கூட என்னமோ ஏதோன்னு பயந்திட்டேன்.’

‘என்ன அவ்வளவு சாதாரணமா இவ்வளவுதானாங்குற. தினசரி இப்படியே கேட்டுக்கிட்டு இருக்க முடியுமா? அப்படி என்ன நான் அவ்வளவு மட்டமா? நாலு பேர் இருக்கற இடத்துல எவ்வளவு நேரம்தான் இதையெல்லாம் கேட்டுக்கிட்டே இருக்கிறது!’

கோதைக்குக் கணவனின் ஆதங்கம் புரிந்தது. நாலு பேருக்கு நடுவில் அவனுக்கு முக்கியத்துவம் கிடைக்கவில்லை என்பது தான் பிரச்னை. தொடர்ந்து இப்படி நடந்தால் எவருக்கும் வருத்தமாகத்தானே இருக்கும். அவன் மனச்சோர்வு நியாயமானது தான் என்று புரிந்துகொண்டாள்.

இரவு சாப்பிடும்போது கேட்டாள். ‘நாளைக்கு லீவ் போடுறீங்களா?’

‘லீவா! எதுக்கு?’

‘திருவெற்றியூரில் நாளை சாமி புறப்பாடு. அங்கிருந்து பவளகாரத்தெரு விடுதிகளுக்கு சாமி திரும்புது.’

‘வேலைநாள்ல லீவு போட்டுட்டு அதைப்போய் பார்க்கணுமாக்கும்.’

‘ஏன் போனா என்ன. மனசு சரியில்லங்கிறீங்க. நாளைக்கு ஒரு நாள்தான் அந்த கோபால், மத்த ஃபிரெண்ட்ஸ் எல்லோரையும்

விட்டுவிட்டு எங்களோட சாமி பார்க்க வாங்களேன். முழுநாள் கூட வேண்டாம் அரைநாள் லீவு போட்டுவிட்டு வாங்க. ஐந்து மணிக்குத்தான் சாமி புறப்பாடு.'

ஓலா டாக்சி பிடித்து மனைவியையும் மகனையும் அழைத்துப் போனான். கூட்டம் அதிகம் இல்லை. விடுதிக்கு வெளியில் ராட்டினம், பலூன் தள்ளுவண்டிகளில் தின்பண்டங்கள்; சாலையோரத்தில் விரிப்பு விரித்து விளையாட்டுச் சாமான் கடைகள். உள்ளே ஆச்சிமார்கள்தான் அதிகம்.

மணி 5.10. தேவகோட்டை மற்றும் காரைக்குடி விடுதித் தேர்கள் அலங்காரம் செய்யப்பட்ட முருகருடன் புறப்படத் தயாராக இருந்தன. அவற்றை இழுக்க டிராக்டர்கள். மக்கள் தேர்ச் சக்கரங்களின்மீது உப்பும் மிளகும் கொட்டிக் கொண்டிருந்தார்கள். பழனி நடைபயணத்தில் கொடுப்பது போல ஒரு சிலர் மிட்டாய்கள், மாரி பிஸ்கெட்டுகள் கொடுத்துக் கொண்டிருந்தார்கள். அவற்றை வாங்கப் பலரும் முண்டியடித்து கைகளை நீட்டிக்கொண்டு அவர்கள் நகரும் பக்கமெல்லாம் நகர்ந்து கொண்டிருந்தார்கள்.

மகன் குமரேசன் கையைப் பிடித்தபடி கோதை தேரின் முன்புறம் நின்றுகொண்டு சாமியையே பார்த்துக்கொண்டிருந்தாள். பின்பக்கம், சற்றுத்தள்ளி நின்று, ராமநாதன் போன் பேசிக்கொண்டிருந்தான். திடீரென கோதை சைகை காட்டி அவள் இருக்குமிடம் வருமாறு அழைத்தாள்.

தீபம் ஆகிறதோ என நினைத்து வேகமாக அருகில் வந்த ராமநாதனை, அவர்களுக்கு இடதுபக்கம் பார்க்கச் சொன்னாள். அவள் காட்டிய திசையில் பார்த்த ராமநாதனுக்கு ஏதும் வித்தியாசமாகத் தெரியவில்லை. 'என்னத்தப் பார்க்கச் சொல்ற?' என்றான் சற்றுக் குரலை உயர்த்தி.

'அந்தப் பையனைப் பாருங்க.'

பத்து வயதிருக்கும் சிறுவனொருவன், ஒரு கையில் ஓர் அட்டைப் பெட்டியில் பென்சில்களை வைத்துக்கொண்டு, மற்றொரு கையால் ஒவ்வொன்றாக எடுத்து, எனக்கு எனக்கு என்று கைகளை நீட்டி, தரச்சொல்லி கேட்டுக்கொண்டிருந்த பலருக்கும் கொடுத்துக்கொண்டிருந்தான்.

'அதற்கு என்ன! என்னயப் போய் வாங்கி வரச் சொல்றியா?'

'இல்லைங்க. அவனைச் சுத்திப் பாருங்க.'

‘ஆமாம். பலபேர் நிக்கிறாங்க. கை நீட்றாங்க. அதிலென்ன அதிசயம் உனக்கு!’

‘அந்தப் பையன் முகத்தைப் பாருங்க.’

‘அவன் முகத்துல அப்படி என்னத்த நீ கண்ட! என்னயப் பார்க்கச் சொல்லுற! எனக்கு ஒண்ணும் தெரியல.’

‘அவன் எவ்வளவு பெருமிதமா, மகிழ்ச்சியாக இருக்கான், கொடுக்கிறான் பாருங்க.’

மீண்டும் அவனைப் பார்த்தான் ராமநாதன், ‘ஆமாம். வாஸ்தவம் தான். பெரிய மனுஷன் மாதிரி, தள்ளித் தள்ளிப் போய், ‘பொறுமையா.. ‘ஒவ்வொருத்தரா வாங்குங்க. எல்லோருக்கும் இருக்கு’ என்று சொல்றானே.’

கோதை அடுத்த கேள்வியைக் கேட்டாள், ‘வாங்குறவங்க எப்படிப்பட்டவங்க..?’

‘நீ என்ன, எனக்கு ‘குவிஸ் புரோகிராம்’ நடத்துறியா? பார்த்தா தெரியலையா? நீயே சொல்லு.’

கோதை சொன்னாள், ‘பெரிய பிள்ளைகள் மட்டுமில்லை. பல பெரியவங்களேகூட கையை நீட்டி வாங்குறாங்க பாருங்க.’

‘ஆமா. வாங்குறாங்கதான். அதுக்கு என்ன இப்ப!’

‘ஒண்ணும் இல்ல. விடுங்க சாமி. தீபம் ஆகுது பாருங்க.’

மீண்டும் ஓலா டேக்ஸி புக் செய்து காரில் வீடு திரும்பிக் கொண்டிருக்கையில், ராமநாதனுக்கு ஒரு விஷயம் மனதில் ஓடிக் கொண்டேயிருந்தது. கோதையைக் கேட்டான், ‘எதுக்காக அந்தப் பையன் பென்சில் கொடுத்ததை என்னயக் கூப்பிட்டுக் காட்டின? அந்த விஷயத்தை அவ்வளவு பெருசா பேசின?’

உடனடியாக பதில் சொல்லாமல் கோதை சற்று மவுனமாக இருக்க, அந்த இடைப்பட்ட நேரத்தில் மகன் குமரேசன் கேட்டான், ‘அம்மா, நானும் அது மாதிரி ஏதாவது வாங்கி எல்லோருக்கும் கொடுக்கவா?’

‘நல்லாக் கொடுப்பா. அடுத்த வருஷம் நீ கண்டிப்பா கொடு. பென்சில் என்ன! நான் நிறைய நோட்புக்கே வாங்கித் தர்றேன்’ என்றவள், ராமநாதன் பக்கம் திரும்பி, ‘நீங்களும் கொடுங்க. யார் கொடுத்தாலும் மக்கள் வாங்கிப்பாங்க. கொடுக்கிறவங்களைச் சுத்தி வருவாங்க. வாங்குகிறவங்களுக்கு கிடைக்கிற சந்தோஷத்தை

விட கொடுக்கிறவங்களுக்கு கூடுதல் மதிப்பும் மகிழ்ச்சியும் கிடைக்கும்.'

ராமநாதனுக்கு புரிந்துவிட்டது. கோதை நேற்றைய கோபால் விஷயத்தைத்தான் பென்சில் கொடுப்பதற்கு ஒப்பிட்டுச் சொல்லுகிறாள் என்று.

கோதையே தொடர்ந்து பேசினாள். 'நாம் ஏன் எப்பவும் மத்தவங்க ஏதாவது தரணுமின்னு நினைக்கணும். நமக்குக் கிடைக்கலை யேண்ணு வருத்தப்படணும். நாம் கொடுக்கலாமே... கொடுக்குறவங்களா மாறிடலாமே. கோபால் மாதிரி நீங்களும் மற்றவங்களைப் பாராட்டுங்க. சுற்றி இருக்கிறவங்களோட நல்ல குணங்கள், திறன்கள், செயல்களைப் பாராட்டுங்க. இருக்கிற நல்லதைப் பாருங்க. வெளிப்படையா சொல்லுங்க. அப்புறம் பாருங்க உங்களுக்கு.'

'போதும் கோமதி. புரிஞ்சிடுச்சு.'

அப்போது இடைமறித்த குமரேசன், 'அப்பா அடுத்த வருஷம் நான் நிச்சயமாக் கொடுக்கலாம் இல்லையா?'

'அம்மாதான் கரெக்ட்டா சொல்லிட்டாளேடா. நீ அடுத்த வருஷம் கொடு. நான் அவ்வளவு நாள் காத்திருக்கப் போறதில்ல. நாளைலிருந்தே ஆரம்பிக்கப் போறேன். அவ்வளவு ஏன்! இப்பவேகூட நான் செய்யலாம்னு இருக்கேன்.'

'இப்பவேவா! இங்க கோபால், டேவிட் எல்லாம் இல்லையே! இப்படியே ஆபீஸ் போகப் போறீங்களா என்ன?' ஆச்சரியமாகப் பார்த்த கோதையின் கைகளைப் பிடித்தபடி ராமநாதன் சொன்னான்.

'வாங்குவதை விடக் கொடுப்பதில் கூடுதல் சந்தோஷம் என்று நீ சொன்னது ரொம்ப சரி. நான் எல்லோரையும் பாராட்டலாம் என்று எனக்கு இவ்வளவு நாள் தோணலை. அதை ரொம்ப அழகாக புரிய வைத்த கோதை ஆச்சிக்கு நன்றிகள். நீங்க சூப்பர் ஆச்சி. தேங்க்யூ' என்றான்.

கோதை ஆச்சி முகத்தில் ரொம்ப நாளைக்குப் பின் வெட்கம்.

•

9. இப்படித்தானா நடக்குது!

‘இன்னைக்கு இதுக்கு ஒரு முடிவு கட்டியாகணும். நீங்க ஒரு சர்குலர் எழுதித்தாங்க’ செக்ரெட்டரி சொல்லிவிட்டார்.

யார் செக்ரெட்டரி? மிசஸ் சுந்தரி சண்முகம்தான் செக்ரெட்டரி. எதற்கு செக்ரெட்டரி? அவர்கள் குடியிருக்கும் மூன்று மாடி குடியிருப்பில் உள்ள ஒன்பது ஃபிளாட்டு ஓனர் அசோசியேஷனின் அசோசி செக்ரெட்டரி. எப்போதிருந்து? சென்ற திங்கள் கிழமையிலிருந்து. யாரிடம் சர்குலர் எழுதித் தரச்சொல்லிக் கேட்கிறார்கள்? கணவர் சண்முகத்திடம்தான்.

‘இப்ப ஏன் சர்குலர்! என்ன திடீர்ன்னு?’

‘இங்க நடக்குறது உங்களுக்கு என்ன தெரியும்? காலையில ஏழுமணிக்கு வாக்கிங் போகையில பார்க்றேன், கேட்டெல்லாம் பான்னு திறந்துகிடக்குது. வாட்ச்மேனைக் காணோம்.’

‘யாரு, பாபுவையா? பாத்ரூம் போயிருப்பார்.’

‘கிழிச்சார். சம்பளத்துக்குத்தான் நம்ம ஃபிளாட்டுக்கு வாட்ச்மென். வேலையின்னு செய்தால் அது எக்ஸ்ட்ரா காசு கொடுக்கிறவங் களுக்குத்தான். பார்க்கிறேன். எதிர்வீட்டில் அய்யா ஆற அமர கார் துடைச்சுக்கிட்டு இருக்கார்.’

‘இது எப்பவும் நடக்குறதுதானே! அதுக்கு என்ன சர்குலர்?’

‘மீட்டிங் போடனும். வாட்ச்மேனை மாத்தனும். இது சரிபட்டு வராது.’

மோட்டார் போட, வருகிற போகிறவர்களைப் பார்க்க, கார்களுக்கு கேட்டைத்திறக்க, மொட்டை மாடி கேட்டைப் பூட்டித்திறக்க என்பது போன்ற பொதுவேலைகளுக்காக என்று ஆரம்பத்தில் இருந்தே சென்னை மயிலாப்பூரில் அமைந்திருக்கும் ராமச்சந்திரா ஃப்ளாட்ஸுக்கு இரண்டு வாட்ச்மென்கள் உண்டு.

காலை ஆறு மணி முதல் மாலை ஆறு வரை ஒருவர். மாலை ஆறுமுதல் காலை ஆறுவரை மற்றொருவர். 12 மணிநேர ஷிஃப்ட். மாதம் ஒருமுறை அவர்களுக்குள் ஷிஃப்ட் மாற்றிக் கொள்ளுவார்கள்.

இங்கே தங்கக்கூடாது, சமைக்கக் கூடாது என்பன கண்டிஷன்கள். மாத சம்பளம் ஆளுக்கு 4,800. தீபாவளிக்கு ஒருமாத சம்பளம் போனஸ்.

அவர்களுக்குக் கொடுக்கும் சம்பளமே போனஸ்தான் என்போரும் உண்டு. காரணம் அவர்கள் 'வேலை' அப்படி. வாட்ச்மென்கள் சங்கர், பாபு இரண்டு பேருமே வயதானவர்கள். சங்கருக்கு அந்தத் தெருவில் சினேகிதர்கள் அதிகம். சதா எவருடனாவது பேசிக்கொண்டேயிருப்பார். பாபுவுக்கு கண்பார்வை சற்றுக்குறைவு. தவிர, பாபுவுக்கு ஏனோ எப்போதும் தூக்கம் வரும். பட்டப்பகலில், பிளாஸ்டிக் நாற்காலியில் உட்கார்ந்தபடி சாய்ந்து சாய்ந்து தூங்கி விழுவார். தவறி அப்படியே பின்பக்கமாக விழுந்துவிடுவாரோ என்று பார்க்கிறவர்களுக்கு அச்சம் வருகிற மாதிரி அவர் தலை பின் பக்கமாகச் சாய்ந்து கிடக்கும்.

இத்தனைக்கும் இரவு ஷிப்டில் இருவரில் எவர் இருந்தாலும் கண்விழிப்பதில்லை. நீட்டாக பாய் விரித்து, கொசுவலை கட்டி தூங்கிவிடுவார்கள். காரணம் ஒன்பது மணிவாக்கில் பின்பக்கம் போய் குடிப்பார்கள். அந்தத் தெருவில் இருக்கும் சில டிரைவர்களின் சகவாசத்தினால் வந்த பழக்கம்.

இப்படியே ஏனோதானோ என்று போய்க்கொண்டிருக்கையில், சங்கர் அவருடைய உறவினர் ஒருவருக்கு உடம்பு சரியில்லை என்று ஒரு வார லீவில் வெளியூர் போனார். போனவர், வரவேயில்லை.

வேறு வாட்ச்மென் தேடினார்கள். வந்தவர்களுக்கு வேலை செய்வதில் ஆர்வமில்லை. பேச்சுதான். தூக்கம்தான். எவர் எவரோ வந்து தூங்கிவிட்டு சம்பளம் வாங்கிக்கொள்ளுவதற்கு பழக்கப் பட்ட பாபுவே இரண்டு ஷிஃப்ட்டிலும் பார்த்துக்கொள்ளட்டும் என்று விட்டுவிட்டார்கள்.

இரட்டைச் சம்பளத்தால் பாபு மாலை ஏழு மணிக்கே குடிக்க ஆரம்பித்தார். அப்போதைய செக்ரெட்டரியான ஐந்தாம் நம்பர் மாமியிடம் கம்ப்ளைண்ட் செய்தால் ‘ஆள் எங்க கிடைக்குது! யார் வேணுமின்னாலும் வேற ஆள் கூட்டிவாங்கோ. இவரைத் தாராளமா அனுப்பிச்சிடலாம்’ என்பார். அதோடு சரி.

பின்பு அந்த செக்ரெட்டரி, தங்கையைப் பார்க்க சில மாதங்களுக்கு வெளியூர் செல்ல, புது செக்ரெட்டரியாக சுந்தரி பொறுப்பு எடுத்துக்கொள்ள வேண்டிவந்தது. அதன் பிறகுதான், ‘இன்னைக்கு இதுக்கு ஒரு முடிவு கட்டியாகணும். நீங்க ஒரு சர்குலர் எழுதித்தாங்க.’

மீட்டிங் வழக்கம்போல செக்ரெட்டரியின் ஃபிளாட்டில் நடந்தது. ஆளாளுக்கு வாட்ச்மேன் பாபுபற்றிக் குறை சொன்னார்கள். ‘குடிக்கிறார். இரவிலும் பகலிலும் தூங்குறார்.’ ‘இரவில் முன்பக்கச் செடிகளுக்குப் பக்கத்திலேயே ஒண்ணுக்குப் போறார்’, ‘மற்ற வீடுகளில் உள்ள கார்களைத் துடைத்து எக்ஸ்ட்ரா பணம் பண்ணுவதிலேயே குறியாக இருக்கிறார்.’ ‘கேட்டை மூடுவதேயில்லை. ஏதாவது கேட்டால், ‘என்னால இவ்வளவு தான் முடியும். வேணாண்ணா வேற ஆள் பார்த்துக்குங்க’ என்று அலட்சியமாகப் பதில் சொல்றார்.’

‘எல்லாம் கரெக்டுதான். என்ன செய்யலாம்?’ என்றார் ஏழாம் நம்பர் பிளாட் சண்முகம். இவர்தான் புது செக்ரெட்டரி சுந்தரியின் கணவர்.

‘இதெல்லாம் சரியில்ல என்று கூப்பிட்டுச் சொல்லிடுங்க.’ இது இரண்டாம் நம்பர் ராஜன்.

அவர் எப்போதும் மீட்டிங்கில் நன்றாகப் பேசுவார். ஆனால், ஃபிளாட் தொடர்பான பொது வேலைகளுக்கு அவருக்கு நேரமில்லை என்று தெளிவாகச் சொல்லிவிடுவார்.

‘சரியில்லன்னு கூப்பிட்டுச் சொன்னால் மட்டும்...?’

‘அப்பத்தான் ஒரு பயம் வரும்.’

‘யாருக்கு? பாபுவுக்கா பயம் வரும். இது மாதிரி அவர்ட நூறு தடவை சொல்லியாச்சு.’

‘பழைய கதையெல்லாம் விடுங்க. இப்ப நீங்கதானே செக்ரெட்டரி. ஃபைனலா ஒரு முறை ஸ்டிரிக்டா சொல்லிடுங்க’

சண்முகத்தைத் தவிர்த்துவிட்டு, சண்முகத்தின் மனைவி சுந்தரியைப் பார்த்து ராஜன் சொன்னார்.

'சொல்லியும் மாறலன்னா?' சண்முகம்தான் கேட்டார்.

'ஆளை மாத்திடுங்க' என்றார் ராஜன் தீர்மானமாக. உடன் மற்றவர்களை ஒரு பார்வை பார்த்தார்.

அதுதான் செய்யவேண்டும் என்று முடிவு எடுக்கப்பட்டது. எல்லா ஃபிளாட்டுக்காரர்களும் மாற்று ஆள் தேடவேண்டும் என்று சொல்லப்பட்டது. மீட்டிங் முடிந்தது.

கோயிலில் பார்க்கும் மாமி ஒருவரிடம் கேட்டு, 'லஸ்ஸில் கிருஷ்ணாநகர் அசோசியேஷனில் வடநாட்டுக்காரங்க வாட்ச்மென் வேலை செய்யுறாங்களாம். கேட்டால் ஆள் அனுப்புவார்களாம்' என்றார் சுந்தரி அவர் கணவர் சண்முகத்திடம்.

'முன்ன பின்ன தெரியாத வட நாட்டு ஆளையெல்லாம் வீட்டு வாட்ச்மேனா வைக்க முடியுமா? ரிஸ்க்' என்றார் சண்முகம்.

'எவ்வளவோ வீட்டில் அவுங்க ஆளுங்கதான் வேலை செய்றாங்களாம். ஒரு பிராப்ளமும் இல்லையாம்.'

'எதற்கும் எதிர் ஃபிளாட் சுபத்ரா மாமி கிட்ட பேசு. பாஷை தெரியாதவனை எல்லாம் வைச்சு உன்னால மேய்க்க முடியுமான்னும் பார்த்துக்க.'

'எங்க அண்ணி வீட்டில்கூட அவங்கதான் சார். நேப்பாள் ஆளுங்க. நல்ல வேலை செய்யுறாங்களாம். அதெல்லாம் ஒண்ணும் பிராப்ளம் இல்ல சார்' என்று கார் பார்க்கிங்கில் பார்த்தபோது சண்முகத்திடமே சுபத்ரா மாமி சொன்னார். எங்க வீட்டுக்காரர் கொஞ்சம் யோசிக்கிறார் என்று சுந்தரி அவர்களிடம் சொல்லி யிருக்கவேண்டும் என்று சண்முகம் நினைத்துக்கொண்டார்.

நேப்பாளில் இருந்து சென்னை வந்து வீடுகளில் வாட்மேன்களாக இருப்பவர்களுக்கு சில அசோஷியேஷன்ஸ் உண்டாம். அதில் ஒன்றின் தலைவர் வந்து சம்பளம் பேசுவாராம் என்ற கூடுதல் தகவல்களையும் சுபத்ரா மாமி சொன்னார்.

அடுத்த ஞாயிற்றுக்கிழமை மாலை இரண்டு நேப்பாளிகள் வந்தனர். கொஞ்சம் வயதானவராகத் தெரிந்த ஒருவர்தான் தலைவர். ஓரளவு நன்றாகவே தமிழ் பேசினார்.

'இரண்டு ஷிஃப்ட்டும் ஒரே ஆள் பார்த்துப்பார். உங்க இடத்திலேயே சமைச்சுப்பார். தங்குவார். வருஷம் ஒருவாட்டி நேப்பாள் போவார். சம்பளம் மாசம் 9000 கொடுக்கணும். தவிர, உங்க ஃபிளாட்ல இருக்கிற எல்லாருடைய காரும் அவர்தான் துடைப்பார். கார் ஒண்ணுக்கு மாசத்துக்கு 300 ரூபா தனியா கொடுத்துடனும்.'

தெளிவாகச் சொன்னார். எத்தனை ஃபிளாட், எத்தனை கார் என்று எல்லாம் கணக்குப் போட்டுக்கொண்டுதான் வந்திருந்தார்கள். கார் துடைக்கிறதையெல்லாம் அசோசியேஷன்ல சொல்ல முடியாது. அது அவுங்க அவுங்க விருப்பம் என்று சுந்தரி சொன்னதை அவர் காதில் போட்டுகொண்டதுபோலத் தெரியவில்லை.

'சொல்லி அனுப்புகிறோம்' என்றார்கள் சண்முகமும் சுந்தரியும். மீண்டும் சர்குலர். மீண்டும் ஃபிளாட் ஓனர்ஸ் அசோசியேஷன் மீட்டிங்.

'அதெல்லாம் முடியாது. நாம் இப்ப ஓர் ஆளுக்கு 4800 தான் கொடுக்கிறோம். இவனுக்கு ஏன் 9000 கொடுக்கணும்?' என்றார் ராஜன்.

'சார் இது இரண்டு ஷிப்டுக்கு.'

ஓக்கே ஓக்கே என்றவர் திடீரென 'இங்கவே தங்கிக்குவான், சமைச்சுக்குவான் என்கிறீர்கள். அவன் தங்குறதுக்கு வாடகை தரணுமில்லியா? அதுக்காக சம்பளத்தைக் குறைச்சுக்கலா மில்லியா?' என்றார்.

முதல் மாடியில் குடியிருக்கும் புரஃபஸர், 'எஸ்' என்றார் அழுத்தமாக. அவர் எப்போதாவதுதான் பேசுவார். அதுவும் ஒன்றிரெண்டு வார்த்தைகள்தான்.

திடீரென்று நினைவு வந்தவளாக சுந்தரி சொன்னார்கள், 'வர்ற வாட்ச்மனே பிளாட் மொத்தத்தையும் தினம் பெருக்கிடுவானாம். செடிக்கெல்லாம் அவனே தண்ணி ஊத்துவானாம்.'

'அதுக்கும் தனி சம்பளம் கேட்பானுவளே!' ராஜன்தான்.

'இல்ல சார். எல்லாத்துக்கும் சேர்த்துதான் நைன் தவுசண்ட்.'

'அப்படீன்னா.. இப்ப பெருக்குற லட்சுமியம்மாவுக்கு கொடுக்கிற 2000 பிறகு செடிகளுக்குத் தண்ணி ஊத்துற ரவிக்கு கொடுக்கிற 500

இரண்டும் மிச்சமா?' என்றார் ஒண்ணாம் நம்பர் சிங்காரம். அவர் முகத்தில் அப்பட்டமான சந்தோஷம். சில மாதங்களாகவே பிளாட் மெயிண்டெனென்ஸுக்கு என்று 2500 ரூபாய் வாங்குவது அவருக்குப் பிடிக்கவில்லை.

'அவுங்களை நிறுத்தினால்தானே மிச்சம்?' இது புரபஸர்.

'நிறுத்தத்தானே வேண்டும். வேலையா செய்யுறாங்க ரெண்டு பேரும். தண்டம். பாதி நாள் வர்றதேயில்ல. அவுங்களையும் கண்டிப்பா நிறுத்தனும்.' இது ராஜன்.

'எல்லாம் ஃபிளாட்டு கட்டினதில் இருந்து நாலு அஞ்சு வருஷமா வேலை செய்யுறவுங்க. போன்னா போயிடுவாங்களா' என்றார் சண்முகம். ராஜன் மாதிரி ஆட்களுக்கு என்ன, சொல்லிவிட்டு அவரவர் வீடுகளுக்குப் போய்விடுவார்கள். மனைவி சுந்தரிதானே இப்ப செக்ரெட்டரி. எல்லாவற்றையும் அவர்கள்தானே நடைமுறைப்படுத்தவேண்டும். அவர் கவலை அவருக்கு.

'அஞ்சு வருஷமா வேலை செய்யுறாங்கன்னு சொல்லாதீங்க. அஞ்சு வருஷமா தண்ட சம்பளம் வாங்கிகிட்டு இருக்கிறாங்கன்னு சொல்லுங்க. அப்படியே விடமுடியாது. ஒரு சேஞ்சு செய்தால் தான் சார் சரியா வரும்' ராஜனேதான்.

'என்ன எல்லாரையும் ஒரேயடியா நிறுத்திடலாம்கிறீங்களா?'

'ஆமாம். பின்ன. பிறகு புதுசா வர்றவனுக்கு எப்படி மாசம் 9000 கொடுக்க முடியும்?'

'அப்ப நேப்பாள் ஆளை வாட்ச்மேனா எடுத்துக்கலாமுன்னு முடிவு செஞ்சாச்சா?'

'வேற வழி?'

மீட்டிங் முடிவதற்கு முன்பாகவே தனக்கு வீட்டில் கொஞ்சம் வேலை இருக்கிறது என்று ராஜன் கிளம்பிவிட்டார். பிறகு மற்றவர்களும் ஒவ்வொருவராகக் கிளம்பிப் போனார்கள்.

இத்தனை வருடமாக செக்ரெட்டரியாக இருந்தவர்கள் எல்லா வற்றையும் சரி சரி என்று அனுசரித்துப் போக, சுந்தரி செக்ரெட்டரி ஆனதும் ஒரேயடியாக இவ்வளவு மாற்றங்கள் செய்யவேண்டி யிருக்கிறதே என்று சண்முகத்துக்குக் கவலையாக இருந்தது. தவிர, இதுவரை இருந்தவர்களை எல்லாம் ஒட்டு மொத்தமாக எப்படி வேலையை விட்டுப் போகச்சொல்லுவது என்று யோசித்தார்.

சுந்தரி தெளிவாக இருந்தாள். வாட்ச்மேன் பாபுவைக் கூப்பிட்டாள். விபரம் சொன்னாள். அலுவலகத்துக்குத் தாமதமாக கிளம்பிக்கொண்டிருந்த சண்முகம், 'இன்னும் இரண்டு மாதங்கள் இருந்தாலும் இப்போதே இந்த வருட போனஸையும் கொடுத்து விடு' என்றார்.

எப்போதும் அட்வான்ஸ் கேட்டு பழகியிருந்த பாபுவுக்கு, சண்முகம் ஒரு தாளில் எழுதிக்காட்டிய முழுமாத இரட்டை சம்பளம் மற்றும் போனஸ் தொகை பெரிதாகத் தெரிந்திருக்க வேண்டும். வவுச்சரில் கையெழுத்துப் போட்டுவிட்டு, 'அடுத்த திங்கிழமையில் இருந்து வரவேணாம்தானே. நான் என் புள்ளை இருக்கிற ஊருக்கே போயிடுவேன் சார்' என்று சொல்லிவிட்டுக் கிளம்பினார். சண்முகத்துக்கு அப்பாடா என்றிருந்தது.

வீடு பெருக்கும் லட்சுமி அம்மாள் விஷயம், வாட்ச்மேன் பாபு அளவுக்குச் சுலபமாக முடியவில்லை. பொது வேலை என்பதால், அதிக நாட்கள் வராவிட்டாலும் வேலை சரியாக இல்லா விட்டாலும் கேட்பார் இல்லாமல் இருந்த வேலை அது. அப்படிப் பட்ட வேலைக்கு நீ இனி வரவேண்டாம் என்று சுந்தரி சொன்னதும் லட்சுமி அம்மாளுக்குக் கோபம் வந்தது.

'அதெப்படி திடுதிப்புனு நீ நிறுத்தலாம்? போன செக்ரெடரி சத்தம் போட்டாலும் வேலையைவிட்டு நிறுத்தாது' என்று ஏகவசனத்தில் சத்தம் போட்டார். 'நீ வேலைக்கே ஒழுங்கா வர்றதேயில்லை' என்று பதிலுக்கு சுந்தரியும் சத்தம் போட, சண்முகம் தலையிட வேண்டி வந்தது.

'அந்தம்மா கேட்குறதும் நியாயம்தான். கூடுதலா ஒரு மாச சம்பளம் கொடுத்திடு. தவிர இந்த வருஷ போனஸ் காசையும் இப்பவே கொடு' என்றார். வாங்கிக்கொண்டு லட்சுமி அம்மாள் கிளம்பினார்கள்.

'தா லட்சுமி. கொஞ்சம் இரு' என்று சொல்லி, உள்ளிருந்து ஒரு பழைய புடவையும், ஒரு தேங்காயும் வெற்றிலை பாக்கும் வைத்து அதில் 50 ரூபாய் நோட்டு ஒன்றையும் வைத்துக் கொடுத்து அனுப்பினார் சுந்தரி.

மேலும் வரவேண்டாம் என்று சொல்லவேண்டியது செடிகளுக்குத் தண்ணீர் ஊற்றும் ரவிக்குத்தான். ரவி ஃபிளாட்டுக்கு பக்கத்திலேயே சின்ன வாடகை வீட்டில் பல ஆண்டுகளாகக் குடியிருப்பவன். ஃபிளாட்டுகளில் தேவைப்படும் சிறு சிறு

வேலைகள் செய்வது, அந்த ஃபிளாட்டில் உள்ள கார்களை எல்லாம் துடைப்பது என்று செய்துவிட்டு பணம் வாங்கிக் கொண்டு செல்பவன். அவனும் குடி பழகியாகிவிட்டது.

மறுநாள் காலை காரை உள்ளே துடைக்க, கார் சாவி வாங்க வந்தவனிடம் வரும் 1ம் தேதி முதல் ஃபிளாட் செடிகளுக்கு இனி தண்ணீர் ஊற்றவேண்டாம் என்றார் சுந்தரி. ஏற்கெனவே வாட்ச்மென் மற்றும் லட்சுமி அம்மாள் மூலம் மாற்றங்கள் பற்றிக் கேள்விப்பட்டிருப்பான்போல.

'எப்பலயிருந்தும்மா' என்றான் சாதுவாக தலையைக் குனிந்தபடி. 'வர்ற ஒண்ணாம் தேதியில் இருந்து' என்றார் சுந்தரி தெளிவாக.

'அவசரம். மனைவியை ஆஸ்பிடலில் சேர்த்திருக்கிறேன்' என்பதுபோல ஏதாவது சொல்லி அவ்வவ்போது சண்முகத்திடம் இரண்டாயிரம் மூவாயிரம் கடன் வாங்குவான். பின்பு ஐந்து மாசம் பத்து மாசம் என்று கார் துடைக்கும் சம்பளத்தில் கழிக்க வேண்டியதுதான். பணமாக அவன் ஒரு போதும் திருப்பித் தந்ததில்லை.

ஏதும் மறுத்துப் பேசாமல் 'சரிம்மா.' என்று அவன் சொன்னது சண்முகத்துக்கு வலித்தது. உடன், 'இவனால்தான் வாட்ச் மென்களும் குடிக்கப் பழகினார்கள். இவன் வேலைக்கே சரியாக வருவதில்லை. அவனாக கெடுத்துக்கொண்டதுதான் எல்லாம். யார் என்ன செய்ய!' என்றும் தோன்றியது.

'எங்க காரையும் 1ம் தேதியில் இருந்து துடைக்கவேண்டாம்.'

'அப்படியாம்மா' என்றவன் தலையை நிமிர்த்தி, 'அப்ப காரை யார்ம்மா தொடைப்பாங்க?' என்றான்.

'புது வாட்ச்மேன்தான்' என்றார் சுந்தரி. 'எல்லா இடத்திலயும் அப்படித்தான் விடுறாங்களாம்' என்றும் சொன்னார்.

சண்முகம் கொடுத்திருந்த கடனில் இன்னும் 600 ரூபாய் கழிக்க வேண்டியிருந்தது. இனி அதெல்லாம் கேட்க, கழிக்கவெல்லாம் முடியாது. சரி போகட்டும் என்று சண்முகம் பேசாமல் இருந்து விட, சரிம்மா என்று ரவி போய்விட்டான்.

'அட! பரவாயில்லையே!! சுந்தரியின் புது அட்மினிஸ்டிரேஷன் பிரச்னை இல்லாமல் போகும் போலிருக்கிறதே' என்று சண்முகத்துக்குத் தோன்றியது. எல்லாம் ஒரு வாரத்துக்குத்தான்.

கிஷோர் என்ற ஓர் அம்பது வயது நேப்பாளி ஒருத்தர்தான் புது வாட்ச்மேன். தமிழ் சுத்தமாகத் ·தெரியவில்லை. பழைய வாட்ச்மேன் பாபு, கிஷோரை அழைத்துப்போய் மோட்டர் சுவிட்ச் இருக்குமிடம், மொட்டை மாடி தண்ணி டேங்க் சம்ப் எல்லாம் காட்டி, எது எது எப்ப எப்ப செய்யவேண்டும் என்று சொல்லிக் கொடுத்துவிட்டு கிளம்பிவிட்டார்.

கிஷோர் காலை ஐந்து மணிக்கு எழுந்துவிடுவார். ஃபிளாட்டின் பொது இடங்கள் முழுவதையும் சுத்தமாகப் பெருக்கினார். படிக்கட்டுகளை எல்லாம் ஈரத்துணி வைத்து குத்துக்கால் இட்டு அமர்ந்து அழுந்தத் துடைத்தார். ஃபிளாட்டின் கைப்பிடிகள், தபால் பெட்டி, கேட் என்று ஒன்றையும் விட்டு வைக்கவில்லை. குப்பையாகக் கிடந்த சுற்றுவட்டச் செடிகளை எல்லாம் சுத்தம் செய்து, களை பிடுங்கி, தண்ணீர் ஊற்றி, ஃபிளாட்டின் தன்மையையே மாற்றிவிட்டார். கிஷோரை அந்த ஃபிளாட்டு களில் பாராட்டாதவர்களே கிடையாது. ராஜனே பாராட்டினார்.

கிஷோர் காலையில் டிஃபன் ஏதும் சாப்பிடமாட்டார். டீ மட்டும்தான். மதியத்துக்கு கோதுமை மாவை தண்ணீர்விட்டுப் பிசைந்து கையாலேயேயே கனமாகத் தட்டி, அடுப்பில் சுட்ட ரொட்டியும் ஏதோ ஒரு சப்ஜியும். இரவில் கேட்டுகளைப் பூட்டிவிட்டுத் தூங்கிவிடுவார். கிஷோர் வந்து நான்கு நாட்கள் இருக்கும். காலை நடைப்பயிற்சிக்குப் போகையில், கிஷோரைப் பார்த்த சண்முகத்துக்கு ஏனோ, கிஷோர் முகம் சரியில்லை என்று தோன்றியது. 'ஆப் கைசா ஹே?' என்றார் அவருக்குத் தெரிந்த ஹிந்தியில். இதற்காகவே காத்திருந்தவன் போல, மடமடவென்று ஏகப்பட்டதை ஹிந்தியில் புலம்பித்தள்ளிவிட்டார் கிஷோர்.

கிஷோர் சொன்னது முழுமையாகப் புரியாவிட்டாலும் வாக்கியங்களின் இடையே அடிக்கடி ரவி ரவி என்ற வார்த்தை வந்ததை சண்முகம் கவனித்தார். கார் துடைக்கும் ரவி தொந்தரவு கொடுக்கிறான் என்று சண்முகம் புரிந்துகொண்டார்.

காலையில் கார்கள் துடைக்க வரும் ரவி அப்போது கிஷோரை நேரடியாகவே திட்டுகிறான் என்பதுபோல இருந்தது கிஷோர் சொன்னது.

'இல்லையே கார் துடைக்க வரமாட்டானே. 1ம் தேதியில் இருந்து வரவேண்டாம்ன்னு அவனுக்குச் சொல்லியாச்சே.'

'நகி சாப்' என்று சொல்லிவிட்டு, ராஜனின் காரைக் காட்டினார் கிஷோர். 'ஓகோ! ராஜன் இன்னும் ரவியை நிறுத்தவில்லை என்று புரிந்துகொண்ட சண்முகம், 'ஓக்கே ஓக்கே. நான் ராஜன் சார் கிட்ட சொல்லி ரவியைத் துடைக்கவேண்டாம் என்று சொல்லுகிறேன்' என்று சொல்லிவிட்டு சண்முகம் கிளம்பினார்.

அடுத்த நாள் மாலை சண்முகம் வீட்டுக்கு வந்ததும் பின்னமேயே வந்த கிஷோர் ஏதோ சொல்ல ஆரம்பிக்க, ஹிந்தி தெரிந்த எதிர் பிளாட் சுபத்ரா மாமியும் சத்தம் கேட்டு வெளியில் வந்தார்கள்.

ரவி மட்டும் இல்லை ரவியின் நண்பர்கள் பலரும் தெருவில் போனபடியே ஃபிளாட்டுக்குள் வேலை செய்யும் கிஷோரைப் பார்த்துக் கண்டபடி திட்டுகிறார்களாம். அடிக்கடி 'உன் ஊருக்கு ஓடுடா நாயே' என்கிறார்களாம். சொல்லும்போது கிஷோர் முகத்தில் அச்சம் தெரிந்தது.

'எல்லாம் போகப் போக சரியாகிவிடும்' என்று சண்முகம் சொல்லிக்கொண்டிருக்கையிலேயே ராஜன் மாடியேறி வந்தார். 'என்னவாம்' என்று விபரம் கேட்டுக்கொண்டு, 'அவன் உன்னையத் திட்டுனா நீயும் திருப்பித்திட்டு' என்றார். சொல்லி விட்டு, சண்முகத்தைப் பார்த்து, 'ஒரே ஆளு 9000 சம்பளம் வாங்கத்தெரியுதில்ல. இதை மட்டும் ஏன் நம்மகிட்ட சொல்லுறான்? அவனே சமாளிக்க வேண்டியதுதானே' என்றார்.

அடுத்த நாள் விடிகாலையிலேயே சண்முகத்தின் ஃபிளாட்டுக்கு வந்த கிஷோர், 'என்னால முடியல சாப். ரவி ரொம்ப பிரச்னை பண்றான். வெளியில வந்தா அடிப்பேன் என்கிறான், நான் வேற ஃபிளாட்டுக்கு வேலைக்குப் போறேன்' என்றார்.

அன்று இரவு ஃபிளாட் ஓனர்ஸ் மீட்டிங்.

'அவன் பிரச்னையை அவன்தான் சார் பார்த்துக்கணும்' என்றார் ராஜன்.

'ஆம் 'என்றார் புரஃபசர். 'அவனால ரவியை என்ன சார் செய்யமுடியும். நம்மள நம்பி வந்திருக்கான்.' இது சண்முகம். 'ஏன் அவனே போலீஸில் ஒரு புகார் கொடுக்கலாமே!' என்று சொல்லிவிட்டு அங்கீகரிப்புக்காக எல்லோரையும் ஒரு பார்வை பார்த்தார் ராஜன். 'எஸ், எஸ்' என்றார் புரஃபசர் வேகமாக.

'சார், ரவிக்கு நம்ம ஃபிளாட்டுக்குள்ள வரவேண்டிய அவசியமே இல்லை. ஒரே ஒரு காரை துடைக்கிறதுக்கு மட்டும்தான் வர்றான்.'

'யாரு, என் காரை சொல்லுறீங்களா?' ராஜன்.

'ஆமாம்.'

'நான்தான் பிராப்ளம்னா நான் நிப்பாட்டிடுறேன்.'

'அதானே சார் பேச்சு.'

●

10. வக்கீல் மகள்

முதல் பத்திரிகை கொடுக்க மயிலாப்பூர் போகவேண்டும். வண்டி எடுக்கச் சொல்லி டிரைவரை அழைத்த சியாமளா மனதில் அந்த நாள் ஞாபகம் வந்தது.

•

அப்பா வந்துவிட்டார். முதலில் கார் வந்த சத்தம். அடுத்து, வாசலில் படியேறி வரும் சத்தம். அவ்வளவும் மாடியில் கையில் பெட்டியுடன் கிளம்பத் தயாராக இருந்த சியாமளா காதில் நன்றாகவே விழுந்தது. அத்தனையும் துல்லியமாக காதில் விழக் காரணம், புயல் அடித்து ஓய்ந்ததுபோல வீடு அமைதியாக இருந்ததுதான்.

கீழே, ஹாலில், சோபாவில் அமர்ந்தபடி மாமனாரும் மாமியாரும் கடும் கோபத்துடன் சியாமளா அப்பாவின் வருகைக்காகக் காத்திருந்தார்கள். மாடியில் பெட்ரூமில் பலத்த சிந்தனையில் கணவன் வெங்கடேசன் உட்கார்ந்திருந்தார். தன் கணவன் வந்தாலும் வராவிட்டாலும் சரி, அப்பாவுடன் கிளம்பி விடும் தீர்மானத்துடன் காத்திருந்தாள் சியாமளா.

'எவ்வளவு நாள்தான் ஏச்சும் பேச்சும் கேட்பது. ஓர் அளவில்லையா? காலையில் எத்தனை மணிக்கு எழுந்திருப்பது என்பதைக்கூடவா இவர்கள் முடிவு செய்வார்கள். அப்படி சீக்கிரம் எழுந்து செய்தாகவேண்டிய வேலைகள் ஏதும் இருந்தாலாவது பரவாயில்லை. சமையலுக்கு ஒரு அம்மாள். மேல் வேலைக்கு

ஒரு ஆள். கடைக்குப்போய் வர, டிரைவர். தவிர, எவரையும் வேலை செய்யவிடாமல் பின்புறம் நின்று கொண்டு, 'இப்படி இல்லை அப்படி' என்று குற்றம் குறை சொல்ல மாமியார். இதற்குமேல் நான் எழுந்து வந்து என்ன செய்ய! இவர்களுக்கு ஒரு அசிஸ்டென்டாக பின்னமே நிற்கவேண்டும். இவர்கள் சொல்லும் குறைகளுக்கு ஆமாம் போடவேண்டும். இதையே எவ்வளவு நாள்களுக்குச் செய்வது. போதும், ஒரு வருடம் பட்டாகிவிட்டது. இனி பொறுக்க முடியாது.

'நீ வேலைக்குப்போய் சம்பாதித்து ஆகவேண்டியது என்ன இருக்கிறது?' என்று சொல்லிச் சொல்லி, வேலைக்குப் போவதையும் நிறுத்திவிட்டார்கள். கம்ப்யூட்டரிலும் உட்காரக் கூடாது. சாடைமாடையாகப் பேசுவார்கள். கேலி செய்வார்கள். ஆனால் இன்று வெளிப்படையாகவேபேசி விட்டார்களே! 'வாயை மூடி கொண்டு இரு. பதிலுக்கு பதில் பேசாதே' என்று.

என்னதான் மருமகளாக இருந்தாலும் ஒரு மரியாதை வேண்டாமா? இங்கிதம் இல்லையே. நான் என்ன சும்மாவா வந்தேன்? வெறும் விபூதியைப் பூசியா என் அம்மா அப்பா என்னை அனுப்பி வைத்தார்கள்? அங்கே, எங்கள் வீட்டில் பத்து ஆள்கள் நிற்கிறார்கள். எடுக்க ஆளில்லாமல் மூன்று கார் நிற்கிறது. எனக்கென்ன குறைச்சல்? படிப்பு, அழகு, இடம் எல்லாம் பார்த்துத்தானே முடிவு செய்து கல்யாணம் செய்து கூட்டிவந்தார் கள். எல்லாவற்றுக்கும் வாயை மூடிக்கொண்டு இவர்கள் மகன் இருப்பதுபோல நானும் இருக்கவேண்டும் என்று எதிர்பார்க்கிறார்கள். திட்டம்போட்டு அடக்குகிறார்கள்.

ஓரளவுக்கு அனுசரணையாக இருக்கும் மாமாவும் அல்லவா இன்று சத்தம் போட்டுவிட்டார். ஒரு மருமகள், வீட்டுக்கு வந்தவள், பெண்பிள்ளை என்று அவர் எதையுமே யோசிக்க வில்லையே. 'இங்கே இப்படித்தான். இஷ்டம் என்றால் இரு' என்று சொல்லிவிட்டாரே! அதற்கு என்ன அர்த்தம்? போக்கிடம் இல்லாதவளா நான்?

மாமியார் சொல்வதெல்லாம்கூடப் பழகிவிட்டது. பேசாமல் இருந்துவிடுவாள். ஆனால், இன்று மாமனாரும் அதேபோல பேசியதும் சியாமளாவால் பொறுக்கமுடியவில்லை. பொங்கி விட்டாள். 'எல்லாத்தையும் கேட்டுக்கிட்டு இங்கே இருக்கணும்னு எனக்கும் ஒண்ணும் தலையெழுத்து இல்லை' என்று அவர்

முகத்தை பார்த்து நேராகவே கத்திவிட்டாள். பல மாதங்களாக மனதில் இருந்த குமுறல்கள் வார்த்தைகளாக வெடித்துவிட்டது.

வெங்கடேசன் ஏதோ சொல்ல முற்பட்ட, அவனையும் மாமியார் விட்டுவைக்கவில்லை 'எல்லாம் நீ கொடுக்கற இடம். அவ செய்றதெல்லாம் உனக்கு சரின்னு தோணுது. கண்டிக்க மாட்டே' என்று சொன்னதுகூடப் பரவாயில்லை. அதற்குமேல், 'நீ பொண்டாட்டிக்குப் பயப்படுகிறவன்' என்று சொல்லிவிட ரசாபாசம் ஆகிவிட்டது.

வெங்கடேசனுக்கும் இனித் தாங்காது. சியாமளாவைக் கூட்டிக்கொண்டு கிளம்பி தனியாகப் போய்விடலாம் என்கிற முடிவுக்கு வந்துவிட்டான். உடனே வீடு கிடைக்காதுதான். சியாமளாவின் அப்பா நுங்கம்பாக்கத்தில் ஒரு ஃபிளாட்டைச் சும்மாதான் பூட்டி வைத்திருக்கிறார். அதற்கு வாடகை கொடுத்து விடலாம் என்ற முடிவுக்கு வந்திருந்தான். ஆனால், அப்படி, தான் நினைப்பதை சியாமளாவிடம் உடனே சொல்ல சுய கவுரவம் இடம்கொடுக்கவில்லை. வாயை மூடிக் கொண்டிருந்தான். ஆனால், அப்பாவை அவள் எதிர்த்துப் பேசியபோது சியாமளா மீது முதல்முறையாகக் கைநீட்டி விட்டான்.

அதிர்ந்துபோன சியாமளா மாடிக்கு ஓடிப்போய் அறைக்கதவை தாள் போட்டுக் கொண்டுவிட்டாள். தட்டி, கத்தி, ஆர்ப்பாட்டம் செய்தான். அதிர்ச்சி அடைந்த மாமனார் படியேற முற்பட்டதை மாமியார் தடுத்துவிட்டார். சில நிமிடங்களில் கதவைத் திறந்த சியாமளா புடவை மாற்றியிருந்தாள். கையில் சின்ன பெட்டி. நிதானமாகப் பேசினாள்.

'அப்படி எல்லாம் ஒன்றும் செய்துகொண்டு விடமாட்டேன். பயப்படாதீர்கள். உங்களுக்குக்கெல்லாம் வேண்டாம் என்றாலும் என்னுடைய அம்மா அப்பாவுக்காவது நான் வேண்டும். என்னால இதுக்குமேல அவமரியாதைகளை பொறுத்துக்கிட்டு இருக்க முடியாது. நான் போகிறேன். நீங்களும் வந்தால் தனியாக வீடு எடுத்து இருப்போம். இல்லாவிட்டால் என் அப்பா வீட்டில் இருந்துவிடுகிறேன்.'

சியாமளா இப்படி சொன்னதும், 'ஓகோ! அவ்வளவு தூரம் ஆயிடுச்சா! நீ என்ன போறது. நாங்களே அனுப்புறோம்' என்ற வெங்கடேசனின் அம்மா, கணவனைப் பார்த்து, 'ஏங்க... அவ அப்பாவுக்கு போனைப்போட்டு உடனே இங்க வரச் சொல்லுங்க.

என்ன பொண்ணு வளர்த்திருக்காங்க! அவர் இப்ப இங்க வரணும்' என்று கத்தினார்கள்.

கொஞ்சம் தயங்கியவரை அவர் மீண்டும் அதட்ட, படபடக்கும் கைகளோடு தட்டுத்தடுமாறி மேசை மீதிருந்த லேண்ட் லைன் போனில் நம்பர்கள் சுழற்றி, 'உங்க மக ரொம்ப சட்டம் பேசுறா. எங்களால இனி முடியாது. வந்து கூட்டிட்டுப் போங்க' என்று மட்டும் சொல்லிவிட்டு போனை வைத்துவிட்டார்.

அவர் இப்படி போன் பேசியதும் வீடு நிசப்தமானது. எவரும் எதுவும் பேசவில்லை. எல்லோருமே சியாமளாவின் அப்பாவின் வருகைக்காகக் காத்திருந்தார்கள். இத்தனையையும் பார்த்துக் கொண்டிருந்த வேலையாட்கள் அச்சப்பட்டு வீட்டின் பின்புறம் ஒதுங்கிவிட்டார்கள்.

சம்பந்தியிடமிருந்து இப்படி ஒரு தொலைபேசி தகவல் வந்ததும் மாணிக்கம் சற்று ஆடிப்போய்விட்டார். இத்தனைக்கும் அவர் பெரிய வக்கீல். வேறு அறையில் இருந்த மனைவியிடம் எதுவும் சொல்லவில்லை. சட்டை மாற்றிக்கொண்டு, டிரைவரை அழைக்காமல், தானே பெரிய வண்டியை எடுத்துக்கொண்டு கலங்கிய மனதுடன் கிளம்பினார். போகும் வழியெல்லாம் சிந்தனை.

ஒரே மகள் சியாமளாவை நல்ல இடம் என்று கொடுத்து, பின்னர் அவள் சிரமப்படுவதைத் தெரிந்துகொண்டு வருத்தத்தில் இருப்பவர். மாணிக்கத்தின் குடும்பம் பரம்பரையாக நல்ல வசதியான குடும்பம். மாணிக்கம் சென்னை உயர்நீதிமன்றத்தில் வழக்குரைஞர். போகும் வழியெல்லாம் அவர் மனதில் மகள் படும் சிரமங்கள்பற்றிய நினைப்பு. அதனால் மனதில் குமுறலும் கோபமும்.

காரில் இருந்து இறங்கினார். வீட்டுக்குள் நுழைந்தார். ஹாலுக்குள் வந்துவிட்டார். முதலில் அவர் பார்வையில் பட்டது, விசாலமான ஹாலில் நடுவில் இருந்த சோபாவில் சம்பந்திகள் கணவனும் மனைவியும் கைகளை குறுக்கே கட்டிக்கொண்டு இறுக்கமாய் அமர்ந்திருந்ததுதான். லேசாகக் கண்களை உயர்த்தியபோது நேர் எதிரில் தூரத்தில் முதல் மாடியில், படிக்கட்டுக்கு அருகில் கையில் பெட்டியுடன் நின்று கொண்டிருந்த மகள் சியாமளா. அவளுக்குப் பின்னால் நான்கடி தள்ளி, பேண்ட் சட்டையில் மாப்பிள்ளை வெங்கடேசன்.

மாணிக்கம் வந்ததை சம்பந்தி அம்மாள் கண்டுகொள்ளாமல் பார்வையை அவர் பக்கம் திருப்பாமலேயே, அசையாமல் அமர்ந்திருந்தார். சம்பந்தி மட்டும் நிமிர்ந்து பார்த்து. 'நீங்களே என்ன நடந்திச்சின்னு கேட்டு ஒரு நியாயம் சொல்லுங்க' என்று ஆரம்பித்தார்.

அதேசமயம் மேலே மாடிப்படிக்கட்டில் நின்றுகொண்டிருந்த மகள் சியாமளா உடைந்து விம்மும் சத்தம் கேட்டது. மாணிக்கம் மாடிப் பக்கம் பார்க்கவில்லை.

சம்பந்திகள் இருவருக்கும் பொதுவாக நின்றுகொண்டு, நிதானமாக 'இங்க பாருங்க. நாங்க கல்யாணம் பண்ணிக் கொடுத்திட்டோம். அவ உங்க மருமக. நடந்ததுல யார் செய்தது தப்பு, யார் செய்தது சரீன்னு பேசி முடிவுபண்ண நான் வரல்ல. அதைக் கண்டுபிடிச்சிடலாம். ஆனா, அதுக்கப்புறம் ஒத்துமையா இருக்க முடியாது. அதை விசாரிக்க நான் வரல்ல. என்ன நடந்திருந்தாலும் அதை உங்களுக்குள்ள முடிச்சுக்கிடுங்க. நான் தலையிட மாட்டேன். நீங்க கூப்பிட்டீங்களே, வராமல் இருக்கக் கூடாதுங்குற மரியாதைக்காக வந்தேன். நா போயிட்டு வாறேன்' என்று சொல்லிவிட்டு பதிலுக்கு கூட காத்திராமல் கிளம்பிப் போய்விட்டார்.

•

'ஏங்க. நேரமாகுதில்ல... அப்பா அம்மாவுக்கு முதல் பத்திரிகை கொடுக்கணும். சீக்கிரம் வாங்க' என்று காரில் அமர்ந்திருந்தபடி கணவன் வெங்கடேசனை அழைத்தாள் சியாமளா. பின் சீட்டில் அவர்களது மகனும் மகளும். உடன் நண்டும் சிண்டுமாய் இரண்டு பேரப்பிள்ளைகள். அவர்கள் கையில் ஒரு சில்வர் தாம்பாளம். அதில் பூ, பழங்கள், புடவை, வேட்டி மற்றும், வெங்கடேசன் சியாமளா தம்பதியரின் அறுபதாம் கல்யாணப் பத்திரிகை.

•

11. தெளிவு

டிரிங் டிரிங் ட்ரிங்...

வித்தியாசமான மணி சத்தம் கேட்டு, கணேசன் கண் விழித்தார். ஜன்னலுக்கு வெளியே தெரிந்த வெளிச்சம் வியப்பு தர, வேகமாக எழுந்தார். சுவர் கடிகாரத்தைப் பார்த்தார். அட! மணி ஆறரை ஆகிவிட்டதே! இரவு ஒருமணிவரை மகன் மருமகளுடன் பேசிக் கொண்டிருந்துவிட்டுத் தூங்கியதால் காலையில் அசத்திவிட்டது போலும் என்று நினைத்துக்கொண்டார்.

வாசல் கதவைத் திறக்க முயன்றார். முடியவில்லை. அந்த கதவின் லேட்ச் வித்தியாசமாக இருந்தது. ஏற்கெனவே எழுந்து விட்டிருந்த அவர் மனைவி பூரணி குளியல் அறையில் இருந்து வெளிவந்தவர், வேகமாகப்போய், திறந்துவிட்டார்.

கதவைத் திறந்ததும், குளித்து சுத்தமாக உடுத்தியிருந்த நடுத்தரவயதுப் பெண்மணி ஒருவர், பூரணியிடம் எதும் பேசாமல் வேகமாக வீட்டுக்குள் நுழைய எத்தனித்தார். யார் நீங்கள் என்பதுபோல பார்த்த கணேசனையும் பூரணியையும், அந்த அம்மாள், 'நீங்கள் யார்? இந்த வீட்டில் புதுசா' என்பது போலவே வியப்புடன் பார்த்தார். உடனடியாக அவரே சுதாரித்துக்கொண்டு, 'ஓ! நீங்க வெங்கட் சாரோடா அப்பா அம்மாவா?' என்று கேட்டுவிட்டு, முகத்தில் புன்சிரிப்போடு 'கொஞ்சம் நகருங்க' என்றபடி, வேகமாக சமையலறைக்குள் போய்விட்டார்.

'இவதான் சமையலுக்கு வர்ற அம்மா' என்றார் பூரணி தன் கணவரிடம்.

சமையல் அறையில் இருந்து வெளிவந்த அந்த அம்மாள், 'தம்பி இன்னும் எழுந்திருக்கலிங்களா? இன்னைக்கு என்ன சமைக்கிறது?' என்று கேட்டார்.

'நாங்க வந்திட்டோமின்னு தம்பி தூங்குது. என்ன சமைக்கனுமின்னு நான் சொல்லுறேன்' என்ற பூரணி, சமையலறைக்குள் நுழைந்தார். காய்கறித் தட்டில் கொஞ்சம் காய்ந்துபோன பூண்டும், ஒரு பெரிய வெங்காயமும், சில கருணைக்கிழங்குகள் மட்டும் கிடந்தன. அதைக் கவனித்த சமையல் அம்மா, 'ஃபிரிட்ஜ் உள்ள இருக்கும் பாருங்கம்மா' என்றார்.

ஃபிரிட்ஜில் பல பாத்திரங்களில் முன்பு சமைத்த மீதங்கள் அப்படி அப்படியே இருந்தன. மற்றபடி நான்கு தக்காளிப் பழங்களும், ஒரு சூம்பிய பீட்ரூட்டும்தான் கிடந்தன.

'கோதுமை மாவைக் கரைச்சு தோசை ஊத்திடுங்க. கருணைக்கிழங்கை புளித்தண்ணி ஊத்தி மசிச்சிடுங்க. ஒரு ரசம் வையுங்க. போதும்' என்று சொல்லிவிட்டு கணவர் கணேசனை ஒரு பார்வை பார்த்தார் பூரணி. அந்தப் பார்வையின் அர்த்தம் என்ன என்பது கணேசனுக்குத் தெரியும். எல்லாம் மருமகள் குடும்பம் நடத்தும் விதம் பற்றியதுதான்.

மீண்டும் சமையல் அம்மாவிடம் இருந்து ஓர் ஆச்சரியம் கலந்த சத்தம் வந்தது. 'என்ன இது! அரிசியும் வாங்கலயா? காலியாக கிடந்த டப்பர்வேர் டப்பாவைக் கொண்டுவந்து பூரணி முன்பாக நீட்டினார். முகத்தில் கேலி கலந்த சிரிப்பு. 'வாங்கி வேற எங்கயாச்சும் வச்சிருக்காங்களா பாருங்கம்மா' என்றார் அவரே.

'இல்லை. வாங்கலையின்னுதான் நினைக்கிறேன். வேறு ஏதாவது டப்பால அரிசி இருக்கா என்று பாரு.'

'இது பச்சரிசிபோல இருக்கு.'

'பரவாயில்லை. அதையே பொங்கிடு.'

இவற்றை எல்லாம் பார்த்துக்கொண்டிருந்த கணேசன், பூரணி அருகில் வந்து, 'எல்லாம் வெங்கெட்தான் வாங்கணும். அவன் ஒருத்தன் எதையின்னு பார்ப்பான். பாவம் அவனும் வேலைக்குப் போய்விட்டு வந்து' என்று ஆங்கிலத்தில் சொன்னார்.

எஸ் எஸ் என்று மட்டும் ஆங்கிலத்தில் சொன்ன பூரணி, 'அவ ஆபீஸில் இருந்து வந்தால், டிவியைப் போட்டுவிட்டு

உட்கார்ந்திடுறா. இவன்தான் வாங்கி வரணும். வேலைக்காரிக்கும் அலக்குடுக்கனும்.'

மீண்டும் டிரிங் டிரிங். வாசல் மணி.

பூரணி திறந்தார். மகனும் மருமகளும் உள்ளே, உள் அறையில்.

உள்ளே வந்தவரை யார் என்று பார்த்துக்கொண்டிருந்த கணேசனிடம், 'இவ, மேல் வேலைக்கு. பாத்திரம் கழுவ, வீடு பெருக்கித் துடைக்க, துணிகளை மிஷினில் போட.'

'இவங்க சம்பாதிக்கிற காசெல்லாம் இப்படி இத்தனை ஆட்களுக்குக் கொடுத்தே காலியாக்கிவிடுவார்கள் போலிருக்கே' இதையும் கணேசன் ஆங்கிலத்தில்தான் சொன்னார்.

திடீரென்று நினைவு வந்தவராக, பேச்சை அப்படியே விட்டுவிட்டு, சமையல் அம்மாவிடம் கேட்டார், 'உங்களுக்கு இங்கிலீஷ் புரியுமாம்மா?'

சிரித்தபடி மங்களம்மா சொன்னார், 'ஓ! புரியும் சார்.'

கணேசன் முகத்தில் கலவரம். 'அப்படியா!'

'சும்மா சொன்னேன் அய்யா. எனக்கு இங்கிலீஷ் தெரிஞ்சா நான் ஏன் சமையல் வேலைக்கு வர்றேன்?'

'அப்படியா? என்ன படிச்சிருக்கே?'

'டென்த்து பெயில்.'

'ஓகோ.'

அடுத்து, தரையை மாப் ஸ்டிக் கொண்டு மொழுக்கிக் கொண்டிருந்த புவனாவைக் கேட்டார், 'நீங்கள் என்னம்மா படிச்சிருக்கிங்க?'

'எட்டாவதுங்கையா.'

சமையல் அம்மாவுடன் கணேசனின் பேச்சு தொடர்ந்தது. அந்த அம்மாளிடம் இருந்து கணேசன் தெரிந்துகொண்டதன் சாராம்சம் இதுதான். இங்கே சமையல் முடித்துவிட்டு வேறு ஒரு வீட்டுக்கு ஓடவேண்டும். அங்கே, மாதம் ஏழாயிரம் சம்பளம்.

கணேசன் கொஞ்சநேரம் பேப்பர் படித்தார். பூரணி காப்பி போட்டு எடுத்துவந்தார். இருவரும் ஹால் சோபாவில் அமர்ந்தார்கள்.

‘அவன் ஒரு நாளைப் போல ராத்திரி பன்னிரெண்டுக்கும் ஒரு மணிக்கும் வந்துகிட்டு இருந்தா அவளுக்கு எப்படித் தூக்கம் வரும். அவ்வளவு லேட்டா படுத்தா காலையில எப்படி எழுந்திருக்க முடியும்?’ மகன் செய்வதும் தவறுதான். மருமகள் பாவம் என்பதுபோல பூரணி சொல்ல,

‘அவனும்தானே லேட்டாப் படுக்கிறான். அவனால் மட்டும் எந்திருக்க முடியுமா?’ இது கணேசன்.

‘அவனாலதானே லேட்டாகுது. அதனால் அவன்தான் எழுந்திருக்கணும்’ பூரணி.

‘அவன் இரவு வர லேட்டாகும். காலையில லேட்டாப் போகலாம். அவளுக்கு காலையில ஒன்பது மணிக்கெல்லாம் கரெக்டா ஆபீஸில் இருந்தாகணும்.’

‘இப்படியே திங்காமத் தூங்காம அல்லாடிக்கிட்டு இருக்கணுமா? யாராவது ஒருத்தர் வேலையை விடவேண்டியதுதான்.’

‘யார் விடுறது?’

‘இதென்ன கேள்வி. அவன் என்ன வேலையை விட்டுவிட்டு வீட்டு வேலையைப் பார்த்துகிட்டு இருக்கனுமிங்கிறீயா??’

‘பிறகு?’

‘அவ விடலாமில்லையா?

‘அவளும்தான் அவன் படிச்ச அதே படிப்பு படிச்சிருக்கா. அவனைவிட மூவாயிரம் சம்பளம் அதிகம் வாங்குறா. அவ ஏன் நல்ல வேலையை விடணும்?’

‘பிறகு, இப்படியே இருக்கவேண்டியதுதான்.’

‘சரி, அவதான் சீக்கிரம் வந்திடராயில்ல... வந்தவ வீட்டு வேலையைக் கவனிக்கலாமில்லையா?’

‘அதெப்படி... அவளுக்கு அதுல மனசு போகலைபோல. அவன் வர லேட்டாகுதே என்கிற எரிச்சல் இருக்குமில்லை. தவிர, ஆபீஸ் போய்விட்டு வந்த களைப்பும் இருக்குமில்லை.’

‘தவிர இரண்டுப்பேருமே வேலையை விடமுடியாது. விட்டால் எப்படி வீட்டுக்கு, காருக்கு வாங்கின கடன்களுக்கு ஈ.எம்.ஐ. கட்டுறது?’

இப்படியே பூரணியும் கணேசனும் பேசிக்கொண்டிருக்கையில் அறைக் கதவு திறந்தது. மகனும் மருமகளும் குளித்துமுடித்து பரபரப்பாக வெளியே வந்தார்கள். ‘மணி எட்டரை ஆயிடுச்சு. பயங்கர டிராஃபிக் இருக்கும். சீக்கிரம் கிளம்புடா’ என்றவள் வெங்கட்டின் பெற்றோர் இருப்பது நினைவு வந்தவளாக, ‘டா’ போட்டுப் பேசியதற்காக நாக்கைக் கடித்துக்கொண்டாள்.

வெங்கெட் இருவருக்கும் என சமையல் அம்மாள் கட்டி வைத்திருந்த இரண்டு சாப்பாட்டுக் கேரியர்களையும் எடுத்து தோளில் மாட்டிக்கொண்டு, வண்டி சாவியைத் தேடி எடுத்தபடி, ‘அப்பா அவளைக் கொண்டுவிட்டுவிட்டு நான் அப்படியே ஆபீஸ் போயிடுவேன். நீங்க வீட்டுக்குப் போனதும் போன் பண்ணுங்க. எடுக்கலைன்னா மீட்டிங்கில் இருக்கிறேன்னு அர்த்தம். எஸ்.எம்.எஸ். அனுப்புங்க.’

‘டிஃபன்டா?’ என்று கணேசன் கேட்க, ‘ஆபீஸ் கேண்டீன்ல சாப்பிடுவோம் மாமா’ என்றாள் மருமகள். பின்பு, ‘போயிட்டு வர்றேன் மாமா, போயிட்டு வர்றேன் மாமி’ என்று சொல்லி விட்டு, வேகவேகமாகக் கிளம்பிப் படிகளில் தடதடவென இறங்கினார்கள்.

‘பார்த்துப் போடா, பார்த்துப் போடா’ என்று பூரணி பின்னமேயே சற்று தூரம் போய்விட்டு வந்தாள்.

அவர்கள் போனதுமே சமையல் அம்மாவும் கிளம்பினார்கள். ‘என்ன அதுக்குள்ள கிளம்பிட்டீங்க?’

‘இன்னொரு வீட்டுக்குப் போகணும்மா.’

‘அங்கயும் சமையல் வேலையா?’ இது கணேசன்.

‘இல்லைம்மா. அவுங்க குழந்தையைப் பார்த்துக்கனும். அவுங்க ரெண்டு பேரும் வேலைக்குப் போறவுங்க. தம்பி வீட்ல மாதிரியே. குழந்தைக்கு வயசு ஒண்ணு ஆகப்போகுது. குளிப்பாட்டணும், கேரட் வேகவைச்சுக் கொடுக்கணும். முட்டை அவிச்சுக் கொடுக்கணும். பால் காய்ச்சிக் கொடுக்கணும். ஒரு மணிநேரத்துக்கு ஒண்ணுன்னும் செய்துகிட்டே இருக்கணுமய்யா.’

‘எப்ப வரைக்கும் அங்க இருக்கணும்?’

‘அவுங்கள்ல யாராவது ஒருத்தர் வர்றவரைக்கும் அய்யா. எப்படியும் ராத்திரி ஏழாயிடும்.’

‘அங்க என்ன சம்பளம்?’

‘ஏழாயிரம்.’

‘பரவாயில்லியே. இங்க ஒரு நாலு. அங்க ஓர் ஏழு.’

‘வேணாம் அய்யா. அந்த வேலையை விட்டுடப்போறேன். முடியல. அடுத்த மாசத்திலருந்து வரலன்னு சொல்லிடப் போறேன்.’

‘அய்யய்யோ, ஏன்மா?’

‘முடியலிங்க.’

‘வேலை கஷ்டமா?’

‘இல்லிங்க. அங்க போறதால என் புள்ளைக்கு சரியா ஆக்கிப் போட முடியலை. பாவம் அவன் ஓட்டல்ல சாப்பிட்டு வயித்தைக் கெடுத்துக்கிடுகிறான். அப்படி என்ன காசு அவனைப் பார்க்காமல்?’

‘அப்ப நாலாயிரம் உங்க குடும்பத்துக்குப் போதுமா?’

‘பையன் நாலாயிரம் வூட்டுக்குத் தர்றான் அய்யா.. அதுவும் இதுவுமா போதும். அட்ஜஸ்ட் பண்ணி இருந்திடுவோம்.’

கணவனைத் திரும்பிப் பார்த்தார் பூரணி அம்மாள்.

•

12. மாண்புமிகு வாக்காளர்

‘ராஜம்.. என்ன இன்னமும் தூங்குற? கிளம்பு கிளம்பு.’

‘எங்க கிளம்பனும்! ஏன் லீவு நாளும் அதுவுமா காலங்காத்தால அஞ்சு மணிகெல்லாம் எழுப்புறீங்க?’

‘என்ன மறந்திட்டியா? இன்னைக்கு என்ன நாள்? போலிங் டே! நினைவில்லியா? கிளம்பு.’

‘இப்பவேவா?’

‘எழுந்துக்கிறியா இல்லையா?’

•

‘சீக்கிரம் போய்ட்டா கூட்டம் வர்றதுக்கு முன்னாடியே நாம் ஓட்டுப் போட்டுட்டு சீக்கிரம் வந்திடலாம். தவிர, நம் ஓட்டை நாமே போடலாம்(!).’

•

‘என்ன சார்? நீங்க போலிங் அஃபிஷியலா? மேடமும் அஃபிஷியலா?’

‘ஹலோ நான் வோட்டுப்போட வந்திருக்கேங்க.’

‘சார் ஏழு மணிக்குத்தான் போலிங். இன்னும் அரைமணிநேரம் இருக்கு.’

‘அது தெரியும். நான் கியூவில் நிற்பதற்காக வந்திருக்கிறேன்.’

'அப்படியா? ஸ்கூட்டரை வெளிய நிறுத்திட்டு வாங்க.'

•

'ஏங்க வீட்டுக்குப் போயிட்டு ஏழுமணிக்கு வருவோமா?'

'நோ நோ வந்தது வந்திட்டோம். இன்னும் 30 நிமிஷம்தான். போட்டுட்டே போயிடலாம்.'

•

'என்ன சார் இது எல்லா கேண்ட்டிடேட் பெயர்களையும் காணோம். சிலது விட்டுப்போயிருக்கு!'

'அப்படியா?'

'ஆமாம் சார். நம்ம சவுத் மெட்ராஸ் தொகுதியிலதான் சார் தமிழ்நாட்லயே அதிக கேண்டிடேட்ஸ். மொத்தம் 42 பேர். இங்க பாருங்க. 30 பேர் பெயர்கள்தான் இருக்கு.'

'அங்க பாருங்க சார்.'

'எங்க?'

'அதோ அந்தப் பக்கம்.'

'என்ன அநியாயம் சார் இது! அதெப்படி அவுங்க இப்படி தள்ளித்தள்ளி வேற சுவத்துல ஒட்டலாம்?'

'அவுங்களும் என்ன சார் செய்வாங்க. இருக்கிற இடத்துலதானே ஒட்டணும். பார்க்குறமாதிரிதானே ஒட்டியிருக்காங்க.'

•

'மணி என்ன சார்?'

'கொஞ்சம் சும்மா இருக்கீங்களா? நல்ல ரிட்டயர் ஆனாலும் ஆனீங்க. உங்க உருட்டல் தாங்கல்ல.'

'உன்னையைக் கேட்டனா? போலீஸ்காரரைத்தானே கேட்டேன்.'

'நீங்க சொல்லுங்க.'

'ஆறு அம்பத்து ஐந்து.'

'அப்படியா.. ஓக்கே ஓக்கே. வா ராஜம் வரிசையில நிற்போம்.'

'சார் பின்னாடிப் போய் நில்லுங்க.'

‘சார் நாங்க ஆறைரைக்கே வந்தாச்சு. இதோ இவரை வேணுமின்னாலும் கேட்டுப்பாருங்க.’

•

‘**உ**ன்னால பாரு. முத ஆளா வந்திட்டு இப்ப ஏழாவது ஆளா நிற்கவேண்டியிருக்கு.’

‘வந்தமா... வரிசையில நின்னமான்னு இல்லாம. நீங்கதான்.’

‘சரி சரி. விடு.’

•

‘**எ**ன்ன மேடம், மணி ஏழாச்சு. ஆரம்பிக்கலியா?’

‘இதோ. ஆயிடும் சார். செக் பண்ணிக்கிட்டு இருக்கோம்.’

‘இதெல்லாம் முன்னமே வந்து பண்ணியிருக்கணும். லேட்டாகுதில்ல. எல்லோருக்கும் எவ்வளவோ வேலை இருக்கும். ஆபீஸ் போகணும்.’

‘ஆபீஸா? இன்னைக்கு எங்கயாவது போறீங்களா என்ன?’

‘ம்ம். நீ கொஞ்சம் பேசாம இருக்கியா?’

•

‘**யா**ரு சார் இந்த பூத்துக்கு போலிங் ஆஃபீஸர்?’

‘ஏன் சார்?

‘மணி என்ன ஆச்சு பாருங்க. இன்னும் போலிங் ஆரம்பிக்கல்ல.’

‘பார்த்துக்கிட்டுதானே சார் இருக்காங்க.’

•

‘**ஆ**ச்சு ஒவ்வொருத்தரா வாங்க.’

•

‘**உ**ங்க பேரு?’

‘ராஜம்.’

‘வோட்டர் சிலிப்?’

‘கொடுக்கல்ல.’

‘ஐ.டி புரூஃப்?’

‘இதோ.’

‘ஒக்கே. நம்பர் 2233. ராஜம். அம்மா அங்க இடது கை ஆள்காட்டி விரலை நீட்டுங்க. மை வைப்பாங்க.’

‘நெக்ஸ்ட்.’

‘என் பேரு பஞ்சாபகேசன்.’

‘ஓட்டர் சிலிப்.’

‘சிலிப் தர்ல்ல.’

‘ஐ டி புரூஃப்?’

‘இந்தாங்க டிரைவிங் லைசென்ஸ்.’

‘இந்த அட்ரெஸ்க்கு இங்க இல்லையே சார். நீங்க.’

‘இல்ல இல்ல. நாங்க வீடு மாத்தி மூணு வருஷம் ஆச்சு. என் ஒய்ஃப் இப்பதானே ஓட்டு போட்டுக்கிட்டு இருக்காங்க. அதோ.’

‘அப்படியா. ஆனா உங்க பேரு இல்லையே!’

‘நல்லாப் பாருங்க சார்.’

‘பார்த்தாச்சு. பேர் இல்லை. நெக்ஸ்ட்.’

‘ஏய் ராஜம். இங்க வா.’

‘அதெல்லாம் வெளிய போய் பேசிக்குங்க.’

•

வீட்டில் டிவி பார்த்துக்கொண்டிருந்தவர், யாரோ கதவு தட்டும் சத்தம் கேட்டு எழுந்துப்போய் திறந்தார். எதிர் பிளாட் ராமசுப்ரமணியன் நின்றுகொண்டிருந்தார். விரல் சுத்தி வந்தவர் போல, மை வைத்த ஒற்றை விரலைத் தனியே நீட்டியபடி, சத்தமாக சிரித்துக்கொண்டே கேட்டார்,

‘என்ன பஞ்சாபகேசன் சார். ஓட்டர் லிஸ்ட்டுல உங்க பேர் இல்லையாமே!’

‘இதக் கேக்குறதுக்காக வீடு தேடி வந்தியாக்கும்! அதுனால என்னய்யா. டெல்லியில பெரிய லாயர் ராம்ஜெத் மலானி பெயர் கூடத்தான் லிஸ்ட்டுல இல்லியாம். அதுக்கு என்ன இப்ப?’

எதுவுமே நடக்காததுபோல கதவை சாத்திவிட்டுப் போய் தொடர்ந்து டிவி பார்த்த பஞ்சாபகேசனை, அவர் மனைவி ராஜம் சற்றும் வித்தியாசமாகப் பார்க்கவில்லை.

•

13. தகப்பன் சாமி

புரஃபசர் செந்தில்நாதன் வகுப்பை முடித்துவிட்டு காரில் ஏறியபோது, செல் போனில் 'டிங்' என்று ஒரு சத்தம். 'வாட்ஸ் அப்'பில் செய்தி. போனை எடுத்து பாஸ்வேர்டை கோலம் போடுவதுபோல எண்களின்மீது சுட்டுவிரலால் இழுத்துவிட்டு, திறந்து, போனின் மேல் பகுதியை புத்தகத் தாள் தள்ளுவது போல தள்ளி, வாட்ஸ் அப் இருக்கும் பகுதிக்கு நகர்ந்தார்.

'வரும் புதன் இரவு இந்தியா வருகிறேன். வியாழன் அன்று உங்களைச் சந்திக்க விரும்புகிறேன். இயலுமா?

நன்றி.

ராஜன். ரங்கராஜன்.'

'ஓ! ராஜனா? ஏன் இந்தியா வருகிறார்? பிரச்னை தீரவில்லையே' என்று யோசித்தபடி ராஜனின் புகைப்படத்தை ஆள்காட்டி விரலால் தட்டி, பெரிதுபடுத்திப் பார்த்தார். புதிய போட்டோவில் ராஜன் மலர்ச்சியான முகத்துடன்தான் தெரிந்தார். 'நம்மைப் பார்க்கவேண்டுமென்று கேட்கிறாரே! ஏன்?' என்று யோசித்தபடியே காரைக் கிளப்பாமல் அப்படியே செல்போனில் இருந்த கேலண்டர் பக்கத்தைப் புரட்டினார். வரும் வியாழ னென்றால், பதினைந்தாம் தேதி. வரிசையாக காலை 9 மணிமுதல் மாலை ஏழுவரை வேலைகள் குறிக்கப்பட்டிருந்தன. வெள்ளிக்கிழமையைப் பார்த்தார். மதியம் 2 முதல் 4 வரை அப்பாயிண்ட்மெண்ட் ஏதும் இல்லை. ஃபிரீதான்.

‘ஒருநாள் தள்ளி, வெள்ளிக்கிழமை பார்க்கலாமா?’ மெசேஜ் அனுப்பினார்.

மீண்டும் ஒரு டிங்.

‘வெள்ளிக்கிழமை ஸ்ரீரங்கத்தில் ஒரு வேலை இருக்கிறது. அதற்காகத்தான் இந்தியா வருகிறேன். வியாழன் இரவு ராக்போர்ட் எக்ஸ்பிரஸுக்கு டிக்கெட் எடுத்திருக்கிறேன். பகலில் சென்னை வேலைகளை முடிப்பதாக திட்டம். அப்படியே உங்களையும் பார்த்துவிடலாம் என்றுதான் கேட்கிறேன்.’

‘நன்கு வளர்த்து மருத்துவம் படிக்கவைத்த ஒரே மகன், படிப்பை முடிக்கும் முன்பே டைபாய்டு அரக்கனுக்கு பலிகொடுத்தவர். அதிர்ச்சியைத் தாங்கிக்கொள்ளமுடியாமல் இரண்டு மாதங்கள் வீட்டிலேயே முடங்கிக்கிடந்தவர். இந்தியா வருகிறேன், ஸ்ரீரங்கம் போகிறேன் என்றெல்லாம் எழுதுகிறாரே! என்ன விஷயமாக இருக்கும்!’ யோசித்தபடியே டைப் அடிக்காமல், வாய்ஸ் மேசேஜ் ஆக,

‘நாமிருவரும் சந்தித்துப் பேசவேண்டும். அவ்வளவுதானே! தினமும் காலை 6.30 க்கு வாக்கிங் போவேன். வியாழன் அன்று நீங்களும் வருகிறீர்களா? நடந்தபடியே பேசிவிடலாம். ஆறரையில் இருந்து எட்டு வரை. உங்களுக்கு சரிதானா?’ என்று பேசி அனுப்பினார். பதிலுக்கு ராஜனிடமிருந்து வாய்ஸ் மேசேஜ்.

‘தாராளமாக. வியாழன் காலை 6.30 க்கு எங்கே வரவேண்டும்?’

‘பெசன்ட்நகர் பீச். வேளாங்கன்னி சர்ச் முன்னால் சந்திக்கிறோம்.’

‘நிச்சயமாக.’

காரைக் கிளப்பினார். அவர் கண்கள் சாலையில் இருந்தாலும் மனதுக்குள் ராஜன்பற்றிய சின்ன டாக்குமெண்டரி படம் ஓடியது.

முழுப்பெயர் ராஜன். ரங்கராஜன். வயது நாற்பத்து எட்டு. திருச்சி அந்நாளைய ஆர்.இ.சி யில் படித்தவர். பின்பு கொல்கத்தா ஐ.ஐ.எம். பிரில்லியண்ட் என்பது அவரைப்பொறுத்தவரை சாதாரண வார்த்தை. இந்திய சராசரி உயரம். அடர்த்தியான, ஆனால் முக்கால்வாசி நரைத்துவிட்ட, கோரைபோன்ற தலைமுடி. குறுகிய தாடையெங்கும் பரவியிருக்கும் பெப்பர் - சால்ட் நிற தாடி. பளபளக்கும் மெல்லிய ஃபிரேம் கண்ணாடி.

இருபது ஆண்டுகளுக்கு முன்பு சிங்கப்பூர் நிறுவனத்தில் வேலைக்குச் சேர்ந்து, பிரமாதமாக முன்னேறி, மனைவியையும், ஐந்து வயது மகனையும் அங்கே அழைத்துச் சென்றவர். பின்பு வேலையை விட்டுவிட்டு சொந்த கம்பெனி ஆரம்பித்து வளமாக வாழ்பவர்.

மகன் சாமிநாதன் விரும்பிய மருத்துவப் படிப்பு படிக்க வைத்தார். அப்பாவைவிட உற்சாகமானவன் மகன் சாமிநாதன். படிப்பில் மட்டுமல்ல; விளையாட்டுகளிலும் குவிஸ் போன்றவற்றிலும் சூரப்புலி. பல்வேறு நாட்டு நண்பர்கள்.

சென்ற ஆண்டு விடுமுறையில் தனியாக ஒருமுறை திருச்சி வந்துவிட்டு சிங்கப்பூர் போனவனுக்குக் காய்ச்சல். மருத்துவம் நான்காம் ஆண்டு என்பதாலும் மருத்துவம் கற்றுத்தரும் பேராசிரியர் களுடன் பழக்கம் என்பதாலோ என்னவோ, ஆரம்பத்தில் அசட்டையாக இருந்து, தானே மருந்து சாப்பிட்டிருக்கிறான். பின்பு என்ன காய்ச்சல் என்று தெரியாமல் சில நாட்கள். பிறகு அது டெங்குவா அல்லது மலேரியாவா என்றெல்லாம் சோதனைகள். இறுதியாக அது டைஃபாயிடு என்று தெரியவந்தபோது, கிருமிகள் வலுவாகி விட்டிருந்திருக்கின்றன.

சிரித்த முகமாக மருத்துவமனையில் படுத்திருக்கும்போது, இப்படிப்பட்ட வியாதிகளை ஒழிக்கவேண்டும் என்றும், எழுந்து வந்து படிப்பை முடிப்பதற்கு முன்பாகவே கூட, 'என்ன நோய் என்று கண்டறியும் துறையில்' செய்யவேண்டிய மாற்றங்கள் பற்றி அவனது பிளாகில் எழுதவும் திட்டமிட்டிருந்தான். சந்திக்க வரும் நண்பர்கள், புரஃபசர்கள், குடும்பத்தாரிடம் இதேதான் பேச்சு.

டைஃபாயிடில் இரண்டு வகை உண்டாம். அதில் ஒருவகை சற்றுக் கடுமையானதாம். 5% பேருக்குத்தான் வருமாம். அதற்கான வைத்தியம் தாமதமாகிவிட்டால் ஆள் பிழைப்பது அரிதாம். அவனே சொல்லியிருக்கிறான்.

'இவ்வளவு பேசுறியே, உனக்கு எப்படி டைஃபாயிடு வந்தது சொல்', என்று அப்பா கேட்டிருக்கிறார்.

'திருச்சி போயிருந்தன்ல்ல, ரோட்டுக் கடையில ஃபிரண்ட்ஸோட பரோட்டா சாப்பிட்டேன். அங்கதான் மாட்டியிருக்கேன்.'

'அது எப்படிடா அதான் என்று கரெக்ட்டா சொல்லுற?'

‘இன்ஃபெக்ட் ஆகி கரெட்டா 21ம் நாள்தான் அது வேலையை வெளியில் காட்டும். எனக்கு ஜுரம் வந்த தேதியை கணக்குப்பண்ணிப் பார்த்தேன்.’

ஒரு வெள்ளிக்கிழமை மாலை அவனைப் பார்க்க வந்திருந்த அவன் அப்பா ராஜனிடம் பேசிக்கொண்டிருந்தவன், திடீரென அடிவயிற்றைப் பிடித்துக்கொண்டு, அப்பா பா!! பயங்கரமாக வலிக்கிறது, நர்ஸைக் கொஞ்சம் கூப்பிடுங்கள்’ என்று கத்தியிருக்கிறான். ஓடி அழைத்துவந்திருக்கிறார். வலியால் துடித்தவனின் போர்வையை நர்ஸ் விலக்கி உடையையும் நகர்த்திப் பார்ப்பதற்குள் அவன் வயிறு அவர்கள் இருவர் முன்பாகவே புசு புசுவென வீங்கி... அவன் கண்கள் குத்திட்டு...

‘ஸ்பிலீன் வெடித்து, இரத்தம் வயிற்றுக்குப் பாய்ந்து...’ என்று என்ன என்னவோ சொல்லியிருக்கிறார்கள். ராஜன் காதில் எதுவும் விழவில்லை. திக்பிரமை பிடித்தவர் போலாகிவிட்டார். கண்ணெதிரே ஒரே ஆசை மகனின் மரணத்தைப் பார்த்த வராயிற்றே. விக்கித்துப்போய்விட்டார்.

இரண்டு மாதங்கள் வீட்டுக்குள்ளாகவே அடைந்து கிடந்திருக்கிறார். வீட்டைப் பார்க்கவில்லை. வியாபாரத்தைப் பார்க்கவில்லை. மறக்க முடியாமல் ஆள் மெலிந்து, உருக்குலைந்து... வேறு காரணத்துக்காக சென்னைக்கு வந்தவர், புரஃபசர் செந்தில்நாதனைத் தற்செயலாகச் சந்தித்தார். விபரங்கள் சொல்லி, ‘என்னை எல்லோரும் எதிர்பார்க்கிறார்கள். எனக்கும் புரிகிறது. ஆனால் எதைச் செய்ய ஆரம்பித்தாலும் மகன் இல்லாமல் இதையெல்லாம் செய்து என்ன என்று தோன்றுகிறது. அதோடு விட்டுவிடுகிறேன்’ என்றார்.

புரஃபசர் பொறுமையாக அனுசரணையாக விபரங்கள் கேட்டார். ‘எதைச் செய்யப்போனாலும் அவன் வயிற்றைப் பிடித்தபடி அப்பா என்று கத்தியதும் அவன் கண்கள் சொருகிக் கொண்டதும் தான் கண் முன் வருகிறது. அதோடு நான் ஆஃப் ஆகிவிடுகிறேன்.’

புரஃபசருக்கும் ராஜன் வருத்தம் புரிந்தது. ராஜனைத் தொடர்ந்து பேசவிட, சிங்கப்பூருக்கு மகன் சாமிநாதனையும் அவன் அம்மாவையும் அழைந்துவந்தபோது, நிறுவனத்தில் வேலை அதிகம் இருந்ததால் அவர் தாமதமாக வீட்டுக்கு வருவதையும், அவரை எதிர்பார்த்து மாலை முழுக்க காத்திருந்த ஆறு வயது சாமிநாதன், அவர் வந்ததும் அவர் கையில் சிக்காமல் வீடு முழுக்க

ஓடுவதையும், பிறகு அதற்குச் சமாதானமாக அவர் அவனை அவர் தோளில் ஏற்றி உட்கார வைத்துக்கொள்ள, வீடு முழுக்க அவரை அங்கும் இங்கும் போகும்படி சாமிநாதன் விரட்டுவதையும் சொன்னார்.

'கமான் கமான். அங்க போங்க. இதை எடுங்க' என்று விரட்டுவான். நானும் சிரமப்படுவதுபோல நடித்தபடி சந்தோஷமாக ஓடுவேன்' சொல்லிவிட்டு அழுதார். இதைக் கேட்ட புரஃபசர் சற்று நிமிர்ந்து உட்கார்ந்தார். அதன்பின் இரண்டுமணி நேரம் பேசினார்கள்.

ராஜன் கிளம்பி சிங்கப்பூர் போய்விட்டார். அதன் பிறகு புரஃபசரைத் தொடர்புகொள்ளவில்லை. இப்போது வருகிறேன், சந்திக்கவேண்டும் என்கிறார். வரட்டும் பாவம் என்று நினைத்துக்கொண்டார் புரஃபசர்.

ஆறு இருபத்து ஐந்துக்கே, கால் டாக்ஸியில் வந்து இறங்கிய ராஜன், புரஃபசர் கையை தனது இரு கைகளாலும் அழுந்தப் பிடித்து நன்றி சொன்னார். 'நான் பழையபடி ஆகிவிட்டேன் புரஃபசர். உங்க சஜஷன் ரொம்ப நல்லா ஒர்க் அவுட் ஆகிக்கிட்டிருக்கு' என்றார்.

நடந்தபடியே பேசினார்கள்.

'உங்க முகத்தில நல்ல தேஜஸ் தெரியுது. தெளிவாகவும் உற்சாகமாகவும் இருக்கீங்க. வெரி குட்.'

புரஃபசர் மனதுக்குள் கொஞ்சம் ஆச்சரியம். என்ன செய்து இவ்வளவு சீக்கிரத்தில் இவ்வளவு நார்மலாக மாறிவிட்டார்!

'என்ன செய்தீர்கள் அதைச் சொல்லுங்கள்' என்றார் ஆவலை அடக்கமுடியாமல்.

வேறு ஒன்றுமில்லை. நீங்க சொன்னதை அப்படியே செய்தேன் டாக்டர்.

'...'

'உங்களிடம் பேசிவிட்டுப் போனபோது நீங்கள் சொன்னதன்மீது அவ்வளவு நம்பிக்கையில்லை. செய்ய முயற்சி செய்யும் மனநிலையுமில்லை. சிங்கப்பூர் போய்விட்டேன். அதற்கு அடுத்த இரண்டு நாளில், நண்பர் ஒருவரின் மகள் மயக்க நிலையில் மருத்துவமனையில் அனுமதிக்கப்பட்டாள். தகவல் கிடைத்து நானும் என் மனைவியுடன் போயிருந்தேன். சோகமாகவும் சோர்வாகவும்தான் இருந்தேன்.

எதனால் அவள் மயங்கியிருக்கிறாள் என்று தெரியவில்லை. பெண்ணின் அம்மா பதறுகிறார்கள். உடன் நின்ற நண்பர்களும் பதறுகிறார்கள். ஆனால் மருத்துவமனை நிர்வாகமோ, 'சாலையில் இவர் மயங்கி விழுந்திருக்கிறார், நீங்கள் போலீஸில் புகார் கொடுத்துவீட்டு வாருங்கள்' என்று சொல்லிக் கொண்டிருந்தார்கள். நேரம் ஓடிக்கொண்டிருந்தது.

'பிறகு?'

'நண்பனின் மனைவியைப் பார்க்கிறேன். அழுதபடி செய்வதறியாமல் நிற்கிறார். நண்பனின் மகளைப் பார்க்கிறேன். பேச்சுமூச்சின்றி மயங்கிக்கிடக்கிறார். பரிதாபமாகத்தான் இருந்தது. ஆனாலும் நான் அசையவில்லை. அப்போதுதான் நீங்கள் சொன்னது நினைவுக்கு வந்தது. கொஞ்சம்தான் முயன்றேன். என் மகன் சாமிநாதன் சின்ன வயதில் என் தோளில் அமர்ந்துகொண்டு என்னை வீடெங்கும் ஓடச்சொல்லி விரட்டும் அந்தக் காட்சியை நினைவுப்படுத்திக்கொண்டேன். தொடர்ந்து முயன்று அதை ஆழமாக நினைத்தேன். அவ்வளவுதான். சடாரென அவன் என் தோளில் வந்து அமர்ந்துவிட்டான்.

'என்னப்பா பார்த்துக்கொண்டிருக்கிறீர்கள்? போங்கள் போய் அவர்களுக்கு உதவுங்கள். உங்களுக்குத்தான் இந்த புரசீஜர் எல்லாம் நன்றாகத்தெரியுமே' என்றான். 'கமான் அப்பா போங்க. கமான் கமான்.' என்று விரட்டினான். அவன் சொன்னபிறகு வேறு என்ன?

அதன்பிறகு நடந்தவற்றை என் மனைவியே ஆச்சரியத்துடனும் மகிழ்ச்சியுடனும் பார்த்தாள். பழைய ராஜனாகப்போய் சட்டம் பேசினேன். மருத்துவம் பார்க்கவைத்தேன். அவள் கண்விழித்தாள்.

அதன் பிறகு எப்போதும் காலையில் மகன் சாமிநாதன் என் தோளில் அமர்ந்துகொண்டுவிடுவான். அவனைச் சுமந்தபடியே எல்லா வேலைகளையும் சந்தோஷமாகச் செய்கிறேன். இதோ இப்போதுகூட அவன் சொல்லித்தான் உங்களைப் பார்க்க வந்திருக்கிறேன்.

இதோ பாருங்கள் நாம் பேசுவதையே எப்படி கவனித்துக் கொண்டிருக்கிறான் என்று.'

•

14. ஒரு சொல்

ஒலித்த செல்பேசியை எடுத்து ஹலோ என்றேன். எதிர்முனையில் இருந்து பேச்சுக் குரல் கேட்கவில்லை. அந்த அலைபேசி எண்ணும் தெரிந்ததாகத் தெரியவில்லை. பின்பு தடுமாறியபடி ஒருவர் என் பெயர் சொல்லி, பேசுவது நான் தானே என்று கேட்டார். அடுத்து, அவர் பெயரையும் சொன்னார். எனக்குப் பரிச்சயமானவர்தான்.

'சொல்லுங்க' என்றேன்.

'புத்தக விமர்சனம் பார்த்துட்டுப் பதிப்பகத்துக்கு 200 ரூபாய் மணியார்டர் செஞ்சேன். இன்னம் புஸ்தகம் வரலை. ஒரு வாரமாச்சு. அதேன் உங்களக் கேட்கலாமின்னு' என்றார்.

அவர் சொன்ன புத்தகத்தின் பெயர், 'சிக்கனம் சேமிப்பு முதலீடு' நான் எழுதிய புத்தகம். எனக்குள் வியப்பு. கொரானா மற்றும் ஊரடங்கு காலத்தில் ஒருவர் புத்தகம் படிக்க விரும்பி போஸ்ட் ஆபீஸ் போய் பணத்தை மணியார்டர் செய்து இருக்கிறாரே என்பது மட்டுமல்ல. அதைவிட அதிகமாய் ஆச்சரியப்பட்டது அவர் ஆர்டர் செய்திருந்த புத்தகம் குறித்துதான். காரணம், அவருக்கு வயது தொண்ணூறுக்கும் மேல்.

சொந்த ஊரில் தனியே வசிப்பவர். மனைவி இல்லை. 'என்னிடம் சொல்லியிருந்தால் நான் அந்தப் புத்தகத்தை உங்களுக்குக் கொடுத்திருப்பேனே!' என்றேன்.

‘ஊருக்கு வந்திருக்கீஹளா?’ என்றார்.

‘ஆம். நான் வந்திருக்கிறேன். இரண்டு மாதமாகிறது’ என்றேன்.

பின்பு, பதிப்பகத்தில் விசாரித்ததில் அவர் மணியார்டரில் வீட்டு முகவரி எழுதவில்லை என்று தெரிந்தது. பிறகு, பேசி ஏற்பாடு செய்தேன்.

நான்கு நாட்களுக்குப் பின் மீண்டும் போன் செய்தார். புத்தகம் நேற்று வந்தது என்றார். படித்து முடித்துவிட்டதாவும் சொன்னார். சுமார் 220 பக்கங்கள். ஒரே நாளில் படித்துவிட்டாரா?

மேலும், ‘உங்ககிட்ட வேற ஏதாவது புஸ்தகம் இருந்தா யார் கிட்டயாவது கொடுத்துவிடுறீஹளா?’ என்று கேட்டார்.

சரி என்றேன்.

அடுத்த நாள் அவருக்கு போன் செய்து முகவரி கேட்டேன். அவர் சொன்னது புரியவில்லை. தவிர உங்களுக்கு என்ன பிடிக்கும்... இனிப்பு வாங்கி வரவா என்று கேட்டேன். பால்கோவா பிடிக்கும் என்றார்.

பால்கோவா கொஞ்சம், சில பேக்கட் பிஸ்கெட்கள், மற்றும் என் புத்தகங்களில் இரண்டு, நான் படித்து முடித்திருந்த புத்தகங்களில் நான்கும் எடுத்துக்கொண்டு என் மனைவியோடு அவர் வீட்டுக்குப் போனேன்.

காரைச் சற்றுத் தள்ளி நிறுத்திவிட்டு தேடிக் கண்டுபிடித்து விட்டோம். ஒரு பெரிய மக்கிப்போன கதவுக்குள் இருந்த ஓர் ஆள் மட்டும் போகக்கூடிய சின்னக் கதவைத் தட்டியதும் உள்ளே இருந்து நைட்டி போட்டுக்கொண்டு வந்த பள்ளி போகும் வயதில் இருந்த ஒரு பெண் கதவைத் திறந்தாள். அவர் பெயர் சொல்லிக் கேட்க, அதோ என்று சொல்லி வலது பக்கம் கையைக் காட்டினாள்.

அவள் கைகாட்டிய பக்கம் தரையெல்லாம் செடிகொடிகள். பாதை சரியாக இல்லை. சற்றுத்தள்ளி ஒரு சின்ன சிமெண்ட் தளம். அதை ஒட்டிக் கம்பிகள் வைத்த மிகப் பழமையான வீடு. அவர் வீட்டுக்கதவைப் பூட்டிக்கொண்டிருந்தார்.

பழுப்பேறியிருந்த நைலான் எட்டு முழம் வேட்டி. மஞ்சள் நிறத்தில் கொஞ்சம் பழைய சில்க் சட்டை. நெற்றியில் பெரிய குங்குமப் பொட்டு. கனமான சரீரம். கொஞ்சம் கூன். திரும்பியவர்

எங்களைப் பார்த்ததும் முக மலர்ச்சியுடன் வாங்க வாங்க என்றார். மனைவியை அறிமுகப்படுத்தினேன்.

சாவி போட்டு பூட்டையும் கதவையும் திறந்தார். மூவரும் உள்ளே போனோம். அவர் வாயில் மாஸ்க் கட்டியிருந்தார். நாங்களும் கட்டியிருந்தோம். காற்றோட்டமாய் வெளியில் உட்கார்ந்து பேசுவோம் என்றுசொல்லி, அங்கு இருந்த மூன்று பிளாஸ்டிக் நாற்காலிகளை எடுத்து வீட்டுக்கு வெளியில் சிமெண்ட் தரையில் போட்டேன். கொஞ்சம் உடைந்திருந்த சேரில் அமர்ந்து கொண்டேன்.

வாங்கிச் சென்றிருந்த தின்பண்டங்களைக் கொடுத்துவிட்டு ஒவ்வொன்றாக எடுத்து விவரம் சொல்லி புத்தகங்களைக் கொடுத்தேன். சந்தோஷமாகப் பார்த்தார். பக்கத்தில் வைத்துக் கொண்டார்.

நாற்காலிகள் எடுத்தபோது அங்கே மேஜைமீது இருந்த 'சிக்கனம் சேமிப்பு முதலீடு' புத்தகம் கண்ணில்பட்டது. அதுபற்றி அவரிடம் நான் எதுவும் கேட்கவில்லை.

ஏதாவது சாப்பிடுங்களேன் என்றார். பிறகு அவரே மடமட வென்று பேசினார்.

'இந்த ஐப்பசி வந்தா 94 ஆரம்பிக்கிது. இப்ப மூணு மாசமா வெளியே எங்கயும் போகல. உ டம்புக்கு முடியல. ரண்டு மாசம் முன்னாடி ராத்திரி படுத்திருந்தவாக்குல கட்டில்ல இருந்து கீழ விழுந்திட்டேன். முகம் தரையில் மோதிருச்சு. இப்ப பரவால்ல.'

'அடடா! அதான் குனிஞ்சாப்ல நடக்கிறீர்களா?'

'அது வேற. போன வாரம் கீழ விழுந்த மூக்குக் கண்ணாடியை எடுக்க குனிஞ்சேன். தலைசுத்தி அப்படியே சுவத்தில முட்டி விழுந்திட்டேன். அதுல வலது பக்க முதுகில அடி. அதிலிருந்து அந்தப் பக்கம் ஒருக்களிச்சுப் படுக்க முடியல. ஒரே பக்கமாத்தான் படுத்துக்றேன்.'

'யாராவது டாக்டர்கிட்ட நான் கூட்டிப் போகவா?'

'வேணாம். இப்பப் பரவாயில்ல.'

'நீங்க தனியாவா இருக்கீங்க' - என் மனைவி.

'ஆமாம்' என்று சொல்லிச் சிரித்தார்.

‘உதவிக்கு?’

‘எதுக்கு? எதுவும் பிரச்னையில்ல. நான் எல்லா வேலையும் பார்த்திருவேன். வீடு கூட்றது, துடைக்றது எல்லாம்.’

‘துணி?’

‘குளிக்கையிலேயே அலசிப் பிழிஞ்சிறுவேன்.’

‘அப்படியா?’ என்று கேட்டுவிட்டு என்னை வியப்புடன் பார்த்தாள்.

‘அதுமட்டுமில்லம்மா. இதோ இந்தத் தோட்டத்தைக்கூட நான் தினம் கொஞ்சம் சுத்தம் பண்ணிக்கிட்டு இருக்கேன். நாளைக்கு எனக்கு ஒண்ணுன்னா, ஆளு, பேரு வருவாஹல்ல. அவுஹெல்லாம் உட்காரக் கொள்ள இடம் வேணுமில்ல’ என்றார்.

பேச்சை மாற்றும்விதமாக நான் ‘சாப்பாடு?‘என்றேன்.

‘ஒரு மெஸ்ஸில் இருந்து வருது. காலையில் இரண்டு இட்லி. மத்தியானத்துக்கு சாப்பாடு. அதையே ராத்திரிக்கும் வச்சுக்குவேன். காலையில அரை ஒழக்குப் பால் வந்திரும். இரண்டு வேளையும் நான் காபி போட்டுக்கிடுவேன்.’

‘மெஸ் சாப்பாடு பரவாயில்லையா’ - என் மனைவி.

‘அதெல்லாம் பார்த்தா ஆகுமா? ருசிக்குச் சாப்பிடுறது அவ போனதோட முடிஞ்சுபோச்சு. இருபது வருஷம் ஆச்சு.’

வீட்டைப் பாருங்க என்று உள்ளே அழைத்துப் போனார். வீடு சுத்தமாக இருந்தது. ஆனால் மேல் விதானத்தில் ஆங்காங்கே மழைத்தண்ணீர் ஒழுகிய திட்டுக்கள் தெரிந்தன. அடுப்படியில் ஒரு துருப்பிடித்த எலக்ட்ரிக் அடுப்பு. கழுவிக் கவிழ்த்திருந்த ஒரு பால் கேத்தல். மூன்று பூவன் வாழைப்பழங்கள். ரப்பர் பேண்ட் போட்டு வைத்திருந்த ஒரு பாதி மாரி ரொட்டிச் சுருள்.

சுவற்றில் கண்ணாடி போட்ட சட்டங்களுக்குள் கறுப்பு வெள்ளை மற்றும் கலரில் பல புகைப்படங்கள். அருகில் சென்று பார்த்தேன். மாலையும் கழுத்துமாய் மேல்சட்டை போடாமல்... அவரது மணிவிழாப்படமாக இருக்க வேண்டும். அருகில் இருந்த படத்தில் மனைவி நெற்றிக்கு நேராய் கண்ணாடி ஃபிரேம்மீது பெரிதாய் சந்தனமும் குங்குமமும். அடுத்த படத்தில் கோட்டுப் போட்டுக்கொண்டு அவர் எவரிடமிருந்தோ பரிசு வாங்குவது.

ஒரு பெரிய குரூப் ஃபோட்டோவைப் பார்க்கையில் அருகில் வந்து, மகன், மருமகள், பேரன் மற்றும் பேத்தியைக் காட்டினார். பேச்சில் பெருமிதம் தொனித்தது.

மகன் குடும்பத்தோடு மும்பையில் ஒரு தனியார் நிறுவனத்தில் வேலை பார்ப்பதாகச் சொன்னார்.

'பணம் ஏதாவது அனுப்புகிறாரா?' என்று என் மனைவி கேட்க,

'எனக்குத் தேவை இல்லையே! மாசம் ஏழாயிரம் பென்ஷன் வருது. அதிலேயே நான் மிச்சம் பிடிச்சு இரண்டு லட்சம் டெபாசிட் போட்டு வச்சிருக்கேன். அதில மகன் பேரையும் சேர்த்திருக்கேன். எனக்கப்புறம் அதை வாங்க அவன் சிரமப்படக்கூடாது' என்றவர் தொடர்ந்து, 'மேக்கொண்டு கேஷ் 10 ஆயிரம் உள்ளார மர பீரோல வச்சிருக்கேன். என்னைத் தூக்கிப் போட வேணுமில்லையா' என்றார்.

'இது சொந்த வீடுதானே! வாடகை இல்லையே!'

'ஆமாம். எங்கோட்டுத்தேன். எங்க அய்யா கட்டுன வீடு. 100 வருஷமாச்சு. நான் சம்பாதிக்கும்போதே சீட்டுக் கட்டுறாப்ல தொடர்ந்து பணங்கட்டி, மன்னார்குடியில 2500 சதுர அடி இடம் வாங்கியிருந்தேன். அந்த இடத்தை போன வருஷந்தேன் வித்து, 45 லட்சத்தை மகங்கிட்டக் கொடுத்தேன்.'

'பையன்தான் நல்லவேலையில இருக்கார்ல்ல. இடத்தை வித்த காசுல இந்த வீட்டை ரிப்பேர் பார்த்துக்கிட்டு இருக்கலாமில்ல. சமையலுக்கு, உதவிக்கு ஆள் வச்சுக்கிட்டு நீங்க சௌகர்யமா இருக்கலாம்ல!' என் மனைவி.

'எனக்கு என்னத்துக்கு இனி!' என்றார்.

அப்போது என் மனைவியின் கைபேசி ஒலிக்க, அவள் மொபைல்போனோடு வீட்டுக்கு வெளியே போனாள்.

நான் அவரோடு தொடர்ந்து பேசிக்கொண்டிருந்தேன். ஐந்து நிமிடத்தில் மனைவி திரும்ப வந்துவிட்டாள்.

நான் கொண்டுபோய்க் கொடுத்தது 'மகிழ்ச்சியாக வாழுங்கள்' என்ற புத்தகமும் அதேபோன்ற உள்ளடக்கம் இருக்கும் சில புத்தகங்களும். ஆனால், அவர் காசு அனுப்பி வாங்கிப் படித்து முடித்திருப்பது, 'சிக்கனம் சேமிப்பு முதலீடு' என்ற புத்தகம். அவருக்கு வயசு 93. பொறுப்புகள் எல்லாம் முடித்துவிட்டார்.

இன்னும் என்ன பணம்பற்றிய தெரிந்துகொள்ள ஆவல் என்று வியப்பாக இருந்தது.

மெதுவாய் அது குறித்துக் கேட்டேன். ‘மகனுக்கு அனுப்பத்தேன்’ என்றார் வேகமாய்.

சொல்லிக்கொண்டு கிளம்பினோம். மழை தூற ஆரம்பித்தது. காரில் ஏறி அமர்ந்ததும் மனைவி ஆச்சரியப்பட்டாள். ‘அப்பா! இவ்வளவு வயசான பின்னாடியும் மகன் சம்பாதிக்கிற சேமிக்கிற வழியெல்லாம் தெரிஞ்சுக்கணும்னு புஸ்தகம் வாங்கிப் படிச்சுட்டு அனுப்புறார் பாருங்க.’

நான் ஏதும் சொல்லவில்லை. காரின் சாவியைத் திருகி வண்டியை ஸ்டார்ட் செய்தேன். ‘இருந்த ஒரே இடத்தை 45 லட்ச ரூபாய்க்கு விற்று, அப்படியே தூக்கி மகன்கிட்டக் கொடுத்து இருக்காரு பாருங்க!!’

இருட்டிவிட்டதால் வண்டியின் ஹெட் லைட்டை ஆன் செய்தேன்.

‘அவருக்கு அந்த ஒரு பையன்தானா?’

‘ஆம்’ என்றேன்.

ஆனால், மனைவி வெளியில் போயிருந்தபோது அவர் சொன்ன, அந்தப் பையன் சுவிகாரம் வந்தவன் என்பதையோ, சுவிகாரம் வந்த புதிதில், வீட்டு விவரங்கள் தெரிந்துகொண்டபோது, ‘எல்லோரும் பணம் இருக்கிற வீட்டுக்குத்தான் பிள்ளை வருவார்கள். நீங்கள் என்ன இப்படி சொத்து ஏதும் இல்லை என்று சொல்கிறீர்கள்?’ என்று இவர் வீட்டுக்கு ‘பிள்ளை வந்தது’ குறித்து அவர் மகன் ஏமாற்றத்துடன் பேசியதையோ, நான் என் மனைவியிடம் தெரிவிக்கவில்லை.

•

15. இடைவெளி

‘சொந்தக் காரணங்களுக்காக என் வேலையை ராஜினாமா செய்கிறேன்’ என்று எழுதிக் கையெழுத்திட்ட அந்தக் கடிதத்தை நேரேபோய் ரீஜனல் மேனேஜர் சுந்தரசிம்மனிடம் கொடுப்பதற்காக நாற்காலியில் இருந்து எழுந்தாள் சியாமளா.

அதேசமயம் அவள் அமர்ந்திருந்த அறைக்குள் அவரே நுழைந்தார். ஏதோ கேட்பதற்காக சியாமளாவின் மேஜை அருகே வந்தவர், பேசுவதற்கு முன் தன் ராஜினாமா கடிதத்தை அவரிடம் கொடுத்தாள் சியாமளா.

வாங்கிப் பார்த்தவர் முகத்தில் லேசான அதிர்ச்சி. உடன் கொஞ்சம் சந்தோஷமும். அவர் ஏதும் சொல்லவில்லை. பேண்ட் பாக்கெட்டுக்குள் கையைவிட்டு செல்போனை வெளியே எடுத்தபடி விறுவிறுவென அறைக்கு வெளியே போனார்.

உடனே திரும்பி வந்தவர், வேறு எதுவும் பேசாமல் நின்றபடியே சியாமளாவின் மேஜைமீது அந்தக் கடிதத்தைப் பிரித்து வைத்து சியாமளா பார்க்கும்விதமாக அந்தக் கடிதத்தின் கீழ்ப் பகுதியில் இடது பக்கம். ‘அக்செப்டெட். வில் பி ரிலீவ்ட் ஆன்’ என்று எழுதி அந்த மாதத்தின் இறுதி நாளைக் குறிப்பிட்டார். பின்பு அவருடைய வழக்கமான நீட்டி முழக்கும் கையெழுத்தைப் போட்டார்.

அழுத்தமாக சியாமளாவை ஒரு பார்வை பார்த்துவிட்டு அந்தக் கடிதத்துடன் அறையைவிட்டு வெளியேறினார்.

சியாமளா அவர் அப்படிச் செய்வார் என்று எதிர்பாக்கவில்லை. முப்பது ஆண்டுகால சேவையை நினைத்துப் பார்க்காமல், 30 விநாடிகளில், 'போகாதீர்கள் இருங்கள்' என்றுகூடச் சொல்ல வேண்டாம். ஏன் ராஜினாமா என்றுகூடக் கேட்காமல் உடனே ஏற்றுக்கொண்டுவிட்டாரே என்று நினைக்கையில் அவள் கண்களில் நீர் தளும்பியது. தொண்டை அடைத்தது. அப்படியே நாற்காலியில் சாய்ந்து உட்கார்ந்துவிட்டாள்.

நடந்தவற்றைப் பார்த்துக்கொண்டிருந்த அந்த அறையில் இருந்த துறை ஊழியர்கள் வேகமாக சியாமளாவின் மேசை அருகே வந்தார்கள்.

'என்ன மேடம். என்ன பேப்பர் கொடுத்தீங்க? ஏன் ஒரு மாதிரியா இருக்கீங்க? என்ன ஆச்சு மேடம்?' என்றெல்லாம் தொடர்ந்து கேட்க, 'ஒன்றுமில்லை. நான் என் வேலையை ரிசைன் பண்ணிட்டேன். ஆர்.எம். ஏத்துக்கிட்டார். இன்னும் ஒரு வாரத்தில என்னை கம்பெனியில் இருந்து ரிலீவ் பண்ணிடுவாராம்' என்று குரல் கம்மச் சொல்லிவிட்டு பொங்கிய கண்ணீரை கைக்குட்டையால் துடைத்தபடிச் சொன்னாள். எழுந்து வாஷ் ரூம் போய்விட்டாள்.

சியாமளாவின் ராஜினாமா செய்தி அந்த கார்ப்பரேட் அலுவலகத்தின் மூன்று தளங்களிலும் வேகமாகப் பரவியது. சிலர் நேரில் வர, பலர் தொலைபேசியில் அழைத்தார்கள்.

பெரியவர் காலத்தில், கல்லூரிப் படிப்பு முடித்த இளம் பெண்ணாக வேலைக்குச் சேர்ந்து, சென்னையில் இயங்கிய மூன்று அலுவலகங்களில் ஒன்றான தி.நகர் கிளையில் நிர்வாகப் பயிற்சியாளராகச் சேர்ந்தவள். துடிப்பும் வேகமுமாய் ஆர்வத்துடன் வேலை செய்தவள். வேலையை விரைவாக கற்றுக்கொண்டு சரியான கேள்விகள் கேட்டு அதற்காகப் பாராட்டுகள் பெற்று பலரும் வியந்து பார்க்க நிறுவனத்துக்குள் கிடுகிடுவென வளர்ந்தவள். அதெல்லாம் ஒரு காலம்.

நிறுவனம் வியாபாரத்தில் எந்த இலக்கு கொடுத்தாலும் முதலில் முடித்துக்காட்டும் சியாமளா குறித்து மற்ற பல மேலாளர்களுக்கும் எப்போதும் பயம்தான்.

பெரியவர் நிறுவனத்தின் முதலாளியாக, எம்.டி.யாக இருக்கலாம். அவர் நடத்தும் கூட்டங்களில் ஊழியர்கள் சார்பாகவும் வாடிக்கையாளர்கள் சார்பாகவும் சரியான கேள்விகளை

அலங்காரம் இன்றி படபடவெனக் கேட்டு, ‘இந்த இளம் கன்று அடி வாங்கப் போகிறது’ என்று பலரும் நினைக்கையில், அதற்காகப் பெரியவரால் பலமுறை பாராட்டப்பட்ட இளம் அதிகாரி.

மழை, புயல், வெள்ளம், பந்த், தேர்தல், பொருளாதாரச் சுணக்கம், பணமதிப்பு நீக்கம் என 30 ஆண்டுகளில் எத்தனையோ சிக்கல்களைத் தாண்டி, தன் கிளையை, அதன் வியாபாரத்தைப் பல மடங்கு வளர்ச்சி காண வைத்த பெண் சிங்கம்.

தன் செயல்பாட்டுக்காகத் தனிப்படக் கொடுக்கப்படும் ஊக்கத் தொகையையும் ஊழியர்களுக்குப் பிரித்துக் கொடுக்கும், ஊழியர்களால் கொண்டாடப்படும் மேலாளர். நிறுவனத்தின் வளர்ச்சிக்காகத் தொடர்ந்து நல்ல ஆலோசனைகள் சொல்லிய திறமையாளர். வேறு நிறுவனங்களில் இருந்து கூடுதல் ஊதியத்துக்கு அழைப்பு வந்தபோது திரும்பிக்கூடப் பார்க்காத நிறுவன விசுவாசி.

பெரியவருக்குப்பின் அவர் மகன் எம்.டி. ஆனபோது பல்வேறு யோசனைகளை அவர் கேட்டாலும் கேட்காவிட்டாலும் தொடர்ந்து சொல்லிய தைரியசாலி. திறமையால் அவருடைய மதிப்பையும் ஆதரவையும் பெற்ற முக்கியமான மேலாளர்.

அவரோடு 20 ஆண்டுகள் பயணம்செய்த பின், ‘நிறுவனத்தின் வளர்ச்சிக்கான ஆலோசனை நிறுவனம்’ செய்த பரிந்துரைப்படி நிறுவனம் பல சிறு நிறுவனங்களாகப் பிரிக்கப்பட்டபோது, தான் இருக்கும் துறையிலேயே தொடர விரும்பிய சியாமளாவுக்குப் புதிய தலைவராக வந்தவர் எம்.டி.யின் மகள் லயா.

அயல்நாட்டில் படித்துவிட்டு குடும்ப நிறுவனத்துக்கு வந்திருந்த லயாவுக்கு வயது 26. அவர் வயதில் தனக்கு மகன் இருக்கிறான் என்றாலும், பணி அனுபவம் மட்டுமே அவர் வயதைக் காட்டிலும் நான்கு ஆண்டுகள் கூடுதலாக இருந்தது என்றாலும், எம்.டி. எம்.டி.தான் என்று புதிய எம்.டிக்கு மரியாதையுடன் கீழ்பணியாற்றியவர்.

தன்னை வேலைக்கெடுத்த பெரியவர், ஊக்கமும் இடமும் கொடுத்து வளர்த்த அவர் மகன் ஆகியோருக்குக் காட்டிய அதே மரியாதை மற்றும் விசுவாசத்தை எம்.டி லயாவிடம் காட்டிய சில தருணங்களில், அவர் பாராமுகமாகப் போனபோது சியாமளாவுக்கு வலித்தது.

அயல் நாட்டில் படித்துவிட்டு வந்ததால் வந்ததும் நிறுவனத்துக்குள் சில மாற்றங்கள் செய்யத் துடித்தார் லயா. தாத்தா மற்றும் தந்தை செய்ததைக் காட்டிலும் பெரிய அளவுகளில் உடனடியாகச் செய்ய முயன்றார்.

சியாமளா பணி செய்யும் நிறுவனத்துக்குப் பழைய எம்.டி. வருவதேயில்லை. புதிய எம்.டி. லயாவோ, எதற்கும் சியாமளாவை அழைப்பதோ பேசுவதோ இல்லை.

தவிர, புதிய எம்டி வந்த ஒரு மாதத்துக்குள் சில புதியவர்களை நிறுவனத்தில் சேர்த்தார். முக்கியமாக சியாமளாவின் துறைக்கு ஒரு ரீஜனல் மேனேஜரை அமர்த்தினார். இனி சியாமளா அவரிடம்தான் ரிப்போர்டிங் என்றார்.

ரீஜனல் மேனேஜர் சுந்தரசிம்மன் வந்தது வேறு ஒருவகை நிறுவனத்தில் இருந்து. இந்த நிறுவனத்தின் 'பிராடெக்ட்'கள் குறித்து அனுபவம் இல்லாதவர். அவர் சேர்ந்த ஒரே வாரத்தில் தன்னுடைய பழைய நிறுவனத்தில் இருந்து ஒரு எச்.ஆர். மேனேஜரை பரிந்துரைக்க, எம்.டி அவரையும் சேர்த்துக் கொண்டுவிட்டார்.

இந்த புதிய இருவர் கூட்டணி, நிறுவனத்தில் நடந்து கொண்டிருப்பது எதுவும் சரியில்லை எனவும் பலவற்றையும் மாற்ற வேண்டும் எனவும் சுற்றறிக்கைகள் மற்றும் மீட்டிங்குகள் நடத்தி உரக்கச் சொன்னார்கள். மீட்டிங்குகளில் லயாவும் இருப்பார்.

பெரியவர் மற்றும் அவர் மகன்போல் இந்த எம்.டி. இல்லை எனவும், இதுநாள்வரை நடந்துகொண்டதுபோல புது எம்.டி. யிடம் நடந்துகொள்ளமுடியாது எனவும், வாங்கும் ஊதியத்துக்கு எல்லோரும் முழுமையாக வேலை செய்தாகவேண்டும் எனவும் ரீஜனல் மேனேஜர் தினசரி நடக்கும் 'மார்னிங் மீட்டிங்' இல் சொல்ல ஆரம்பித்தார். இதெல்லாம் சியாமளவுக்குப் பிடிக்க வில்லை. இப்படியெல்லாம் ஊழியர்களிடம் எவரும் பேசியதில்லை. அவர்களும் அப்படிப்பட்டவர்கள் இல்லை.

'சரியாக வேலை செய்யாதவர்கள் எவ்வளவு காலமாக வேலை செய்துகொண்டிருந்தாலும் வெளியே அனுப்பப்படுவார்கள்' என்றார் எச்.ஆர். மேலும் 'உங்களுக்கெல்லாம் ஊதியம் அதிகம். அதற்குரிய வியாபாரம் நடக்கவில்லை' என்றார் சுந்தரசிம்மன். புதிய 'பிராடெக்ட்'களின் விற்பனை மட்டுமே 'டார்கெட்

அச்சிவ்ட்' கணக்கில் எடுத்துக்கொள்ளப்படும்' என்றார்கள் இருவருமாக. லயா தலையாட்டினார்.

முதல் கூட்டத்தில் சியாமளா வாயைத் திறக்கவில்லை. இரண்டாவது கூட்டத்தில் அவரைப் பெயர் சொல்லி அழைத்துக் கருத்துக் கேட்டதும், 'இவ்வளவு டார்கெட்கூட சரி. ஆனால் இதுபோன்ற 'பிராடெக்ட்'களை நம் வாடிக்கையாளர்களிடம் வேகமாக விற்க முடியாது. அவர்களிடம் புதிய 'பிராடெக்ட்' களுக்கான தேவையை உணரவைக்கவேண்டும். அல்லது வேறு புதிய வாடிக்கையாளர்களைக் கண்டுபிடிக்கவேண்டும். இதற்கெல்லாம் கொஞ்சம் அவகாசம் வேண்டும்' என்றார். அவர் பேசப்பேச ரீஜனல் மேனேஜர், எம்.டி. முகத்தை அடிக்கடித் திரும்பிப் பார்த்தார்.

அடுத்த வாரம் சியாமளாவின் குழுவில் இருந்த இருவர் 'டார்கெட் அச்சிவ்' செய்யவில்லை என வேறு துறைக்கு மாற்றப் பட்டார்கள். இது சியாமளாவுக்கு முன்கூட்டியே தெரியாது. இதுகுறித்து எம்.டி. லயாவுடன் பேசமுற்பட்ட போது, சுந்தரசிம்மன் மற்றும் எச்.ஆரிடம் பேசி முடித்துக் கொள்ளச் சொல்லிவிட்டார்கள்.

ஞாயிறு அன்று கணவனிடம் பேசிய சியாமளா, வேறு எவரிடமும் ஏதும் சொல்லாமல், திங்கள் காலை ராஜினாமா கடிதம் கொடுக்க முடிவு செய்திருந்தார். அழைத்துப் பேசினாலும் இருக்க ஒப்புக்கொள்வதில்லை என்பது அவர் முடிவு.

எத்தனை பேரை போகவிடாமல் தடுத்திருப்பேன். முப்பதே விநாடிகளில் ஏற்றுக்கொண்டுவிட்டாரே இவர். இவர் யார்? எப்போது வந்தார்? நான் எத்தனை ஆண்டுகளாய் இது என் நிறுவனம் என்று எண்ணி வேலை செய்துகொண்டிருந்தேன். அவ்வளவுதானா... எல்லாம் முடிந்துபோனதா?

'நீங்க பெரிய எம்டி கிட்ட போன்ல பேசுங்க மேடம்.'

'அவங்க கிட்ட எல்லாம் சொல்லாமல் நீங்க கம்பெனியை விட்டு போகக் கூடாது.'

'நீங்க ஏன் மேடம் போகணும்? புதுசா வந்தவங்க கொஞ்ச நாள்ல விட்டுட்டுப் போயிடுவாங்க. கம்பெனிக்குதான் நஷ்டம். நீங்க எவ்ளோ செஞ்சி இருக்கிங்க.'

‘உங்கப்பா ஆஸ்பத்திரில இருந்தப்பகூட கம்பெனிக்கு விடாம வந்தவங்க நீங்க. புதுசா வந்தவங்களுக்கு என்ன தெரியும்? உங்க ராஜினாமாவைத்தான் எதிர்பார்த்தாங்க. நீங்க கரெக்டா செஞ்சிட்டீங்க.’

நண்பர்கள், விசுவாசிகள் என்ன சொல்லியும் சியாமளா ஏற்றுக் கொள்ளவில்லை. எவரிடமும் போகவில்லை. பேசவில்லை.

தகவல் தெரியவந்து அதிர்ச்சி அடைந்த பழைய எம்.டி போனில் அழைத்தார். சியாமளா, ‘பரவாயில்ல சார். எனக்கு என்ன இன்னும் மூணு வருஷம்தான் சர்வீஸ் இருக்கு. பழசெல்லாம் தெரிஞ்சவங்க இருந்தா புதுசா வந்தவங்களுக்கு கஷ்டம்தான். எது சரி எது தப்புன்னு சொல்லிக்கிட்டே இருப்போம். புதுசா வந்தவங்களுக்கு அது இடைஞ்சல். அவங்களால எதுவும் செய்ய முடியாது. அவுங்க வயசு குறைவு. இன்னும் நிறைய காலம் வேலை செய்ய வேண்டியிருக்கு. அவங்க செய்யட்டும். நான் கிளம்புறேன்.’

எம்.டி அதற்குப் பிறகு கட்டாயப்படுத்தவில்லை. லயாவை அவர் அனுமதிப்பதும் அதே காரணத்துக்காகத்தான் என்பதைச் சொல்ல வில்லை.

•

16. ஓர் அமாவாசை நாள்

'வெள்ளிக்கிழமை அமாவாசை தெரியுமில்ல. மறக்காம தர்ப்பணம் பண்ணிடுங்க.'

மனைவி இப்படிச் சொன்னதும் திக் என்றிருந்தது. வியாழன் வெள்ளி இரண்டு நாட்களும் மதுரையில் வேலை. தயாரிப்பாளர் நிறுவனம் நடத்தும் பயிற்சி. ரெசிடென்ஷியல் புரோகிராம் என்பதால் தங்கப்போவது அவர்களே ஏற்பாடு செய்திருக்கும் ஹோட்டலில். கோயில் எங்கிருக்கோ, குளம் எங்கிருக்கோ.

'பச்சரிசி, வெல்லம், பாசிப்பருப்பு, வாழைக்காய், தேங்காய், வெற்றிலை பாக்கு, பழம் வாங்கிப்போய் அய்யருக்குத் தானம் கொடுக்கனும். காலையில டிபன் வேண்டாம். தர்ப்பணம் செய்தபின் நேரா சாப்பாடுதான் சாப்பிடனும். இலை போட்டு' தெளிவாகச் சொல்லிவிட்டாள்.

வியாழன் அன்று மதுரை போயாயிற்று. பெரிய ஹோட்டலில் தங்க ஏற்பாடு செய்திருந்தார்கள். இரண்டு நாட்கள் முக்கியமான பயிற்சி. நேரத்துக்கு ஆரம்பிப்பதில் குறியாக இருப்பார்கள். முதல்நாள் மாலை பயிற்சி முடியும்போது மறுநாள் ஆயத்தம் செய்து எடுத்துவந்து பேசவேண்டிய வேலை ஒன்றை ஹோம் ஒர்க் ஆகக் கொடுப்பார்கள். நாங்கள் டீலராக இருக்கும் அந்தத் தயாரிப்பாளர் நிறுவனத்தில் பயிற்சிகள் அப்படிதான் நடக்கும்.

'இது வருஷத்துக்கு ஒருமுறை வருகிற மகாளய அமாவாசை. வருஷம் முழுக்கக் கொடுத்த பலன் கிடைக்கும். அப்பா

அம்மாவை, முன்னோர்களை நினைச்சுக்க, அவர்கள் ஆசீர்வாதம் பெற அவசியம் செய்யணும். வேலை இருந்திச்சு. நேரமில்லை அப்படி இப்படி என்று விட்டுவிடாதீர்கள்.'

பயிற்சி எப்போதும்போல டைட்டாகத்தான் இருந்தது. ஆறுமணிக்கு முடியும் என்று பார்த்தால் ஏழரைக்குத்தான் முடித்தார்கள். காலையில் ஆறு, ஆறரைக்குக் கிளம்பிப் போனால் பக்கத்தில் ஏதாவது ஒரு கோயில் வாசலில் தர்ப்பணம் கொடுத்து விடலாம். அது ஒன்றும் சிரமமாக இருக்காது. மதுரையில் இல்லாத கோயிலா?

முன்னதாகவே பொருள்கள் வாங்கிவைப்பதுதான் கடினமான வேலை என்று அதற்காக ஹோட்டலில் டூட்டி முடித்துக் கிளம்பிய ஒரு பையனிடம் கூடுதலாகவே பணம் கொடுத்து, சுமதி சொல்லிய, தானம் கொடுக்கவேண்டிய பொருள்கள் எல்லாம் வாங்கிவரச் சொன்னேன். அவன் இரவு ஏழுமணிக்கெல்லாம் வாங்கிவந்துவிட்டான். முடிந்தது வேலை. அதன்பின் நிம்மதியாக சாப்பிட்டுவிட்டு , ஹோம் ஒர்க்கும் முடித்துவிட்டு காலை ஐந்து மணிக்கு மொபைல் போனில் அலாரம் வைத்து விட்டுப் படுத்தாயிற்று.

இரண்டாம்நாள் பயிற்சி காலையில் 9 மணிக்கு ஆரம்பிக்கும். எட்டரைக்குள் தர்ப்பண வேலையை முடித்துக்கொண்டு வந்துவிட்டால் பிரேக்ஃபாஸ்ட் சாப்பிட்டுவிட்டு கிளாஸுக்குப் போகச் சரியாக இருக்கும்.

சென்னையில் மாதாமாதம் மைலாப்பூர் போய்விடுவது வழக்கம். கபாலீஸ்வரர் கோயில் குளத்தங்கரையில் தர்ப்பணம் செய்து வைக்கும் அய்யர்கள் பலர் குளத்தின் உள்படிக்கட்டுகளில் தள்ளித் தள்ளி உட்கார்ந்திருப்பார்கள். சிலரிடம் செய்துகொள்ள வரிசை கூட உண்டு. குறிப்பாக லட்சுமிகாந்தம் அய்யர். தெலுங்குக்காரர். இரண்டு மகன்களும் வசதியாக ஹைதராபாத்தில் இருக்கிறார்கள். இவர் சென்னை வந்து நாற்பது வருடங்கள் ஆகிறது என்று சொல்லுவார். என் அப்பா வீட்டில் எல்லா ஹோமங்களுக்கும் அவரைத்தான் அழைப்பார்கள்.

'என்ன முதலியார் கொஞ்சநாளா ஏதும் ஹோமம் பண்ணலை?' என்று அப்பாவிடம் உரிமையோடு கேட்பார். அம்மாவிடமும் அம்மா அம்மா என்று சகஜமாகப் பேசுவார். சகோதர சகோதரிகள் எங்கள் எல்லோரையும் அவருக்கு நன்றாகவே பழக்கம். நாங்கள்

செய்யும் வேலைகளும் அவருக்குத் தெரியும். எங்களை எல்லாம் வா போ தான்.

நான் எப்போதும் காத்திருந்து அவரிடம்தான் மாதாந்திரத் தர்ப்பணம், வருடாந்திர திதி கொடுப்பேன். அவர் சொல்லுவது தான் பணம். முன்னூறு குடு, ஐநூறு கொடு என்பார். அப்பாவுக்கே கொடுப்பதுபோல இருக்கும்.

இந்த அமாவாசைக்கு மதுரையில். அதுவும் மகாளய அமாவாசையாமே.

ஹோட்டல் ரிசப்ஷன் கவுன்டரில் கேட்டதற்கு சரியான தகவல் கிடைக்காதது மட்டுமல்ல, தர்ப்பணம் என்றால் என்னவென்றே அவர்களுக்குத் தெரியவில்லை என்பதும் புரிந்தது. ஆட்டோ ஒன்றில் ஏறி கோயில் குளம் ஒன்றுக்குப் போகலாம் என்று முடிவு செய்தேன். ஆட்டோக்காரர் மாரியம்மன் கோயில் குளத்தருகில் நிறுத்தினார். இறங்கிப் போனால் அப்படி ஏதும் அங்கு நடப்பதாகத் தெரியவில்லை. குளத்தைச் சுற்றி சிலர் வாக்கிங் போய்க்கொண்டிருந்தார்கள். சற்று நகர்ந்து குளத்தின் உள்படிக் கட்டுகளில் பார்க்கலாம் என்று போனேன். குளத்தில் சொட்டுத் தண்ணீர் இல்லாதது மட்டுமல்ல. பல ஏக்கர் பரப்பளவுள்ள அழகிய சதுர வடிவிலான குளம் முழுக்க பச்சைப் பசேல் என்று இருந்தது. இளைஞர்கள் பல டீம்களாக ரப்பர் பந்து கிரிக்கெட் ஆடிக்கொண்டிருந்தார்கள்.

மைலாப்பூரில் இன்னேரம் தெற்கு மாடவீதி மற்றும் கோவில் கோபுர வாசல் பக்கம் எக்கச்சக்க கூட்டம் இருக்கும். இருசக்கர வாகனங்களும், பூ, பழம் அகத்திக்கீரை போன்றவற்றை விற்பவர்களு மாக விஷேச அமாவாசைகள் அன்று கூட்டம் மொய்க்கும்.

மதுரையில் யாருக்கும் தெரியவில்லையே என்ற வியப்புடன் கடிகாரத்தைப் பார்த்தேன். மணி ஏழேகால். கையில் கனக்கும் பை. பைக்குள் அரிசி முதலியன. மனதில் 9 மணி பயிற்சி நினைப்பு.

ஆட்டோ ஏறும் முன் நினைவு வந்து மதுரையில் இருக்கும் உறவினர் ஒருவரிடம் மொபைல் போனில் , எங்கே தர்ப்பணம் கொடுக்கமுடியும் என்று கேட்க, அவர், ‘தம்பி, மீனாட்சி அம்மன் கோயிலுக்குப் போங்க. சரபேஸ்வரர் சன்னதிக்குப் பக்கத்தில செய்வாங்க’ என்றார். நன்றி சொல்லிவிட்டு மீண்டும் ஆட்டோ ஏறினேன்.

மீனாட்சி அம்மன் கோயில் வாசலில் கம்பித் தடுப்பு. பக்கவாட்டில் போய், போலீசாரின் செக்கப் முடித்து வேகம் வேகமாக சரபேஸ்வரர் சன்னதியை விசாரித்துக்கொண்டு அங்கே போனால்... திருவிழாக்கூட்டம்போல பெரிய கூட்டம்.

பெரிய தென்னங்கீற்றுப் பந்தல். அதனடியில் கல்யாணப் பந்தியில் சாப்பிட உட்கார்ந்திருப்பவர்கள்போல வரிசையாக ஆண்கள், சட்டையில்லாமல். அவர்கள் எல்லோர் முன்பும் ஓர் எவர்சில்வர் தட்டு. அதில் மஞ்சள் கலந்த அரிசி. உடன் பூ பழம் இத்யாதி. அந்த வரிசைகளுக்கு நடுவில் நாமம் போட்ட ஒரு கருப்புக் குருக்கள், கையில் மைக் வைத்துக்கொண்டு மேலும் கீழுமாக நடந்தபடி வாக்கியம் வாக்கியமாகச் சொல்ல, அமர்ந்திருப்பவர்கள் கண்களை மூடியபடி அவர் சொன்னதைத் திருப்பிச் சொல்லிக் கொண்டிருந்தார்கள்.

உட்கார்ந்திருக்கும் ஒவ்வொருவர் பின்பும் மூன்று நான்கு பேர் என, அவர்கள் முடித்ததும் அடுத்த 'பந்தி'க்கு அமரத் தயாராக பலர் காத்திருந்தார்கள். அவர்கள் பக்கத்தில் சில பெண்கள். சிலர் கைகளில் கணவன் அல்லது மகன் கழற்றிக்கொடுத்த சட்டை, பனியன் போன்றவை.

நானும் அமர்ந்திருக்கும் ஒருவர் பின் நெருக்கியடித்து நின்று கொண்டு, எப்படி நடக்கும் எவ்வளவு நேரம் ஆகலாம் என்று ஒருவரிடம் கேட்டேன். 'சீக்கிரம் முடிச்சுடுவாங்க' என்றார். மேலும் 'நீங்க புதுசா? போய் டோக்கன் வாங்கிடுங்க' என்றார்.

டோக்கன் 20 ரூபாய். மணி பார்த்தேன். மணி எட்டு. பயிற்சி எடுப்பவரின் முகம் நினைவு வந்தது. தாமதமாகவெல்லாம் வரக்கூடாது என்றுதான் ஹோட்டலிலேயே தினம் 3000 ரூபாய்க்கு ரூம் எடுத்துத் தருகிறார்கள். தவிர எவர் தாமதமாக வந்தார் என்கிற விவரமெல்லாம் எங்கள் அலுவலகத்துக்கு அனுப்பிவிடுவார்கள்.

அடுத்து என்ன நடக்கும் என்று கேட்டேன். 'எள்ளும் தண்ணியும் இறைத்தபின், கற்பூரம் காட்டச் சொல்லுவார். பின்பு எழுந்து நின்று, நிற்கும் இடத்திலேயே மூன்றுமுறை சுத்தச் சொல்லுவார்.'

'பின்பு நாம் அந்த இடத்தில் உட்கார்ந்துகொண்டு விடலா மில்லையா?'

'உட்காரலாம். அதற்கு முன் அவர் தர்ப்பணம் செய்துவைத்த ஒவ்வொருவரிடமாக வருவார். வந்து நெற்றியில் மஞ்சளும்

அரிசியிலுமான திலகம் வைப்பார். அதன்பின் அவர்கள் விரும்பும் தட்சணையை அவருடன் வரும் அந்த அம்மா நீட்டும் துணிப்பைக்குள் போடவேண்டும். அதன்பின் அடுத்த பேட்ச் உட்காரவேண்டியதுதான்.'

'நமக்கு ஆரம்பிக்க இன்னும் எவ்வளவு நேரமாகும்?'

'ஒன்பதுக்கெல்லாம் முடிச்சிடலாம்.'

'என்னது! ஒன்பதுக்குத்தான் முடியுமா?'

கொஞ்சம் சத்தமாகவே கேட்டுவிட்டேன்போல. சிலர் திரும்பிப் பார்த்தார்கள்.

யோசனையாக இருந்தது. இங்கிருந்து ஹோட்டல் போய்ச் சேரவே அரைமணி ஆகிவிடும். ஒன்பதுக்கு முடித்து, ஆட்டோ கிடைத்துக் கிளம்பி, டிஃபன் சாப்பிடாமல் போனால்கூட பத்து மணிக்கு முன்பாகப் போகமுடியாது. ஒன் அவர் லேட்டா... போச்சு.

முடிவெடுத்தேன். மனசில்லாமல்தான் வாசலை நோக்கி வந்தேன். கையில் அரிசியும் தேங்காய் பழமும் கனத்தன. வரும் வழியில் முன்னங்கால்களில் ஒன்றையும் பின்னங்கால்களில் ஒன்றையும் லேசாக மாற்றி மாற்றி உயர்த்தியபடி யானை ஒன்று நின்றிருந்தது. அருகில், தரையில் அமர்ந்திருந்த பாகன், கையில் பிடித்திருந்த அங்குசத்தால் யானையின் துதிக்கையை மடக்கிப் பிடித்துக்கொண்டிருந்தான். சில சிறுமிகள் பயம் கலந்த ஆர்வத்துடன் அருகே நின்றிருந்தார்கள். நான் அருகில் போனதும் என்னை நோக்கி அதன் தும்பிக்கை நீண்டது. நினைவுவந்து வாழைப்பழத்தை எடுத்து நீட்டினேன். வேகமாக வாங்கி வாய்க்குள் போட்டுக்கொண்டது யானை. அடுத்து முழுத் தேங்காயை எடுத்தேன்.

'தேங்காயை இப்படிச் சாப்பிடாது தம்பி. அங்கின வன்னிப் பிள்ளையார் இருக்கார். அவருக்கு உடச்சிடுங்க' என்றார் யானைப் பாகன். ஓட்டமும் நடையுமாக வன்னிப் பிள்ளையாரிடம் போய் தேங்காயை சிதறு அடித்துவிட்டு, ஊதுபத்தியைக் கொளுத்தி வைத்துவிட்டு, நடந்தேன். பையில் இன்னமும் பொருள்கள் இருந்தன.

'குருக்கள் யாராவது தென்பட்டால் அரிசி, பருப்பு, வெல்லம், வாழைக்காயைக் கொடுக்கலாம் என்றால் யாரையும் காணோமே.'

கோயில் சுத்தம் செய்யும் அம்மணி ஒருவர் நீலநிறப் புடவை யுடன் எதிரில் வர அவரிடம் விவரம் சொல்லி, அவற்றைக் கொடுத்து விட்டு வேகம் வேகமாக வெளியேறியவனின் கையை யாரோ பிடித்து இழுத்தார்கள்.

'இந்தாங்க தம்பி பிரசாதம் வாங்கிட்டுப் போங்க' ஒருவர் தொன்னையில் சர்க்கரைப் பொங்கல் கொடுத்தார்.

கையில் தொன்னையுடன் ஆட்டோ பிடிக்கும் வேகத்தில் கடிகாரத்தைப் பார்த்தபடி வெளியே வந்தேன். வெயில் சுள்ளென்று அடித்தது. வாசலில் ஒரு பெரியவர். அழுக்குச் சட்டை. அதைவிட அழுக்காக பேண்ட். கனத்த கண்ணாடி. முகமெல்லாம் அரைகுறையாக நரைத்த தாடி. ஆனால், தலையும் தாடியும் படிய வாரப்பட்டிருந்தன. தனக்குத்தானே சத்தமாக ஏதோ பேசியபடி வந்த அவரைக் கண்டு சிலர் வேகமாக ஒதுங்கினார்கள். சர்க்கரைப் பொங்கலை அவரிடம் கொடுத்துவிடலாம் என்று போனேன். தவிர, அமாவாசை அன்று யாருக்கேனும் சாப்பாடு போட வேண்டும் என்பாள் சுமதி. இவருக்குப் பணம் கொடுக்கலாம் என்று முடிவு செய்து, அருகில் போய் தொன்னையையும் 100 ரூபாய் தாள் ஒன்றையும் நீட்டினேன். அவர் வாங்குவாரா மாட்டாரா என்று சந்தேகமாக இருந்தது.

'என்ன?' என்றார் சத்தமாக.

'பிரசாதம்' என்றேன் தயங்கியபடி.

அடுத்து, 'இது என்ன?' என்றார் ரூபாய் நோட்டைப் பார்த்து.

'ரூபாய்' என்றேன் மெதுவாக.

'அவர் கிட்டப் போகாதீங்க' என்றார், எதிரில் சைக்கிளில் போன ஒருவர்.

இரண்டையும் வாங்கிக்கொண்டு மௌனமாக இருந்தார். வாங்கிக்கொண்டதுவரை சரி என்று அருகில் நின்ற ஆட்டோ நோக்கி வேகமாக நகர்கையில் அவர் எதோ சத்தம் போடுவது போல இருந்தது. அவர் பக்கம் திரும்பிப் பார்த்தேன்.

நின்ற இடத்தில் இருந்தபடியே என்னைப் பார்த்து, 'நீடூழி வாழ்க' என்று சொல்லிவிட்டு சத்தமாகச் சிரித்தார்.

அதன்பின்னர் ஹோட்டல் போகும்வரை நான் கடிகாரத்தைப் பார்க்கவில்லை.

•

17. இப்படியும் ஒரு தற்கொலை?

'உங்க பேரு?'

'பேரு அவசியமா?'

'இல்ல. வேணாம். நீங்க யாரை பத்திச் சொல்லப் போறீங்க?'

'என் அம்மாவைப் பத்தி.'

'சொல்லுங்க.'

'அம்மா ரொம்ப அழகு. நல்ல சிவப்பு. நடுத்தர உயரம். கொஞ்சம் கனத்த உடம்பு. படிப்பு ஒன்பதாவதுவரை. அப்போவெல்லாம் படிக்க அனுப்ப மாட்டாங்க. அம்மா பிறந்தது, 1931.'

'ஓ...'

'ஆனா, எல்லா விவரமும் தெரியும். பாலிடிக்ஸ் கூட பேசுவாங்க. எங்க தாத்தா பிரிட்டிஷ்கிட்ட வேலை பார்த்தவர். எங்கப்பாவைப் படிக்க லண்டன் அனுப்பிச்சார். அப்பா படிச்சிட்டு அங்கேயே வேலையில சேர்ந்திட்டார். கொஞ்சம் வருஷம் கழிச்சு அம்மாவையும் எங்களையும் லண்டனுக்கு கூட்டிட்டுப் போயிட்டார். நாங்க படிச்சது அங்கதான். யாம் அப்படிங்கற ஊர்ல.'

'நல்லா தமிழ் பேசுறீங்க?'

'நாங்க லண்டனுக்குப் போனபோது எனக்கு வயசு 11. அதுக்கு முன்னாடி படிச்சது எல்லாம் இந்தியால, எங்க ஊர்லதானே. தவிர வீட்ல எப்பவும் தமிழ்தான்.'

‘நீங்க மொத்தம் எத்தனை பேரு?’

‘பிள்ளைங்களா? நான். என் அண்ணன். இரண்டு பேர்தான்.’

‘ஓகே. அப்புறம்? உங்க அம்மா பத்தி சொல்லுங்க. அவுங்க என்ன விதத்தில ஸ்பெஷல்?’

‘சொல்றேன் சொல்றேன். வருஷா வருஷம் இந்தியா வருவோம். ஒருமுறை வந்து இருந்தபோது திடீர்ன்னு அம்மாவுக்கு ஸ்ட்ரோக் அட்டாக் ஆயிடுச்சு. பக்கவாதம்.’

‘அய்யய்யோ! கைகால் விழுந்திடுச்சா?’

‘இல்ல. இடுப்புக்கு கீழே மட்டும்.’

‘ஓ! அப்படின்னா?’

‘இடுப்புக்கு கீழே உணர்வே இருக்காது. கம்ப்ளீட்டா.’

‘அப்படிகூட வருமா என்ன?’

‘வந்துதே!’

சென்னையில பாம்பேயிலன்னு பல டாக்டர்கள் கிட்ட அப்பா, அம்மாவைக் கூட்டிட்டுப்போய் காமிச்சாங்க. யாராலயும் சரி செய்ய முடியல. கேரளா போய் இரண்டு வாரம் தங்கி ஆயுர்வேத டிரீட்மென்ட்கூட எடுத்துப் பார்த்தாங்க. இம்ப்ரூவ்மெண்ட் இல்லை. அப்பாவுக்கு ஆபீஸ் லீவு எல்லாம் முடிஞ்சு போச்சு. நாங்களும் போயாக வேண்டிய கட்டாயம். அம்மாவைக் கூட்டிக்கிட்டு லண்டனுக்குத் திரும்பிட்டோம்.

அங்க போயி வீட்ல வெச்சுக்கிட்டோம். நான் எல்லாம் செய்தேன். அம்மாவைப் பார்த்த அங்கிருந்த ஓர் இந்திய டாக்டர் தான் மீண்டும் செக்கப் எல்லாம் செஞ்சிட்டு விவரம் சொன்னார்.

முதுகுத்தண்டோட கீழ் பகுதியில உள்ளுக்குள்ளாகவே ஒரு கட்டி கிளம்பி வளர்ந்துக்கிட்டு இருக்குன்னும், அதுதான் உடம்புக்கு கீழ் போற ஒவ்வொரு நரம்பையா கட் பண்ணிக்கிட்டிருக்குன்னும் சொன்னார். அதன் அளவை வச்சு, அது அநேகமா ரெண்டு வருஷமாக இருக்கலாம்னு சொன்னார்.

முன்னவெல்லாம் அம்மா முதுகு வலிக்குதுன்னு சொல்லியிருக் காங்க. ஆனா, அவுங்களே அதுக்கு அதிகம் வேலை செய்யாம, சில எக்ஸ்சர்சைஸ்கள் செஞ்சாப் போதுமின்னு நினைச்சாங்க.

நாங்களும் விட்டுட்டோம். எங்க வீட்ல யாருமே அதை இவ்வளவு சீரியஸ் விஷயமுன்னு நினைக்கல.'

'அந்த டாக்டர் அதை சரி பண்ணிட்டாரா?'

'இல்ல. டாக்டர் அது சரி செய்யக்கூடிய கட்டத்தை தாண்டிடிச்சின்னு சொன்னாரு. 'இந்த ஸ்டேஜ்ல ஆபரேஷன் ரொம்ப ரிஸ்க். மருந்து மாத்திரையில இருக்கிற லெவல்ல மெயிண்டெயின் பண்ணலாம். அதுவே பெரிசு'ன்னு ஒப்பனா சொல்லிட்டாரு. 'உயிருக்கு ஏதும் ஆபத்தாயிடுமா'ன்னு கேட்டோம். 'சுகர், பிபி எதுவும் இல்லாததால உடம்பு நல்லா இருக்கு'ன்னு சொல்லிட்டு, 'இதை இப்படியே மெயிண்டெயின் பண்ணிக்கிட்டு இருந்தா, இன்னும் தாராளமா 20 வருஷம்கூட நல்லா இருப்பாங்க' ன்னு சொன்னாரு.

'இப்படியெல்லாம் வீல் சேர்ல கூட்டிக்கிட்டு வந்து நீங்க அம்மாவைச் சிரமப்படுத்த வேண்டாம். எனக்குத் தெரிஞ்ச ஒரு ரீஹேபிலிடேஷன் சென்டர் இருக்கு. அங்க சேர்த்திடுங்க. அவங்க நல்லா பார்த்துக்குவாங்க. நீங்க முடிஞ்சப்பெல்லாம் வந்துட்டுப் போகலாம்' அப்படின்னும் சொன்னார். அம்மா அப்பா ரெண்டு பேரும் யு.கே சிட்டிசன்ஸ்கிறதால எதுவும் செலவில்ல. எல்லாம் ஃபிரீதான்.

நானும் என் ஹஸ்பண்டும் வேலைக்குப் போகணும். அண்ணனுக்கு சவுத் ஆப்பிரிக்காவில் வேலை. அவன் ஒரே வாரத்தில் திரும்பவேண்டிய நிலைமை. லீவு முடிஞ்சிருச்சு. அம்மா உயிருக்கு ஒண்ணும் பிரச்னை இல்லைன்னு தெரிஞ்சவுடனே அவன் கிளம்பிட்டான்.

'இப்பத்திக்கு அம்மாவுக்குத் தேவைப்படும் வசதிகள் வீட்ல இல்லை. வீட்டைக் கொஞ்சம் ரெடி பண்ணிக்கிட்டு அம்மாவை கொண்டுவந்து வச்சுப்போம்ன்னு' என் ஹஸ்பண்ட் சொன்னாரு. அப்பா ஒன்னும் சொல்லலை. அவர் ரொம்பவே உடைஞ்சு போயிருந்தாரு.

எனக்கு மனசேயில்லை. ஆனா, வேற வழி தெரியலை. கொண்டுபோய்ச் சேர்க்க முடிவு செய்தோம். அம்மாவுக்கும் அதுதான் சரின்னு பட்டுச்சு. காரணம், வீட்ல நான் ஒத்தை ஆளா அம்மாவுக்கு எல்லாம் செய்ய சிரமப்படுறத அவுங்க பார்த்திருந்தாங்க. உடம்பை நிமிர்த்தி உட்கார வைக்கிறது, காலைத்தூக்கி கீழ சுத்தம் பண்றது, குளிக்க வைக்க ஏற்பாடு

எல்லாம் தொடர்ந்து செய்யமுடியாம நான் சிரமப்பட்டேன். அந்த நாட்ல அதுக்கெல்லாம் ஆள் வைச்சா ரொம்ப காசாகும்.'

'உங்ககூட வேற யாரும் இல்லையா?'

'இல்ல. அப்ப எங்கள் பிள்ளைகள் பிறக்கல்ல. நான் அம்மாவுக்குச் செய்யும்போது அம்மா கண்ணுல கண்ணீர் வரும். 'நான் என்ன பண்றது! என்னால கட்டுப்படுத்த முடியல. இதெல்லாம் வந்து தொலைக்குது' ன்னு அவுங்க யூரின், மோஷன் போறதுபற்றி ரொம்பக் குற்ற உணர்வா ஃபீல் பண்ணுவாங்க. 'நாம் போறத இவங்க எல்லாம் சுத்தம் பண்றாங்களே'ன்னு ரொம்ப வருத்தப்படுவாங்க.

சமயத்தில நான் ஏதாவது போன் கால்ல இருந்தா அவர் செய்ய வேண்டி வரும். அவரு அதைப் பெருசா எடுத்துக்கலன்னாலும் அம்மாவால ஏத்துக்கவே முடியலை. 'மாப்பிள்ளை... ஏன்மா?'ன்னு அழுவாங்க. இப்படியே எவ்வளவு நாளைக்கு முடியுமுன்னு நினைச்சுதான் சென்ட்டர்ல சேர்க்க ஒப்புக்கிட்டோம்.

அந்த சென்டர் எங்க வீட்டிலிருந்து 120 கிலோ மீட்டர் தூரம். 75 நிமிஷத்தில டிரைவ் பண்ணிப் போயிடுவோம்.

அந்த சென்டர்ல அம்மாவுக்கு வீல்சேரில் சுத்தி வர வாய்ப்பிருந்தது. ஆனாலும் அம்மா அதிக நேரம் பெட்லதான் படுத்திருப்பாங்க. விட்டத்தை வெறித்துப் பார்த்துக்கிட்டு இருப்பாங்களாம். கண்ணுல இருந்து கண்ணீர் அதுபாட்டுக்கு வடியுமாம். நர்ஸ்சுகள் சொல்லுவாங்க.'

'நர்ஸ்கள்?'

'ஆமாம். அங்க மொத்தம் அஞ்சு நர்ஸ். அதுல ரெண்டு நர்ஸ், மேல் நர்ஸ். ஆமா. ஆம்பளைப் பசங்க.'

'வெள்ளைக்காரங்களா?'

'ஆமாம். அங்க எல்லோரும் வொயிட்ஸ்தான்.'

'என்ன வயசிருக்கும்?'

'என்ன... 20, 22 இருந்தா அதிகம்'

'நர்ஸ் தவிர வேற யாரும்?'

'விசிட்டிங் டாக்டர் தவிர நர்ஸ் மட்டும்தான். அவுங்க பேரு 'கேர் டேக்கர்ஸ்.' அவங்கதான் அங்க எல்லாம். மருந்து குடுக்கறது, குளிப்பாட்டுறது. டிரஸ் மாற்றி விடுகிறது.'

‘அம்மாவுக்குமா?’

‘ஆமா. அதான் அம்மாவுக்குப் பிரச்னையே.’

‘என்ன பிரச்னை?’

‘என்ன சார்! அவுங்க ஒரு லேடி இல்லையா. அதுவும் நம்ம ஊர் லேடி. அவங்க டாய்லெட் போக, அதை ஆம்பள பசங்க எடுத்து சுத்தம் பண்ணி, அவுங்களுக்கு ட்ரெஸ் போட்டு விடுறதெல்லாம் அவுங்களுக்கு எவ்வளவு சங்கடமா இருந்திருக்கும். கூனிக்குறுகி போயிடுவாங்க. ‘கேர் டேக்கர்ஸ்’ வந்தாலே, ‘வேண்டாம். நான் இன்னும் போகலே’ ன்னு சொல்லிடுவாங்க. ‘இல்லை போயிருப்பீங்க. நாங்க பார்க்கிறோம்’ என்று அவுங்க சொன்னா, கேக்க மாட்டாங்க.

ஒருமுறை ஒரு கேர் டேக்கர் பையன், ‘இல்ல மேடம். போயிருப்பீங்க. ‘ஸ்மெல்’ வருது’ன்னு சொல்லிட்டான். அவ்வளவு தான். அம்மா தலைகாணியில முகத்தை திருப்பிக் வச்சுக்கிட்டு அழ ஆரம்பிசிட்டாங்களாம். அவன் பயந்து போயிருக்கான்.

சின்ன வயசுப்பசங்க, அதுலயும் சில ஆம்பள பசங்க. ‘பாவம். இவங்களுக்கு என்ன தலையெழுத்தா? இதெல்லாம் எடுக்கணும்னு’ அப்படின்னு சொல்லுவாங்க. அந்தப் பசங்க, ‘நோ ப்ராப்ளம், நோ ப்ராப்ளம் மேடம்’ ன்னு சிரிச்சுக்கிட்டே சொன்னாலும் இவங்க, ‘ஹூஹூம். கூடாது. தப்பு’ ங்குற மாதிரி தலையை ஆட்டிக்கொண்டே இருப்பார்களாம். என்னாலதானே இதெல்லாம்ன்னு புலம்புவாங்களாம்.’

‘அவுங்க மேல ஒரு பச்சாதாபம்?’

‘எஸ். நிச்சயமா. அம்மா கடுமையான சைவம். ஊர்ல இருக்கும்போது முட்டையைத் தொட்டாலே குளிப்பாங்க. அந்த ரீஹேபிலிடேஷன் சென்டர்ல கேர் டேக்கர்கள்ல ஒருத்தர் எல்லோருக்குமா சமைப்பாங்க. நோயாளிகள், நர்ஸ், ஸ்டாஃப் எல்லோரும் வெள்ளைக்காரங்க. அவுங்க மொத்த பேருக்கும் ஒரு சமையல். அம்மாவுக்காக மட்டும் தனியா கொஞ்சம் சைவம் சமைப்பாங்க.

இது தெரியவந்த அம்மா, ‘கொண்டுவா சாப்பிட்டுப் பார்க்கறேன். ரொம்ப நல்ல வாசனையா இருக்கே’ ன்னு சொல்லி, ‘ஷெப்பர்ட்ஸ் பை’ கொஞ்சம் சாப்பிட்டுவிட்டு, ‘நல்லாயிருக்கே! இனி எனக்கும் உங்களுக்கு சமைக்கிறதையே கொடுங்க. எனக்காக தனியாக சமைக்க வேண்டாம்’ன்னுட்டாங்க.

‘ஷெப்பர்ட்ஸ் பை’ ன்னா?’

‘மாமிசம், காய்கறி, அதும் மேல மசிச்ச உருளைக்கிழங்கு.’

‘அய்யய்யோ. தெரியாம அசைவம் சாப்பிட்டுட்டங்களா?’

‘இல்ல. இல்ல. தெரிஞ்சுதான் சாப்பிட ஆரம்பிச்சிட்டாங்க.’ மல ஜலம்மின்னு நாம அருவருப்பா பார்க்கிறதையெல்லாம் இந்த பிள்ளைங்க சர்விஸ்ன்னு நமக்காக சாதாரணமாச் செய்யிதுங்களே! நாம் அவுங்களுக்கு சைவம் அது இதுன்னு கூடுதல் வேலை குடுக்கக்கூடாதின்னுட்டுத்தான்’ ன்னு நான் ரொம்ப அழுத்திக் கேட்டப்ப சொன்னாங்க.’

‘அதுனால ஒன்னும் பிரச்னை வரலியா?’

‘அது ஒன்னும் பண்ணல. ‘என்னம்மா. எல்லாருக்கும்தானே அவுங்க பாக்குறாங்க. உனக்கு மட்டுமா செய்றாங்க! அவங்களே வருத்தப்படாதபோது, இத சர்வீஸ்ன்னு நினைக்கிறபோது நீ ஏன் இவ்வளவு கவலைப்படுற? எல்லாம் கொஞ்சநாள்தான். நான் ஒரு புது வீடு வாங்கப்போறேன். அதில இங்க இருக்கிற மாதிரியான சௌகர்யங்கள் பண்ணப்போறேன். நீ சீக்கிரம் அங்க வந்திடலாம். அப்பறம் இந்தச் சங்கடம் எல்லாம் இருக்காது’ என்று சொன்னேன்.

’நம்ம வீட்டுக்குப் போனா மட்டும்! நானாகவா போகமுடியும்? நீ செய்யணும். உங்களுக்கெல்லாம் நான் எவ்வளவு சிரமம் கொடுக்கிறேன்’ னு என் கையப் புடிச்சுக்கிட்டு அழுதாங்க.

’நான்தானே அம்மா பார்க்கிறேன். நான் சின்னப் புள்ளையா இருக்கிறப்ப நீ பண்ணலயா?’

‘நான் என்ன இப்ப சின்னப் புள்ளையா? நர்ஸு செய்தா என்ன? நீ செய்தா என்ன? எல்லாம் வேற ஆளுதானே. இதைப்போய் பப்ளிக் பண்ற மாதிரி ஆயிடுச்சே. நான் யாருக்கு என்ன தப்பு பண்ணினேன்’னு அழுதாங்க.’

‘...’

‘அம்மாவைச் சேர்த்து பத்துநாள் ஆகியிருக்கும். இன்னும் ஒரே மாசத்தில நம்ம புதுவீட்டு வேலை எல்லாம் முடிஞ்சிடும். இங்கிருந்து போய்விடலாம் என்று சொல்லி வச்சு இருந்தேன். திடீர்னு போன் வந்தது. ‘உடனே வாங்க. நாங்க விவரம் சொல்றோம்’ ன்னாங்க. போய்ப் பார்த்தா அம்மா இறந்து போயிருந்தாங்க.’

‘என்னது! இறந்துட்டாங்களா? ஏன்? என்ன பிரச்னை? டாக்டர்தான் இன்னும் இருபது வருஷத்துக்கு நல்லா இருப்பாங்கன்னு சொல்லியிருந்தாரே!’

‘கரெக்ட். டாக்டர் அப்படித்தான் கணிச்சிருந்தார். அவர் சொன்னது அவுங்க உடம்பு கண்டிஷனை வச்சு. ஆனா அம்மா மனசு வேறவிதமா யோசிச்சிருக்கு. போயிடணுமின்னு முடிவு பண்ணியிருந்தாங்கபோல.’

‘ஆனாலும் எப்படிங்க?’

‘நாங்களும் டாக்டர்கிட்ட அதைத்தான் கேட்டோம். டாக்டர் சொன்னது, அவுங்க இறப்புக்குக் காரணம், ‘பல்மொனரி எம்பாலிசம்’ ன்னார்.’

‘அப்படின்னா?’

‘நுரையீரலுக்குப் போற மெயின் ரத்தக் குழாயில திடீர் அடைப்பு. அப்படி அடைக்கிறது, உடம்பின் ஏதாவது ஒரு பகுதியில் இருந்து கிளம்பி உருண்டு ஓடிப் போகும் ரத்தக் கட்டிகளாம். முன்கூட்டி அது அப்படி செய்யப்போகுதுன்னு தெரியாதாம். திடீர்ன்னு உருண்டு போகுமாம்.’

‘இருந்து சிரமப்படுத்தக்கூடாது. எப்படியாவது போயிடனுமின்னு ஆழமாக நினைச்சிருக்காங்க போல.’

‘...’

அவள் உடைந்து அழுதாள்.

•

18. புரிதல்

திங்கட்கிழமை ஒரு நிகழ்ச்சி. வியாழன் மற்றொரு நிகழ்ச்சி. இடையில் உள்ள இரண்டு நாட்களுக்காக ஒருமுறை சென்னை போய்வர வேண்டாம் என்ற மனைவி பேச்சுக்கு சம்மதம் சொல்லியாகிவிட்டது. இனி மாற்ற முடியாது.

சொந்த ஊர்தான் என்றாலும் அதிகம் இருந்ததில்லை. படித்தது வேலை பார்த்தது எல்லாம் அப்பாவின் மத்திய அரசு வேலையை ஒட்டி பல்வேறு வெளி ஊர்களில். இரண்டாவது நாளே என்ன செய்வது என்று தெரியாத என் நிலையைப் பயன்படுத்திக் கொண்ட மனைவி சவுந்தரம் 'வாங்களேன் ஒரு நீண்ட வாக் போகலாம்' என்றாள்.

சும்மாதானே நடக்கிறோம். எந்தப் பக்கம் போனால் என்ன என்று நானும், 'இப்படி வாங்க' 'அடுத்த லெஃப்ட்' என்று தீர்மானமாக அவள் வழி சொன்னதைப்பற்றி அதிகம் யோசிக்காமல் உடன் நடந்தேன்.

காலில் ஷூ இன்றி வேட்டியை மடித்துக் கட்டிக்கொண்டு மனைவியுடன் நடந்தது வாக்கிங்போலத் தெரியவில்லை. சிறிது தூரம் கழித்துத்தான் சுதாரித்துக் கொண்டு, 'என்ன? கையில் ஏதோ எடுத்து வந்திருக்கிறாய்!' என்றேன்.

'மேரி ரொட்டி' என்றாள்.

அது என்னமோ எங்கள் ஊர்ப்பக்கம் மாரி பிஸ்கெட்டை மேரி ரொட்டி என்றே சொல்வார்கள். ஒரு பன்னாட்டுக் கம்பெனியின்

நிர்வாக பொறுப்பில் இருந்தபோது பலர் முன்னிலையில் நான், 'எனக்கு நான்கு மேரி பிஸ்கெட்' என்று கேட்க எல்லோரும் சிரித்து விட்டார்கள். நிர்வாக இயக்குனரின் செயலாளர் பெயர் மிஸ். மேரி தாமஸ்.

'வாக்கிங் போகும்போது பாட்டிலில் தண்ணீர் கொண்டு போவார்கள். பார்த்திருக்கிறேன். இது என்ன புதுசா ரொட்டிச் சுருட்டு?' இதுவும் எங்கள் ஊர் சொல்வழக்குதான். 'கல்யாணி ஆயாவுக்கு' என்றாள் சாதாரணமாக.

'அப்ப கல்யாணி ஆயாவைப் பார்க்கத்தான் நாம போய்க் கொண்டிருக்கிறோமா?'

'ஆமா'

'அவுக வீடு சிவன்கோவில் தாண்டியில்ல இருக்கு. அவ்வளவு தூரமா போறோம்? தவிர, அதுக்கு நான் எதுக்கு?'

'முடியாம இருக்காகளாம். ஒரு எட்டு பார்த்துட்டு வந்திருவோம். பேசாம வாங்க' என்று சொல்லியபடி வேகமாக நடந்தாள் சவுந்தரம்.

எனக்கும் கல்யாணி ஆச்சியைத் தெரியும். ஆயாள் என்று அழைப்போம். ஆனால், உறவு இல்லை. மிகவும் தெரிந்தவர்களின் தாயார். பெரிய இடத்தில் வாழ்க்கைப்பட்டு, சின்ன வயதிலேயே கணவர் இறந்தபின், மூன்று மகள்களையும் நல்ல இடங்களில் கட்டிக்கொடுத்துவிட்டு, பல ஆண்டுகளாக சமையல்கார அக்காள் ஒருவரைத் துணைக்கு வைத்துக்கொண்டு தனியாக வாழ்பவர். வயது நூறு ஆகப்போகிறது. ஓர் ஆண்டுக்கு முன்புவரை மகள்கள் வீட்டு விஷேசங்களுக்குக்கூட போய்வந்தவர், சென்ற மாதம் கீழே விழுந்ததில் இடுப்பில் எலும்பு முறிவு. நாலரை அடி உயரம் இருந்தால் அதிகம். கயறு கயறான உடம்பு. வெள்ளைச் சீலை. லூசான ரவிக்கை. நெற்றியில் கொஞ்சம் திருநீறு. அள்ளிக் கொண்டையாக முடிந்திருக்கும் பொன்னிற முடி. எப்போதும் சிரித்த முகம்.

என் மனைவி சவுந்தரம் மீது அவருக்கு ஏனோ அதிகப்பிரியம். அவள் ஒருமுறை தான் தாயில்லாப் பிள்ளை என்று சொல்லி அவரிடம் வருத்தப்பட்டிருப்பாள்போல. அதிலிருந்தாக இருக்கலாம். எப்போது சவுந்தரத்தைப் பார்த்தாலும் அருகில் அழைத்து, கன்னங்களை இரு கைகளாலும் வருடி, தன் நெற்றிப் பொட்டுகளில் வைத்து நெட்டி முறிப்பாராம். கூடவே ஒரு

குழந்தையைக் கொஞ்சுவதுபோல தாவாங்கட்டையை வழித்து முத்தம் கொடுப்பாராம்.

கீழே விழுந்தபின் நடமாட்டம் குறைந்துவிட்டது. இன்னும் ஏழெட்டு மாதங்களில் 100 வயது முடிகிறது. மூன்று மகள்களும் பிரமாதமாக இருக்கிறார்கள். பேரன், பேத்திகள், கொள்ளுப்பேரன், பேத்திகள் என்று பெரிய குடும்பம். நிச்சயம் வெகு விமரிசையாகக் கொண்டாடுவார்கள் என்று நாங்கள் பேசிக்கொள்வோம்.

வீடு இருக்கும் தெருவுக்கு வந்தாகிவிட்டது. பெரிய வீடு. கார் போக ஒரு பெரிய கேட். பக்கத்தில் ஆட்கள் போக ஒரு சின்ன கேட். சின்ன கேட்டைத் தள்ளித் திறக்க முற்பட்டேன். அடேயப்பா. என்ன கனம். உள்ளே 40, 50 அடி தள்ளி வீட்டு வாசல். அங்கு போக நாலடி அகலத்தில் கருங்கல் பதித்த பாதை. பாதையின் இரு பக்கமும் பச்சைப் புல்வெளி. வீட்டுக்கு வலதுபக்கம் அலுவலகங்களில் இருப்பதுபோல பத்து கார்கள் நிற்கக்கூடிய அளவுக்குப் பெரிய ஷெட். ஆட்கள் எவரும் கண்ணில்படவில்லை.

வீட்டின் முன் கதவில் கைவைத்ததும் நகர்ந்தது. தள்ளியதும் திறந்துகொண்டது. கதவைத் தாண்டியதும் உள்ளே இரண்டு பக்கம் அகலமான நீண்ட இரண்டு தாழ்வாரங்கள். அதில் மெருகு கலையாத அந்தக்கால பர்மா தேக்கு பெஞ்சுகள். உத்திரத்தில் பக்கத்துக்கு மூன்றாய் பெரிய இறக்கைகள் வைத்தப் பழைய GEC பேன்கள். சுத்தமாக இருந்த கறுப்பு நிற சுவிட்ச் போர்டில் அந்தக் கால பெரிய பேன் ரெகுலேட்டர்கள்.

அடுத்து பெரிய ஹால். அங்கும் யாரும் இல்லை. அதையும் தாண்டிப் போகும்போதே, 'ஆச்சி...ஆச்சி' என்று சவுந்தரம் குரல் கொடுத்தாள். பதில் இல்லை. மெல்ல அந்த ஹாலைத் தாண்டி நடந்தோம். அடுத்த அறையில் நடுவில் ஓர் அந்தக்கால மரக்கட்டில். அதில் வெள்ளை உறை போட்டிருந்த பஞ்சு மெத்தை. அதில் ஒருக்களித்து படுத்திருந்தார் கல்யாணி ஆச்சி.

வேகமாக அவர்கள் கட்டில் அருகே சென்ற சவுந்தரம், 'ஆச்சி' என அழைக்க, மெள்ளக் கண் திறந்து பார்த்தார்கள். சவுந்தரம் கூப்பிட்ட குரல் சத்தம் கேட்டு, 'யாரு?' என்று சமையலறையில் இருந்து ஒரு நடுத்தர வயது அம்மாள் வெளியே வந்தார்கள். உதவிக்கு இருக்கும் அக்காளாக இருக்கவேண்டும்.

எங்களைப் பார்த்ததும், 'வாங்க' என்று சொன்ன அந்த அக்காள், 'நீங்க...' என்று இழுத்தார்.

‘என் பேரு சவுந்தரம். ஆச்சிக்குத் தெரியும். நீங்கதான் பாத்துக்கிற மஞ்சுளா அக்காவா?’

‘ஆமா. உங்களுக்குத் தெரியுமா’ என்று கேட்டுவிட்டு ஆச்சியின் கலைந்திருந்த போர்வையைச் சரி செய்தபடி, ‘ஆறு மாசமா நான்தான் பாத்துக்குறேன்’ என்றார்.

கண்களைச் சுருக்கி சவுந்தரத்தையே பார்த்துக்கொண்டிருந்த கல்யாணி ஆச்சியிடம், ‘நான்தான் வந்திருக்கேன். நீங்க எப்படி இருக்கீக?’ என்றாள் சவுந்தரம்.

ஆச்சி ஏதும் பதில் சொல்லாததால், மஞ்சுளாவைப் பார்த்து, ‘ஆச்சிக்கு காது கேக்குதில்லையா?’ என்று கேட்டாள்.

‘இல்ல ஆச்சி. கண்ணு கொஞ்சம் மங்கலாகத்தேன் தெரியுது. ஆர்கிட்டயும் பேசல. குரல் ரொம்ப வரல. என்கிட்ட மட்டும் மெதுவாக சாடை காட்டுவாக.’

அடடா! என வருத்தப்பட்ட சவுந்தரம் ஓரத்தில் இருந்த ஸ்டூலைக் கட்டில் அருகில் இழுத்துப் போட்டுக்கொண்டு அமர்ந்தாள். பின் கல்யாணி ஆச்சியின் முகத்துக்கு நேராக முகத்தை வைத்துக் கொண்டு, ‘என்ன தெரியலையா ஆச்சி?’ என்று குரல் கம்மக் கேட்டாள்.

நெற்றியைச் சுருக்கிக் கூர்ந்து பார்த்த ஆச்சியின் முகத்தில் சின்னதாக மலர்ச்சி. லேசாக எழுவதுபோல அசைய, நாங்கள் மூவருமே பதறிப்போனோம்.

‘நீங்க சும்மா படுத்துக்கிட்டே பேசுங்க’ என்றேன்.

‘யாரு... சவுந்தரமா? வா ஆத்தா... எப்ப வந்த?’

‘ஆத்தி. இப்ப இவ்வளவு நல்லா பேசுகிறாகளே’ என்று மஞ்சுளா சத்தமாக கத்தியே விட்டார்.

‘சவுந்தரமா, வா’ என்று அடையாளம் கண்டு ஆச்சி கேட்டதும் சவுந்தரத்துக்குத் தாங்கவில்லை.

‘என்ன ஆச்சி. இப்படி தனியாளாப் படுத்திருக்கீக.’ கிட்டத்தட்ட அழாத குறைதான்.

சவுந்தரத்தின் கையைப் பிடிக்க தன் கையை உயர்த்த முயற்சித்தார் கல்யாணி ஆச்சி. ஆச்சியின் கையைப் பிடித்துத் தூக்கி அதற்கு உதவினார் மஞ்சுளா. சவுந்தரம், மெலிந்து குச்சி போலிருந்த ஆச்சியின் கையைப் பற்றிக்கொண்டாள்.

‘நல்லா இருக்கேன் ஆத்தா. நீ எப்ப ஊருக்கு வந்த? அவகளும் வந்திருக்காகளா?’ குரலில் வாஞ்சை.

‘அடி ஆத்தி! உங்களப் பாத்ததும் இம்ம்புட்டு நல்லா பேசுறாகளே ஆச்சி’ மஞ்சுளாவால் வியப்பை அடக்கவே முடியவில்லை.

‘ரெண்டு நாளாச்சு. இரண்டுபேருந்தேன் வந்திருக்கோம். தோ, பக்கத்துலதான் நிக்கிறாக.’

நான் குனிந்து வணங்கினேன்.

என்னைப் பார்த்த ஆச்சி, ‘ஆத்தி... அவுக நிற்கிறாகளே’ என்றார்கள்.

‘நாற்காலி எடுத்தாரவா?’ என்று மஞ்சுளா நகர, நான் மறுத்தேன்.

ஆச்சியின் முகத்துக்கும் சவுந்தரத்தின் முகத்துக்கும் நடுவில் ஓர் அடி கூட இடைவெளி இருக்காது. சவுந்தரம் முகத்தையே பார்த்த ஆச்சி, திடீரென ‘என்ன முழுகாம இருக்கியா? ரொம்ப சந்தோஷம்’ என்றார்.

எனக்கு அதிர்ச்சி. என்ன இது! ஆச்சி, சவுந்தரத்திடம் திடீரென இப்படிக் கேட்டுவிட்டார்கள்! பத்து ஆண்டுகளாய் பிள்ளை இல்லாமல் இருக்கிறோம். சவுந்தரம் சங்கடப்படுவாளே என்று அதைப்பற்றி இப்போதெல்லாம் இருவரும் பேசிக்கொள்வது கூட இல்லை. இந்த ஆச்சி என்னடாவென்றால் இப்படி படாரென்று கேட்டுவிட்டார்களே என்று வருத்தத்தோடு சவுந்தரம் முகத்தையே பார்த்தேன்.

‘ஆமாம் ஆச்சி. எல்லாம் உங்க ஆசீர்வாதம். ஆறு வாரம் இப்ப’ என்று சொல்லிவிட்டு வெட்கத்துடன் தலையைக் குனிந்தாள் சவுந்தரம்.

‘உன் முகத்தில புள்ள தெரியுதுடி. நல்லாப் பெத்துப் பொளச்சு மகராசியாக இரு.’

திகைத்துப்போய் நின்றிருந்த என் கையை எட்டிப்பற்றிய சவுந்தரம், என் பக்கமாகத் திரும்பி, ஆச்சி சொல்வது உண்மைதான் என்பதுபோல இரு கண்களையும் ஒருசேர மெள்ள மூடித் திறந்தாள்.

•

19. மழை நாளில் மூன்று பேர்

மயிலாப்பூர் செல்லும் பஸ்ஸில் ஏறினேன். கடைசி சீட்டில் இடமிருக்கவே அமர்ந்தேன். உடன் மழை சடசடவெனப் பெய்ய ஆரம்பித்தது. மழை சத்தத்தையும் மீறி எனக்கு அருகில் அமர்ந்திருந்தவர்கள் பேசும் சத்தம் கேட்க, இடப்புறம் திரும்பிப் பார்த்தேன்.

இரண்டு இளைஞர்கள். எனக்கு அடுத்து ஒருவன். அவனுக்கு அடுத்து ஜன்னல் பக்கம் மற்றொருவன். நடுத்தர வர்க்கத்தைச் சேர்ந்தவர்கள் என்பது அவர்களது உடல் புஷ்டியிலும் உடைகளிலும் தெரிந்தது.

அவர்களை நேரிடையாகக் கவனிப்பதைத் தவிர்த்தேன். ஆயினும், அவர்களது உரையாடல் என் காதில் விழுந்தது.

அவர்கள் இருவரில், ஜன்னலுக்குப் பக்கத்தில் அமர்ந்திருந்தவன் அதிகக் குறும்பு செய்பவனாகத் தெரிந்தான். பஸ் போவதால் தேங்கி நிற்கும் மழை தண்ணீர் தன்மீது பட்டுவிடுமோ என்று ஒதுங்கிய ஒரு பெரியவரை ஜன்னலுக்கு வெளியே கை நீட்டிக் கேலி செய்தான். எனக்குப் பக்கத்தில் அமர்ந்திருந்தவன் அதை ரசித்தபடி அவன் பங்குக்கு ஏதோ சொன்னான். உடன் இருவரும் சத்தமாகச் சிரித்தார்கள்.

ஜன்னலோரம் இருந்தவன் பஸ்ஸின் தகரத்தைத் தட்டியபடி, 'ஓ போடு' திரைப்படப் பாடலை, 'சோறு போடு' என்று மாற்றிப் பாட, என் அருகில் இருந்தவன் தன் தலையைக் கோதி விட்டபடி

சிரித்துக்கொண்டிருந்தான். நான் கவனிக்காததுபோலவே சீரியஸாக வேறு பக்கம் பார்த்தபடி இருந்தேன்.

அடுத்து, 'ஏய்! நீ ரொம்ப அழகாய் இருக்கே' என்ற திரைப்படப் பெயரை மாற்றி, 'ஏய் நீ ரொம்ப அழுக்கா இருக்கே' என்று அருகில் நின்ற பெண்ணைப் பார்த்துச் சன்னமான குரலில் பாடினான். அதற்கும் என் அருகில் இருந்தவன் லேசாகச் சிரிப்புடன் இருந்தான்.

அவர்கள் அருகில் அமர்ந்திருந்த நான் அவர்களுடைய இவ்வளவு கலாட்டாக்களையும் ரசிக்காதது மட்டுமல்ல, சலனமற்று அமைதியாகவும் இருந்தது அவர்களுக்கு உறுத்தியிருக்க வேண்டும்.

அடுத்து, அவர்கள் டிக்கெட் வாங்கியிருந்தும் வாங்காமல் பயணம் செய்வதுபோலவும், அது நியாயம்தான் என்பது போலவும் பேசி, என் கவனத்தைக் கவர முயன்றார்கள்.

அவர்கள் என்ன செய்துகொண்டிருக்கிறார்கள்? படிக்கிற மாணவர்களா வேலை தேடுபவர்களா? அல்லது வேலைக்குப் போகிறவர்களா? என்று தெரிந்துகொள்ள என்னுள் குறுகுறுப்பு.

'கூடாது. நேரிடையாகக் கேட்கக்கூடாது. அதுவும், இப்போது இந்தக் கேள்வியை கேட்டால் அவர்களுக்குச் சங்கடமாகப் போய்விடும்' என்ற எண்ணம் என்னுள் ஓடியது.

பஸ்ஸில் மற்றவர்கள் எல்லோரும் வேடிக்கை பார்த்து ரசிக்கும் போது நான் மட்டும் அவர்களை ரசிக்காதது அவர்களுக்கு பெரும் சவாலாகி விட்டது போலும். அடுத்த ஜன்னல் அருகில் அமர்ந்திருந்த அவன் என்னருகில் அமர்ந்திருந்தவனைச் சீண்டினான்.

'உன் ஆட்டமெல்லாம் மூணு வருஷம்தான். அப்புறம் காலேஜ் முடிஞ்சதும் பார், அலையப் போற.'

ஓஹோ. மாணவர்களா? எனக்குள் ஒரு பச்சாதாபம் வந்தது. என் அருகில் அமர்ந்திருந்தவன் வாய் திறந்தான்.

'மூணு வருஷம் உனக்குத்தாண்டா. எனக்கு இல்ல.'

'ஏன்?' ஜன்னல் அருகில் இருந்தவன் முகத்தில் வியப்புடன் கேட்டான்.

'நான்தான் எம்.பி.ஏ. சேரப் போறேனே!'

'ஆஹாஹா.'

ஜன்னல் அருகில் இருந்தவன் சிரித்ததில், பஸ்ஸில் இருந்த பாதிப்பேர் திரும்பிப் பார்த்தனர்.

நானும் அவர்கள் பக்கம் திரும்பிப் பார்க்க, 'ஏன் சார் இவன் எல்லாம் எம்.பி.ஏ. படிக்க முடியுமா.'

முதன்முறையாக என்னைப் பார்த்து நேரடியாகக் கேட்டான்.

'ஏன் முடியுமே!'

'நல்லாப் பாருங்க சார். இவனால முடியுமா?' ஜன்னல் இளைஞன்.

'ம்... புத்திசாலிக் களை முகத்தில தெரியுதே.'

நான் அழுத்தமாகச் சொல்ல, என்னருகில் இருந்தவன் கண்களை விரித்து என்னைப்பார்த்தான். அவன் முகத்தில் ஆச்சரியம், ஆர்வம், உடன் மகிழ்ச்சி.

நான் இறங்கவேண்டிய இடம் வந்துவிட்டது. மழை நின்று விட்டிருந்தது.

இறங்கி, தேங்கி இருக்கும் மழை தண்ணீர் பஸ் கிளம்புகையில் என் மீது தெறித்துவிடாமல் இருக்க ஒதுங்கி நின்றேன். பஸ் நகர்ந்து சென்றது.

அவர்களின் கேலிப் பேச்சு தொடரும் என நினைத்தபடி போய்க்கொண்டிருந்த பஸ்ஸைப் பார்த்தேன். கடைசி சீட்டில் இருந்த அவர்கள் என்னைத் திரும்பிப் பார்த்தது மஞ்சள் விளக்கு வெளிச்சத்தில் தெரிந்தது.

கடைசி சீட்டில் இருந்த அவன் எனக்குக் கையசைத்து விடை கொடுத்தான். மனதுக்கு நிறைவாக இருந்தது.

•

20. ஏன்?

அரக்கு நிற பட்டுப்புடவையில் இருந்த மாலா, ராகவனின் கட்டாயத்துக்காக மலர்கள் தூவி இருந்த கட்டிலின் மேல் பட்டும் படாமலும் அமர்ந்திருந்தாள். அறை முழுவதும் சந்தனம். ஊதுபத்தி மற்றும் பூக்களின் வாசம். தலைக்கு மேல் மெதுவாய் சுழன்றுகொண்டிருந்தது மின்விசிறி.

மாலாவின் மனதில் ஆனந்தம், அடங்காத ஆச்சரியம், ஆர்வம், நன்றி, கூடவே கொஞ்சம் வேறு ஏதும் சிக்கலோ என பலவும் கலந்த உணர்வு. எதிரில், கட்டிலில், பட்டு வேட்டிச்சட்டையில் சம்மணமிட்டு கம்பீரமாக அமர்ந்திருந்த ராகவன் முகத்தில் தெளிவும் அமைதியும். காலை முதல் மாறாத புன்னகையுடன் இருக்கிறான். அவனிடம் துளியும் சோர்வு தெரியவில்லை. ஒரு வாரமாய் மனதைக் குடையும் அந்தக் கேள்வியை மீண்டும் ஒரு முறை அவனிடம் மெதுவாகக் கேட்கிறாள்.

'ஏன்?'

அகன்ற நெற்றியில் விழும் முடிக்கற்றையை பின்னோக்கித் தள்ளியபடி புன்னகையைச் சிறுமுறுவலாக மாற்றியபடி அவளைப் பார்க்கிறான். அவனிடமிருந்து பதில் இல்லை. மீண்டும் கேட்கிறாள், 'ஏன்?'

வெள்ளிக் கிண்ணத்தில் இருந்த வறுத்த சீரகத்தில் இருந்து ஒரே ஒரு மணியை எடுத்து முன் பற்களிடையே வைத்து மெல்லக் கடித்தவன், மாலாவை உற்றுப் பார்த்துக் கேட்கிறான்,

‘இதென்ன கேள்வி?’

’படிப்பில்லியா? பணமில்லையா? நான், நீ என எத்தனையோ வந்திருக்குமே. இருந்தும் ஏன் இப்படி ஒரு முடிவு? இது என்ன தேர்வு? என்னைப்போல் ஒருத்தியைத் தேடிப் பிடித்து திருமணமா? இது எதற்காக? நான் வேறு எதையாவது கவனிக்கத் தவறுகிறேனா?’

‘ஏன்?’ மைதீட்டிய கண்ணிமைகள் படபடக்க மீண்டும் கேட்கிறாள் மாலா.

ராகவன் முகத்தில் முன்னிலும் அதிகமாகும் பெருமை கலந்த புன்னகை. லேசாகச் சிரிக்கிறான். பற்களின் வெண்மை பளீரிடுகிறது. மாலாவின் கையை மெதுவாகப் பிடித்து தன் பக்கம் இழுக்கிறான்.

ஆண் ஸ்பரிசம்! மாலா உடலில் கூச்சம் பரவுகிறது. சிலிர்த்துப் போகிறது அவளுக்கு. மென்மையாக அவளுடைய விரல்களை அழுத்துகிறான். மாலாவின் திகைப்பு அதிகமாகிறது.

‘இதெல்லாம் நிஜமா? இந்த ஜென்மத்தில் இதெல்லாம் இல்லை என்று சமாதானமாகி மனதைத் ஆயத்தப்படுத்திக்கொண்டு விட்டபின் திடீரென்று வந்த இந்த ராகவன் என்ற புயல் அத்தனையையும் கொண்டுவந்து கொட்டுகிறதே! எனக்கும் இந்த வாழ்க்கை, தாம்பத்தியம் கௌரவம். எல்லாம் நிஜம்தான்’ என்று உணர்கிறாள். உடன் காரணம் தெரியாத காரணத்தால் கொஞ்சம் அச்சமும் வெட்கத்துடன் தன் கையை மெள்ள விடுவிக்கப் பார்க்கிறாள். இழுபறியில் பெரிய பெரிய மஞ்சள் பூப்போட்ட மெத்தை விரிப்பு கசங்குறது.

‘இது விஷயம் வேறு யாருக்கும் தெரியாதா?’ அவன் கண்களை நேராகப் பார்த்துக் கேட்கிறாள்.

‘ஏன்?’ இந்தமுறை ஏன் என்று ராகவன் கேட்கிறான்.

‘உங்களவர்கள் பேச்சு, கேலி, சந்தோஷம் எல்லாம் பார்த்தால் அவர்களுக்கெல்லாம் விவரம் தெரிந்ததுபோலத் தெரியவில்லையே!’

‘எதுபற்றித் தெரியாமல் பேசுகிறார்கள்?’ முகத்தில் அப்பாவித் தனத்தை வரவழைத்துக்கொண்டு ராகவன் கேட்கிறான்.

அவன் இப்படிக் கேட்டதும் அவளுக்கு கண்களில் கண்ணீர் பொங்குகிறது. ஒரு திவலை உருண்டு கன்னத்தில் விழுகிறது. அதைக்கண்டு அவன் பதறுகிறான்.

‘ஏய்! என்ன சொல்லிவிட்டேன் என்று...’ அவள் கண்களை அவசரமாய்த் துடைக்கிறான்.

பொய்க்கோபத்துடன் மாலா, அவன் கையைத் தள்ளுகிறாள். அவள் தலையை தன் மார்பின் மேல் சாத்திக்கொள்கிறான். படிய வாரிய அவள் தலைமுடி அவன் மூக்கில் உரசுகிறது. அவள் தலையில் இருந்த மல்லிகை பூவின் வாசம் அவனுக்கு மூச்சு முட்டுகிறது. அவள் லேசாகக் கேவுகிறாள்.

அவள் முகத்தை நிமிர்த்திப் பிடித்து, பளபளப்பாய் உருளும் கருவிழிகளைப் பார்த்தபடி, ‘நான் அதிர்ஷ்டசாலி’ என்கிறான் சன்னமாய்.

அவள் திடுக்கிட்டு நிமிர்ந்து அவன் முகம் பார்க்கிறாள். ‘யார்? நானா, நீங்களா?’ என்று அதிர்ச்சி கலந்த குரலில் கேட்டுவிட்டு, சற்றுத் தள்ளி அமர்ந்துகொள்கிறாள்.

மௌனம். இருவரும் அமைதியாக ஒருவரை ஒருவர் பார்த்துக் கொண்டு உட்கார்ந்திருக்கிறார்கள். மனதுக்குள் பலவிதமான உணர்வுகள்.

அறைக்கு வெளியில் கேலிப் பேச்சு தொடர்கிறது. யாரோ, ‘ஏன்டா கல்யாணமே வேண்டாம்னு இப்ப என்னடான்னா...’ என்று எதோ சொல்லியபடி கதவைத் தட்டிவிட்டு ஓடுகிறார்கள். உடன் கதவைத் தட்டியவரை யாரோ ஒரு பெண்மணி சத்தம் போடுவதும் காதில் விழுகிறது.

ராகவன் எழுந்து அறையின் மூலைக்குச் சென்று மேசை மேல் இருந்த மற்றொரு வெள்ளிக் கிண்ணத்திலிருந்து வாசனைப் பாக்கில் ஒரே ஒரு துணுக்கை எடுத்து வாயில்போட்டு மென்றபடி மீண்டும் கட்டிலுக்கு வருகிறான். அவன் நடையில் நிதானம். புதுவேட்டி சரசரக்கிறது. மாலா அவனை நிமிர்ந்து பார்க்கிறாள். அவன் முகத்தில் மாறாத புன்னகை. ‘எந்தக் குறையும் சொல்ல முடியாத கம்பீர ஆடவன், என் கணவன்’ என்று அவள் மனது பெருமிதம்கொள்கிறது. உடன், வெளித்தெரியாத அபாயம் ஏதுமோ என்கிற சின்னத் திகிலும்.

அவனுடைய நிதானமும் தெளிவும்தான் அவளை நம்பிக்கை கொள்ள வைத்தன. மிகத் தீர்மானமாகப் பேசினான். மாலாவின் பம்பாய் சித்தப்பாவுக்கு ஆரம்பத்தில் நம்பிக்கையே இல்லை. மாலா கல்யாணம், நடக்க முடியாத விஷயம்போல பேசிய அவர்

மனதை அரைமணியில் மாற்றிவிட்டான். மாலாவைப் பார்க்கக் கூடத் தேவையில்லை என்றான். சித்தப்பா கட்டாயப்படுத்தி பார்க்க வைத்தார்.

அவன் பத்திரிகை விளம்பரம்தான் எவ்வளவு நாசுக்காக, விஷயத்தைக் கோடு காட்டுவதாக மட்டும் இருந்தது. அதன் புத்திசாலித்தனம் காரணமாகத்தான் மாலா பதில் எழுதினாள். அவனுடைய விளம்பரத்துக்கு வந்த ஒரே பதில் இவளுடையது தானாம். ‘தெய்வமே! இதென்ன கூத்து! அதையும் செய்து இதையும் செய்து… வினோதம்தான்! கட்டாந்தரையில் பூ, பூத்தது போல! இப்போது… மாலாவா முதல் இரவு அறையில்! அவள் வியப்பு இன்னும் அடங்கியபாடில்லை. யார் அதிர்ஷ்டசாலி என்பதும் ஒரு கேள்வியா என்ன? சந்தேகமில்லாமல் நான்தான்.’ அவள் மனது குழைந்தது.

‘கல்யாணமின்னு பேச்செடுத்தாலே சன்யாசம் என்று பேசினவன் இப்படி மாறிட்டானேன்னு பார்த்தேன். புடிச்சாலும் புடிச்சான்.. புளியங்கொம்பாத்தான் பிடிச்சிருக்கான்’ என்று ராகவனின் நண்பர்களை ஆச்சரியப்பட வைத்தது மாலாவின் அழகு.

‘எது செஞ்சாலும் காரணமாகத்தான் செய்வான். புது அண்ணி அழகு முன்னாடி சிம்ரன் கெட்டாள். சூப்பர் செலக்‌ஷண்டா’ - இது தங்கை.

‘வத்தலோ தொத்தலோ. ஏதோ ஒண்ணு. கல்யாணம்னு ஒன்னு இவன் பண்ணினால் போதும். வீட்டோட இருக்கிற விடியா மூஞ்சி அத்தை மாதிரி இவனும் ஒத்தையா வாழ்க்கை முழுக்க இருந்திருவானோன்னு பயந்துட்டிருந்தேன். வேண்டாத தெய்வமில்லை. ஸ்ரீரங்கநாதன் காப்பாத்திட்டான்’ - இது அம்மா.

‘என்னதான் தேடினாலும் இப்படி பொருத்தமா கிடைக்குமான்னு! லட்சுமி அத்தை சொல்லிச் சொல்லி மாய்ந்து போனாள். எல்லோருக்குமே இந்தக் கல்யாணத்தில் படுசந்தோஷம்.

படித்தவளாய், பெருமைகொள்ளக்கூடிய அழகாய் மாலா இருந்தது ராகவனுக்கும் மகிழ்ச்சிதான். உடன் அவன் குடும்பத்தார் அவளைக் தொடர்ந்து கொண்டாட வேண்டுமேயெனக் கவலைப் பட்டான். அவர்கள் மாலாவைப் பார்த்து சில நாட்கள்தான் ஆகிறது.

முன்னேற்பாடாக மாலாவின் ஒரே உறவான பம்பாய் சித்தப்பாவிடம் அடித்துச் சொல்லிவிட்டான், ‘அது’ அவன்

பொறுப்பு என்று. மாலாவிடம் சொல்லச் சொல்லி இருந்தான். இப்போது அழுத்தமாய் சொல்லிவிட வேண்டியதுதான். இல்லையேல் கூடிப் பேசி சிரித்து நோகடித்துவிடாதோ இந்தக் கூட்டம். அதுவும் இதுபோன்ற ‘விஷயம்’ என்றால் கேட்கவா வேண்டும்.

‘வா. வெளியில் நிற்போம். இந்தப்பக்கம் ஒரு கதவு இருக்கு.’

ராகவன் பின்புறக் கதவைத் திறந்தான். சில்லென்று காற்று வீசியது. உடன் பவளமல்லி வாசனையும் முகத்தில் மோதியது. காற்றில் பறந்த முந்தானையைக் கையில் பிடித்தபடி மாலாவும் வெளியில் வந்தாள்.

கதவுக்கு வெளியே இருட்டாக இருந்தது. கொல்லைப்புறம் போலும். லைட்டைப் போட்டதும் கதவுக்கு வெளியில் ஓரமாய் படுத்திருந்த, அவனை வளர்த்த லட்சுமி அத்தை தடுமாறி எழ முயற்சி செய்தாள்.

‘என்னடா ராகவா? கதவைத் திறந்துட்டு வெளியில வர்றீங்க?’ அத்தை குரலில் வியப்பு.

‘அது சரி. நீங்க இங்கே ஏன் படுத்திருக்கீங்க?’ கரிசனமாய், குத்துக்காலிட்டு அத்தை அருகில் அமர்ந்தவனை மாலா பார்த்துக்கொண்டு இருந்தாள். அப்போது படாரென மாடி ஜன்னல் திறந்தது. ஜன்னல் பின்புறமிருந்து ராகவன் அம்மா கத்தினார்கள்.

‘என்னடா கொல்லைப்புறம் லைட் எரியுதேன்னு பார்த்தேன். ஏண்டா. அந்த விடியா மூஞ்சி அத்தை முகத்தை சாந்தி முகூர்த்த நேரத்திலயுமா பார்க்கணும்?’ அடுத்து அவள் கோபம் அத்தை மீது திரும்பியது. ‘உனக்காவது தெரிய வேணாம்? வியத்தவ. வயசு அம்பதாகப் போகுது. இன்னும் ‘உட்காரல’ விசாரிக்கிறா. பெருசா என் மகன் சாந்தி முகூர்த்தத்தை.’

நகர்ந்து நின்று ராகவனைப் பார்த்தாள் மாலா. அவன் முன்னிலும் உசத்தியாகத் தெரிந்தான்.

•

21. ஜெமினி சர்க்கிள்

மெயின் ரோடு திரும்பியதும் அவர் நினைவு வந்தது. அவன் எப்போதும் பிளாட்ஃபாரம் மேல்தான் நடப்பான். சில நாட்கள் சர்ர்ர்ரென ஒரு கறுப்பு டிசையர் கார் அவன் அருகில் வந்து நிற்கும். அது, அவருடைய கார். கைகள் இரண்டையும் ஸ்டீயரிங்கில் இருந்து எடுத்துவிட்டு, கூப்பியபடி, கண்களை மூடிக்கொண்டு அவர் பேசாமல் இருப்பது கண்ணாடி வழியாகத் தெரியும். அவன் பக்கம் திரும்பாமலே அமர்ந்திருப்பார். வேறுவழியின்றி காரின் முன் கதவைத் திறந்து அவரைப் பார்ப்பான். 'குட் மார்னிங் அய்யா' என்பார். அவர் குரலில் வழியும் அன்பால் அவர் அழைப்பை மறுதலிக்க முடியாது.

'சார் நான் நடக்கணும். நடந்தே வந்திடறேன்' என்றெல்லாம் ஆரம்ப காலங்களில் அவன் சொல்லிப் பார்த்திருக்கிறான். 'அப்ப நாங்கெல்லாம் எதுக்கு வர்றோமாம்' என்பதுபோல கேலி பேசி வாயை அடக்கி விடுவார். ஏறி அமர்ந்ததும் 'அங்க கொண்டுவிடுறேன் சார். அங்கிருந்து நீங்க தாராளமா நடங்க.' என்பார். சார் என்று அழைப்பது அவர் காட்டும் அதிக நெருக்கத்தையும் அவன் இன்னும் சற்றுத் தள்ளி இருக்கிறான் என்று அவர் நினைப்பதையும் காட்டும்விதமாக இருக்கும். அவனை விட சுமார் 20 ஆண்டுகள் பெரியவர். அவருக்கு வயது போன மார்ச்சுடன் எண்பது.

பார்த்தால் சொல்லவே முடியாது. மனுஷன் நல்லா கட்டுமஸ்தாக மில்ட்ரி ஆள்போல இருப்பார். சிவப்பு நிறம். நல்ல உயரம்.

முழுக்க நரைத்த ஆனால், இன்னும் படிய வாரும் அளவு கணிசமாக இருக்கும், இரண்டு மாதத்துக்கு ஒருமுறை வெட்டிச் சீர் செய்யப்படும் தலைமுடி. அமாவாசைக்கு சில நாட்களுக்கு முன்பு மட்டும் முகத்தில் தெரியும் நரைத்த சின்ன தாடி மீசை. மற்றபடி எப்போதும் 'கிளீன் ஷேவ்' முகம். 6 மாதத்துக்கு ஒருமுறை ஆன்லைனில் அவரே ஆர்டர் கொடுத்து வாங்கி அணியும் காலரும் பாக்கெட்டும் வைத்த டி சர்ட். மற்றும் ட்ராக் பேண்டுகள். வாக்கிங் ஷூ.

மேல் பாக்கெட்டில் துருத்திக்கொண்டிருக்கும் ஆண்டிராய்ட் மொபைல் போன். அவரைப்போல அவன் உட்பட மொபைல் போனை அவர்கள் குழுவில் அதிகம் பயன்படுத்தியவர் இல்லை. ஒரு நாளைக்கு அவனுக்கு மட்டுமே 10க்கும் மேற்பட்ட பார்வர்ட்டுகள் அனுப்புவார். ஒவ்வொன்றுக்கும் பதில் எதிர்பார்ப்பார். அவன் அனுப்புவதில்லை. அவர் அனுப்பும் பெரும்பாலான வீடியோக்களைத் அவன் திறப்பதே இல்லை. ஆனால், அவன் எப்போதாவது மெசேஜ் அனுப்பினால் அதற்கு, 'தேங்கஸ் தேங்க்ஸ்' என்று போட்டு அதில் ரோஜாப் பூக்கள், பிஸ்கெட், கேக், ஹார்ட் என ஏகப்பட்டது அனுப்புவார். ஒவ்வொரு மெசேஜுக்கும். அவ்வப்போது அவரிடமிருந்து வாய்ஸ் மெசேஜ் வரும். அதில் ஏதாவது 'மலர்ந்தும் மலராத' போன்ற பழைய திரைப்பட பாடலை பாடி அனுப்புவார்.

அவருக்கு நன்றாகப் பாட வரும். ஓராண்டு முறையாகக் சங்கீதம் கற்றுக்கொண்டவர். சிவாஜி ரசிகர். 1950 - 60களின் திரைப்பட பாடல் வரிகள் அவருக்கு எப்படி இவ்வளவு நினைவிருக்கிறது என்று அவர் வயதை ஒத்தவர்கள் வியந்து போவார்கள். குழுவில் மற்ற சிலர் பாடும்போது ரசிப்பார், தாராளமாகப் பாராட்டுவார்.

பி.காம் முடித்துவிட்டு சி.ஏ. படிப்பில் சேர்ந்தவர், ஏனோ அதைப் பாதியில் நிறுத்திவிட்டிருக்கிறார். ஒரு பெரிய பிராண்டட் பிஸ்கட் கம்பெனியில் விற்பனைப் பிரிவில் வேலைக்குச் சேர்ந்து, வேலை நிமித்தம் தமிழ்நாட்டிலும் கேரளாவிலும் பல ஊர்களில் இருந்திருக்கிறார். அந்நிறுவனத்தில் பல சாதனைகள் பரிசுகள், கோப்பைகள். அவ்வப்போது அந்த பழைய பிளாக் - வொயிட் புகைப்படங்களை வாட்ஸப்பில் அனுப்புவார்.

எப்போதும் சிரித்த முகம். பேச்சில் கொப்பளிக்கும் நகைச்சுவை மற்றும் உற்சாகம். வயதை நினைக்கவே முடியாத மாதிரி ஜோக்குகள். இயல்பிலேயே மக்களை விரும்பும் குணம்

இருப்பதால்தான் அவர் விற்பனைத் துறை வேலையில் பெரும் வெற்றி பெற்றாரோ என்று அவன் நினைப்பதுண்டு.

போட்கிளப் சாலையில் குறிப்பிட்ட ஒரே இடத்தில்தான் பல ஆண்டுகளாக அவர் காரை நிறுத்துவார். அதனால் நண்பர்கள் சேர்ந்து அந்த இடத்துக்கு ஜெமினி சர்க்கிள் என்று பெயர் வைத்துவிட்டார்கள். அவர் பெயர் ஜெமினி இல்லை. ஆனால், பார்க்க நடிகர் ஜெமினிகணேசன்போல் இருக்கிறார் என்றும் பெண்கள் அவரிடம் மயங்குகிறார்கள் என்றும் கேலி செய்யும் நண்பர்கள் அவர் கார் நிறுத்தும் இடத்துக்கு அப்படி பெயர் வைத்தார்கள். அவர் அது குறித்து ஏதும் சொன்னதில்லை.

போட் கிளப்பில் தொடர்ந்து முப்பது ஆண்டுகளுக்கு மேலாக காலை நேரத்தில் நடப்பவர். அவருக்கு பலரையும் தெரியும். அங்கு இருக்கும் வீடுகள். எதில் எந்த நிறுவனத்தின் முதலாளி என்றெல்லாம் கதை கதையாகச் சொல்வார். அந்த இடம்பற்றி மட்டுமல்ல. அவருக்கு சென்னையின் பாகவதர் காலத்து நிலை முதல் பலவும் தெரியும்.

மனுஷன் பிஸ்கட் கம்பெனி வேலையில் பல சாதனைகள் செய்து சீனியர் மேனேஜர்வரை உயர்ந்தபின்பும் ஏனோ அதை விட்டு விட்டு அதே கம்பெனியில் ஸ்டாக்கிஸ்ட் ஆக மாறினார். ஆட்கள், வேன்கள் வைத்து பல ஆண்டுகள் சென்னையில் வியாபாரம் செய்தார். மேலும் அவருக்கிருந்த சினிமா ஆசை காரணமாக பழைய திரைப்படங்களை இரண்டாவது, மூன்றாவது ரவுண்டுக்கு விநியோகம் செய்வார். மயிலாப்பூர் காமதேனு, கபாலி தியேட்டர்களில் பகல் பதினோரு மணி காட்சிக்கு அவர் 900 ரூபாய்க்கு படத்தை வாடகைக்கு எடுத்து, 1000 ரூபாய்க்கு வசூல் செய்த கதைகள் எல்லாம் சொல்லுவார். அந்த அளவில் ஆரம்பித்தவர், பின்பு கமலஹாசன் நடித்த சவால், இந்திப்படம் குர்பானி எல்லாம் சென்னையில் ரிலீஸ் செய்திருக்கிறார்.

ஒருமுறை மவுண்ட்ரோடில் கட் அவுட் வைப்பதில் பிரச்னை என்பதால் அதைப் பஞ்சாயத்து செய்ய நடிகரும் தயாரிப்பாளரு மான பாலாஜியிடம் அவரைக் கூட்டிப் போயிருக்கிறார்கள். கொஞ்ச நேரம் இவர் பேசுவதைக் கேட்ட பாலாஜி, ‘ஏன் சாமி.. ஐ.ஏ.எஸ். படிச்சிட்டு எங்கயாவது கலெக்டராப் போயிருக்கக் கூடாதா? இந்தத் தொழிலுக்கு வந்துட்டு பதில் சொல்லமுடியாத கேள்வியெல்லாம் கேட்டுப் படுத்திறியே’ என்று சொல்லியிருக்கிறார். அவர் தோற்றமும் பேச்சும் அப்படித்தான் இருக்கும்.

அவர் நல்ல வசதியானவர் என்றுதான் சொல்லவேண்டும். நல்ல என்பதற்கு ஒரே அர்த்தமா இருக்கிறது? அவரைப் பொறுத்தவரை அவர் மிக நல்ல அளவில் பணம் வைத்திருந்தார். ஆமாம், அவர் வைத்திருந்தார்தானே தவிர, அதைப் பாதுகாத்துப் பெருக்கிக் கொள்ளவேண்டும் என்று நினைத்ததேயில்லை என்றுதான் அவனுக்குத் தோன்றும்.

தொடக்கத்தில் காலை நடை முடிந்ததும், மெதுவாக, 'என்ன, ஒரு காபி சாப்பிட்டு போகலாமா?' என்று கேட்டுவிட்டு சில நாட்கள் பக்கத்தில் இருக்கும் ஹோட்டல் சங்கீதாவுக்கு அழைத்துப் போயிருக்கிறார். அவருக்கு எப்போதும் தனியாகச் சாப்பிடப் பிடிக்காது. மனிதர்களோடு இருப்பதுதான் பிடிக்கும். நாலைந்து பேராவது இருக்கவேண்டும். கலகலப்புப் பிரியர்.

அழைத்துப்போன நடை நண்பர்களை ஏதாவது சாப்பிட வைக்க வேண்டும் என்று நினைப்பார். தொடக்கத்தில் 'உங்களுக்கு இரண்டு இட்லி ஒரு வடை சொல்லிடவா?' என்பதுபோல இங்கிதமாகக் கேட்பார். பழகப்பழக, 'உங்களுக்கு என்ன சொல்லட்டும்?' என்று கேட்பார். அதுவும் அவனை என்றால் கேட்கவே மாட்டார். அவரே சர்வரிடம் சொல்லிவிடுவார். வேண்டாம் என்றால், 'என்ன ஒரேடியா பிகு பண்ணிக்கிறீங்க? சும்மா இருங்க' என்று அதட்டிவிட்டு, 'சாம்பார் வடை ஒரு செட். ஆனியன் ரவா தோசை ஒன்று' என்பார். சாப்பிட்டே ஆகணும். இருவர் மட்டும் போயிருக்கும்போது, 'யாரையும் வச்சிட்டு தனியா சாப்பிடக்கூடாதுன்னு அவர் அம்மா சொல்லியிருப்பதாகச் சொல்வார். மீறி மறுத்தால், 'சாப்பிடுங்க சார். இந்த வயசுல நல்லா சாப்பிடணும்' என்பார். அவர் சாப்பிடத் தொடங்கும்முன் பேசிக்கொண்டே டிஷர்ட் பாக்கெட்டில் வைத்திருக்கும் சுகர் மாத்திரையை லாகவமாக எடுத்து வாய்க்குள் தள்ளி, தண்ணீர் குடித்துவிடுவார். அவனைத்தவிர வேறு எவரும் அதைக் கவனிக்க முடியாது. நன்கு ரசித்து ருசித்து வேகமாகச் சாப்பிடுவார்.

அவரோடு போனால் எவராலும் பில்லுக்குப் பணம் கொடுத்து விட முடியாது. பல ஆண்டுகளாக அப்படித்தான். எப்போதும் தயாராக வைத்திருக்கும் 500 ரூபாய் நோட்டை அல்லது 2000 ரூபாய் நோட்டை மேல் பாக்கெட்டிலிருந்து எடுப்பார். பில் வருவதற்கு முன்பாகவே சர்வரிடம் பக்கவாட்டில் வைத்துக் கொடுத்துவிடுவார். எவரேனும் அவரை மீறி பில் கொடுக்க முயன்றால் அவரை விட்டுவிட்டு சர்வரோடு,

'வாங்கிவிடுவாயா?' என்று சண்டைக்குப்போய்விடுவார். அவர்கள் பயந்து பின்வாங்கிவிடுவார்கள்.

அதெல்லாம் கூட சர்வர்கள் அறிமுகம் இல்லாமல் இருந்தபோது தான். புதியவர்களோடுதான். 300 ரூபாய் பில்லுக்கு 50 ரூபாய் சொச்சம் டிப்ஸ் கொடுப்பார். டிப்ஸ் மட்டுமல்ல. அந்த ஹோட்டலின் பாதி சர்வர்களை அவருக்கு நல்ல பழக்கம். அருகில் அழைத்து விசாரிப்பார். சில இளவயது சர்வர்களை, 'அழகன்டா நீ. சினிமாவில் நடிக்கலாம்' என்றெல்லாம் சொல்வார். அவர்கள் வெட்கப்பட்டு, 'சார்... சார்...' என ஒதுங்கும் அளவுக்குப் பாராட்டுவார். வடநாட்டிலிருந்து வந்து வேலை பழகும் பெங்காலி, அசாம் தண்ணீர் ஊற்றும் சிறுவர்களிடம் அவருக்குத் தெரிந்த கொஞ்ச இந்தியில் விசாரிப்பார். சாப்பிட்டுவிட்டு எழுந்து போகும்போது அவர்கள் கைகளில் 10, 20 ரூபாய் நோட்டுகளைத் திணித்துவிட்டு ஒன்றும் நடவாத மாதிரி நடப்பார். அவர்கள் விழிப்பார்கள்.

ஹோட்டலின் கார் பார்க்கிங்கில் ஒரு நேபாளி வாட்ச்மென். சில ஆண்டுகளாக அந்த இடத்தில் அதே ஆள்தான். இவர் எப்போதும் ஒரு பெட்டிக்கடை பக்கத்தில்தான் காரை நிறுத்துவார். வாட்ச்மேனுக்குத் தினம் பத்து ரூபாய் கொடுப்பார். அதற்கு அவசியமே இல்லை. அதுபோக மாதம் ஏதாவது ஒரு நாள் 100 ரூபாய் கொடுப்பார். 'பாவம் சார். ஊரைவிட்டு ரொம்ப தூரம் வந்திருக்கான்' என்பார். அதற்காக அவன் அவருக்கு எந்தச் சலுகையும் காட்டமாட்டான். சமயத்தில் இவர் காரை நிறுத்தி விட்டு இறங்கியபின் ஓடி வந்து, அடுத்த காரை ஒட்டி நிறுத்த வேண்டும் என்று அவரை ரிவர்ஸ் எடுத்து ஒட்டி நிறுத்தச் சொல்வான். 'அந்த இடம் போதாதா? இவன் ஒருத்தன் சார்' என்பாரே தவிர, அவன் சொல்லியபடி நிறுத்துவார். அவனை அவர் ஒருபோதும் திட்டியதில்லை.

காரை நிறுத்திவிட்டு இறங்கியதும் எங்கிருந்தோ கறுப்பு நிற நாய் ஒன்று ஓடிவந்து அவர் முட்டிக்காலில் மோதும். அதற்கு பிளாக்கி என்று பெயர். அங்கே இருப்பவர்கள் அப்படித்தான் அழைப்பார்கள். 'வந்துட்டியா? இரு. இதோ வர்றேன்' என்றுசொல்லி மீண்டும் கார் கதவைத் திறந்து, இரண்டு குளுக்கோஸ் பிஸ்கட் பாக்கெட்டுகள் எடுத்துக்கொண்டு எதிர்ப்பக்கத்து பிளாட் ஃபாரத்துக்குப் போவார். ஒன்றிரெண்டு பிஸ்கெட்டுகளை அதன் வாயில் கொடுத்துவிட்டு மீதத்தைத் தரையில் கொட்டுவார்.

பிறகு குனிந்து பிளாக்கின் முதுகில் தடவிக் கொடுப்பார். அதன் விரல்களை நீவி விடுவார். ‘அவனுக்கு இது ரொம்ப புடிக்கும் சார். எப்படி கண்ணை மூடிக்கிட்டு எஞ்சாய் பண்றான் பாருங்க’ என்பார்.

சில சமயம் பிளாக்கி உடம்பை மேசையில் தூசி தட்டுவதுபோல மேலோட்டமாகத் தட்டுவார். தூசி பறக்கும். ‘பாவம் இவனுக்கு இதெல்லாம் யார் செஞ்சுவிடுவாங்க?’ என்பார். தரையில் கிடக்கும் பிஸ்கட்டுகளை உடனே சாப்பிடாமல் பிளாக்கி அவர் பின்னாலேயே வருவான். ‘போ... போ... போய் சாப்பிடுடா’ என்பார்.

அவர் வாக்கிங் வருவதே நாய்களுக்காகத்தான். மழைநாட்களில் கூட குடையுடன் வந்து பிஸ்கெட் போடுவார். பல ஆண்டுகளாக விடாமல் செய்கிறார். வீட்டு மொட்டை மாடியில் தினசரி காகங்களுக்கும் புறாக்களும் ஓமப்பொடி போடுவது தவிர, தெரு நாய்களுக்கு பிஸ்கெட் போடுவதும் அவரது முக்கியமான வேலையாக நினைப்பார். அதற்காக அவர் வெளியூர்களுக்கே போவதில்லை. ‘இவுங்களையெல்லாம் பட்டினி போட முடியுமா?’ என்று கேட்பார்.

வாக்கிங்கின்போது நாய்களுக்கு பிஸ்கட் போடுவது போக, சில பிஸ்கட்டுகளை கையால் நொறுக்கி நடந்தபடியே பின்பக்கம் எறிவார். மரங்கள் மீது அமர்ந்திருக்கும் காகங்கள் டக்கென்று அவர் நடந்த பிறகு பின்பக்கமாக வந்து உட்கார்ந்து அவற்றைச் சாப்பிடும். சமயத்தில் பேச்சு நினைவாக அவற்றைக் கவனிக்காமல் அவர் நடந்தால், அவை சத்தமாக கா கா எனக் கரைந்து அவரை அழைத்து நினைவூட்டும்.

‘அடடா! இன்னைக்கு உனக்குக் கொடுக்க ஏதும் இல்லையே’ என்று சுமார் 10 பாக்கெட்டு பிஸ்கெட்டுகளைப் பல இடத்திலும் போட்டபிறகு வீடு திரும்புகையில் கண்ணில் படும் ஒரு நாய்க்காகக் கவலைப்படுவார். அவரைக் கண்டதும் நாய்கள் எல்லாம் ஓடி வரும். தவிர, அங்கே நடக்கும் வசதியானவர்கள் கூட்டிவரும் வீட்டு நாய்களுக்கும் பிஸ்கட் கொடுக்க அவருக்கு ஆசைதான். ஆனால் அவர்கள் விட மாட்டார்களே என்று பிறகு சொல்வார். அவற்றைப்பற்றி அவர்களிடம் விசாரிப்பார். வளர்ப்புத் தகவல்கள் கொடுப்பார். கொஞ்சுவார்.

சாலையில் எங்கேனும் நாய்கள் பூனைகள் அடிபட்டுக் கிடப்பதைப் பார்த்துவிட்டால் அவருக்குக் கோபம் பொத்துக் கொண்டுவரும்.

‘பிராணிகள் எல்லாம் வாயில்லா ஜீவன்கள். பாவம். என் கையில் துப்பாக்கி இருந்தால் வண்டியில அடிச்சிட்டுப் போனவனை சுட்டுவிடுவேன்’ என்பார். அவருக்கு மரம் செடி கொடிகள்மீதும் அலாதிப் பிரியம். சமயத்தில் காரில் போகும்போது பூத்துக்குலுங்கும் மரங்களைப் பார்த்துவிட்டால் வண்டியை ஓரமாக நிறுத்திவிட்டு வணங்குவார்.

அவர் மகன் பிறந்த நாள் ஒன்றுக்கு எவரோ ஒரு நண்பர் கொடுத்த, பிறந்து சில நாட்களே ஆகியிருந்த நாய்க்குட்டி ஒன்றை வளர்க்க ஆரம்பித்து, பின்பு அதோடு ஒன்றிப்போனார். அதை வாக்கிங் அழைத்துச் செல்வதற்காக போட் கிளப் வந்த இடத்தில்தான் அவருக்கு பெரிய நட்புவட்டம்.

பல ஆண்டுகளுக்குப் பிறகு அது இறந்துபோக, ‘ஏகபத்தினி விரதன்’ போல வேறு நாய்கள் அவர் வளர்க்கவில்லை. ஒரு பொங்கல் நாளன்று அது இறந்ததால், அதன்பின் பொங்கல் பண்டிகை கொண்டாடுவதையே விட்டுவிட்டார். அவரைப் போலவே அவர் மகனும் மனைவியும் அந்த டாமியிடம் வெகு பிரியம்.

அவர் மனைவியும் அவரும் பேசிக் கொள்வதே பார்க்க அவ்வளவு அழகாக இருக்கும். வாப்பா, போப்பாதான். வெளியாட்களிடம் அத்தனை அன்பு காட்டுகிறவர், மனைவிடம் எப்படியெல்லாம் நடந்துகொள்வார்.

‘வேதிக் சாண்டிங்’ சொல்லித் தருவது அவர்கள் வேலை. சென்னையில் இருக்கும் அவர்கள் வீட்டுக்கு வெளிநாடுகளில் இருந்து பல வெள்ளைக்காரர்கள் வேத மந்திரங்கள் கற்றுக் கொள்ள வருவார்கள். சொல்லிக்கொடுப்பது மட்டுமே அவர் மனைவியின் வேலை. மற்றபடி அந்த 10 நாள் வகுப்புகளுக்கும் அவர்தான் அட்மினிஸ்ட்ரேட்டர்போல. எல்லாம் ஏற்பாடுகளையும் ஓர் இளைஞனைப்போல ஓடியாடிச் செய்வார்.

அவர் மனைவியை ஒரு மகாராணியைப்போலதான் வைத்திருந்தார். சமயத்தில் அவர் மனைவி அதிகாலையிலேயே ‘ஸ்கைப்’பில் ஆன்லைன் வகுப்புகள் எடுக்கவேண்டியிருக்கும். முன் எழுந்து காபி போட்டுக் குடித்துவிட்டு, மனைவிக்கும் எடுத்து வைத்துவிட்டு, மனைவியின் அறையைச் சுத்தம் செய்து, வகுப்புக்கு முழு ஏற்பாடுகளும் செய்துவைத்துவிட்டுத்தான் வேறு வேலைகள் பார்ப்பார். அதன்பிறகுதான் வாக்கிங்.

மனைவி வருடத்தில் நான்கைந்து முறையாவது வகுப்புகள் எடுக்க வெளிநாடுகள் போகவேண்டிவரும். அதற்கான பாஸ்போர்ட்,

விசா, கார்கள், ஓட்டல்கள் புக் செய்வது என எல்லாவற்றையும் சமயத்தில் இரவு ஒன்று இரண்டு மணிவரைக் கூடப் பொறுமையாகச் செய்வார்.

'இன்னும் எதுக்கு சார்? யாருக்காக சம்பாதிக்கனும். வயதான பின்பு அவர்கள் ஓய்வாக இருக்கக்கூடாதா? ஏன் இந்த அலைச்சல்?' என்று அவன் கேட்பதுண்டு.

'அவங்களுக்கு என்ன செய்யணுமோ, எவ்வளவு நாள் செய்யணுமா செய்யட்டும்' என்பதோடு அந்தப் பேச்சை வளர்க்காமல் முடித்துவிடுவார்.

எல்லோரும் நன்றாக இருக்கவேண்டும் என்று நினைப்பார். அவருக்கு ஜாதகம் பார்க்கத் தெரியும். அவருடைய மகனுக்குத் திருமணம் கூடி வரவில்லையே என்று ஜாதகம் பார்க்கப் போய், அந்த சப்ஜெக்ட் பிடித்துவிட்டதுபோலும். தேடித்தேடி படித்துத் தெரிந்துகொண்டார். புதிதாக அறிமுகமாகும் நபர்கள் முகத்தை கூர்ந்துபார்த்துவிட்டு, உங்களுக்கு இப்படி அப்படி என்று ஏதாவது சொல்வார். அவர் அப்படிச் சொல்வது எல்லாம் மிகவும் பாசிட்டிவானதாக இருக்கும். கேட்பவர்கள் சந்தோஷமாகி விடுவார்கள். நல்ல வாய்ப்பு வரப்போகிறது. 'கையிலயே பிடிக்க முடியாது. எங்கேயோ போய்விடுவீர்கள்' என்றால் கேட்பவர் களுக்கு, அதுவும் இவர் போன்ற உருவத்தில், அந்தஸ்தில் இருக்கும் ஒரு பெரியவர் சொன்னால் எப்படி இருக்கும்? உங்களுக்கு ஜோதிடம் தெரியுமா என்று கேட்பார்கள். ஏதோ கொஞ்சம் தெரியும் என்று சொல்வார். ஆனால், குரலில் பெரிய பெருமிதம் இருக்கும்.

பின்னர், 'நீங்கள் உங்கள் பிறந்த தேதி, நேரம், ஊர் தகவல்களை வாட்ஸப்பில் அனுப்புங்கள்' என்பார். அதன்பின் அவர்களுக்கு வாட்ஸப்பிலேயே 'வாய்ஸ் மெசேஜ்' அனுப்புவார். எட்டு பத்து, நிமிடங்கள். சமயத்தில் இருபது முப்பது நிமிடங்கள்கூட இருக்கும். அவர்கள் ஜாதகத்தை ஓர் அலசு அலசிவிடுவார். பலன்கள் மட்டுமல்ல. ஏன் இப்படி, எந்தக் கிரகம் எங்கே நகருகிறது? அதனால் என்ன பலன் என்று மிகவிரிவாகப் பேசி அனுப்புவார். கேட்பவர்கள் யாராக இருந்தாலும் அசந்துதான் போவார்கள். மனைவிக்கு ஸ்டூடண்டாக வரும் சில வெளிநாட்டவர்களும், வேற்று மதத்தினரும்கூட இவரிடம் ஜாதக பலன்கள் எனும் பெயரில் யோசனைகள் கேட்பார்கள்.

அவர்கள் மகிழ்ந்து இவருக்கு மெசேஜ் அனுப்புவார்கள். அவற்றை ஒரு சின்னக் குழந்தைபோல அவனிடம் காட்டுவார். உங்களுக்கு மட்டும் காட்டுகிறேன் என்பார்.

அவன் கேட்டதுவரை, அவர் யாருடைய ஜாதகத்தைப் பார்த்தும் அவர்களுக்கு சிரமம் வர இருக்கிறது என்று சொன்னதே இல்லை. அவரிடம் காட்ட வந்தவர்களின் அத்தனை ஜாதகங்களும் அப்படியா என்று அவனுக்கு வியப்பாக இருக்கும். எல்லோருக்கும் எல்லாம் நன்றாக இருப்பதாகச் சொல்வார். மருத்துவமனையில் சாகக் கிடந்த ஒருவருடைய அம்மாவிடம் போனில் பேசி, வர்ற வெள்ளிக்கிழமை கேது விலகுறான். அதுக்கு அப்பறம் பாருங்க. ஜம்முன்னு எழுந்து ஓடுவான், ஆடுவான்' என்றார். அந்த நபர் பலரும் வியக்கும் விதம் எழுந்து வந்து இப்போதும் மிக நன்றாக இருக்கிறார்.

இவருக்கு ஜோதிடம் நன்றாகத் தெரியுமென்பதாலா? அல்லது எல்லோரும் நன்றாக இருக்கவேண்டும் என்று இவரது நினைப்பாலா? அல்லது எல்லாம் சரியாகிவிடும். கவலைப் படாதீர்கள் என்று இவர் வாழ்த்துவதாலா? எதனால் இவர் சொல்வன சரியாக இருக்கிறது என்று அவன் பலமுறை வியப்பதுண்டு.

அவனுடைய மகன்களைக்கூட சமயத்தில் வாக்கிங்போது பார்க்கையில் கைகளை அழுந்தப்பற்றிக்கொண்டு, அவர்கள் முகத்தைப் பார்த்துச் சிரித்தபடி, 'சூப்பர் தம்பி நீங்க. உங்க முகத்தில தேஜஸ் இருக்கு. நீங்க ஜோரா வருவீங்க. அமோகமா இருப்பீங்க', அது இதுவென்று அவர்கள் வெட்கப்படும்படிச் செய்துவிடுவார். அவர்களிடம் மட்டுமில்லை. சந்திக்கிற எந்த இளையவருக்கும் அது ஆணோ பெண்ணோ அப்படி அழகென்றும், எல்லாம் நன்றாக வரும் என்றும் கைகளை விடாமல் அழுந்தப்பற்றிக்கொண்டு, நல்ல வார்த்தைகளாகச் சொல்வார். கேட்கும் எவராயினும் குளிர்ந்துபோய்விடுவார்கள்.

அவருக்கு நாலு பேரோடு பேசிக்கொண்டிருக்க வேண்டும். அந்த நேரத்தில் உற்சாகமாகிவிடுவார். அதற்குத்தான் வீட்டை விட்டு வெளியே வருவது. வாக்கிங் முடிந்தாலும் பிரிய மனமின்றி காப்பி சாப்பிடலாம் என்கிற சாக்கில் நண்பர்களை அழைத்துக்கொண்டு ஹோட்டலுக்குப் போவது. வீட்டிற்போய் விட்டால் அதோடு மறுநாள் காலைதான், வாக்கிங் போகத்தான் வெளியே வருவார்.

ஒருநாள் காலை. அவனும் அவரும் மட்டும் ஹோட்டலில் அமர்ந்திருக்கிறார்கள். பக்கத்து டேபிளில் இருவர்.

அதிகாலையிலேயே பேக்டரி போகும் சீருடை அணிந்த இரு அதிகாரிகள் மாதிரி தெரிந்தார்கள். இவர் அவனிடம்தான் பேசிக்கொண்டு இருந்தார். ஒரே மேசையில் அமர்ந்திருந்த வனிடம் அவ்வளவு சத்தமாகப் பேசவேண்டியதில்லை. ஆனாலும் பேசினார், ஜோக்குகள் அடித்தார். அவனுக்குக் காரணம் தெரியும். அய்யா பக்கத்து மேஜையில் இருப்பவர்களின் கவனத்தை ஈர்க்க முயற்சி செய்கிறார்.

கொஞ்ச நேரம்தான். பிறகு வேறுவழியின்றி இவர் சொல்வதைக் கேட்டு அவர்கள் வாய்விட்டுச் சிரித்து விடுவார்கள். உடன் இவர் அவர்களுடன் பேச ஆரம்பித்துவிடுவார். முகராசி பலன் என்று ஆரம்பிப்பார். பேச்சு தொடரும். அவர்கள் சாப்பிட்டுவிட்டுக் கிளம்புகையில் அவர்களுக்கு அதிர்ச்சி காத்திருக்கும். இவர் அவர்கள் பில்லுக்கும் சேர்த்து பணம் கொடுத்துவிடுவார். அப்படிச் செய்வதில் ஆனந்தம் அவருக்கு.

ஒருமுறை ஹோட்டல் போயிருக்கையில் அவர் கார் ரிப்பேர் ஆகிவிட, காரை அங்கேயே நிறுத்திவிட்டு இருவரும் ஆட்டோவில் வீட்டுக்குப்போக முடிவு செய்தார்கள். அவர் கையைத் தட்டி சாலையில் போன ஆட்டோவை அழைத்தார். ஆட்டோக்காரன் தயங்கினான். இவர் மடக்கி நிறுத்திவிட்டார். போகவேண்டிய இடம் கேட்டுவிட்டு, வாடகை எவ்வளவு தருவீர்கள் என ஆட்டோக்காரன் ஆரம்பிக்க, உடனிருந்த அவனுக்கோ சிரிப்பு. இவரைப்பற்றி தெரியாமல் பேரம் பேசுகிறானே என்று.

அவரா விடுவார்? அவர் பேசிய பேச்சில் வெட்கப்பட்டு, குழைந்து பயண முடிவில் அவன், 'நீங்க காசே தரவேணாம் சார். உங்களோட பேசினதே என் பாக்கியம்' என்றான். அவன் வண்டியை எடுக்கையில் சடாரென 200 ரூபாய்த் தாள் ஒன்றை அவர் சட்டைப்பையில் வைக்க இவர் முயன்று, அவன் மறுத்து ஆட்டோவில் இருந்து இறங்கி ஓட முயற்சித்து, தடுமாறிப் போனான்.

மற்றொருநாள் அவனும் அவரும் மற்றொரு நண்பருமாக இரவு டிஃபனுக்கு மியூசிக் அகாடமி பக்கத்தில் இருக்கும் பெரிய ஹோட்டலுக்குப் போயிருந்தார்கள். 'நீங்க எப்பவாது பசியால சிரமப்பட்டு இருக்கிறீர்களா?' என்று அவன் கேட்டான். 'வேலையை விட்ட பிறகு ஒரு நேரம் பசியோடு வீட்டில் இருந்தேன். கையில ஓட்டம் இல்ல. நல்ல பசி. என்ன செய்யலாம்

என்று யோசித்துக்கொண்டிருந்தேன். அப்ப ராயப்பேட்டை போலீஸ் ஸ்டேஷனில் வேலை செய்துகொண்டிருந்த எனக்குத் தெரிந்த சப் இன்ஸ்பெக்டர் ஜீப்பில் எங்க வீட்டுப்பக்கமா வந்தார். வந்தவர், 'என்ன பண்ற? சும்மா இருந்தா என்கூட வாயேன்' என்று ஸ்டேஷனுக்கு அழைத்துப் போனார்.

அவர் அவர் வேலையைப் பார்க்க நான் எதிரில் உட்கார்ந்திருந்தேன். சும்மா பேசிக்கொண்டிருந்தார் இடையில், 'டீ சாப்பிடுகிறீங்களா சார்?' என்று கேட்டார். எனக்கோ கொலை பசி. சரி என்று மட்டும் நிதானமாகச் சொன்னேன். என்ன நினைத்தாரோ, டீ வாங்க கிளம்பிய போலீஸ்காரர் சற்று நகர்ந்ததும், 'அப்படியே இரண்டு கீரை வடையும்' என்று சொன்னார். அன்றைக்கு சாப்பிட்ட அந்த வடையையும் டீயையும் என்னால மறக்கவே முடியாது. அவ்வளவு அமிர்தமாக இருந்தது' என்று சொல்லும்போது கண்கள் கலங்கியதை அவன் பார்த்தான்.

பெசரெட்டு தோசை, பூரிக்கிழங்கு, பஃலூடா என்று திருப்தியாக சாப்பிட்டுவிட்டுக் கிளம்புகையில் என்ன நினைத்தாரோ, அவர்கள் சாப்பிட்ட அதே மூன்று ஐட்டங்களை, பலூடா ஐஸ்கிரீம் உட்பட ஒரு செட் பார்சல் செய்யச் சொன்னார். எதற்கு என்று அவன் கேட்டான். 'பேசாம வாங்க' என்றார். இதேதடா வம்பாப் போச்சு. பார்சல் நம் வீட்டுக்கா. இறங்கும்போது கட்டாயப்படுத்துவாரோ... அவன் பயந்தான்.

அவன்தான் காரை ஓட்டிக்கொண்டு போனான். அவர் வீட்டில் அவரை இறக்கிவிடும்போது, ஓடிவந்த வாட்ச்மேனிடம் அந்த பார்சல் பேக்கெட்டைக் கொடுத்தார். வாட்ச்மேன் நகர்ந்ததும், காரில் கிளம்பாமல் அவரையே பார்த்துக்கொண்டிருந்த அவனிடம், 'நாம் எவ்வளவு திருப்தியா சாப்பிட்டோம். அதே திருப்தி அவனுக்கும் கிடைக்குமில்லியா?' என்றார்.

அவன் அந்த ரோடு முழுக்க நடந்து போட் கிளப்புக்குள் வந்து விட்டான். ஊரடங்கு காரணமாக போட் கிளப்பில் நடந்து ஏழு எட்டு மாதங்கள் ஆகிவிட்டது. நடப்பவர்கள் அதிகமில்லை. அவன் குழுவில் இருந்து அவன் மட்டும் நடக்கிறான். முகத்தை மறைக்கும் மாஸ்க்குடன் சிலர் நடந்துகொண்டிருந்தார்கள். தெரிந்தவர்கள் சிலர் தூரத்திலேயே ஹாய் சொல்லும் விதம் கை உயர்த்தினார்கள்.

அவன் அதிகம் பேசியிராத ஒரு தம்பதியர் எதிரில் வந்தனர். அவன்தான் பேசியதில்லையே தவிர அவர் அவர்களுடன் பேசுவார். அவர்கள் அழைத்துவரும் நாயைக் கொஞ்சுவார்.

‘செய்தி தெரியுமில்லியா? சார் போயிட்டார். ஹி இஸ் நோ மோர்.’

சொல்லும்போதே அவனுக்கு குரல் கம்முகிறது.

‘எஸ்.எஸ். குரூப்பில் மெசேஜ் பார்த்தோம்.’

ஒருநிமிடம்கூட ஆகியிருக்காது. அவனைத் தாண்டி நடக்க ஆரம்பித்துவிட்டார்கள். அடுத்து, பின்னால் வந்துகொண்டிருந்த சந்திரமோகனுக்காகக் காத்திருந்தான். வந்ததும் அருகில் போய், ‘சார்... போயிட்டார்’ என்றான்.

‘ஐ... நோ. குட் மேன்’ சொல்லிவிட்டு சில வினாடிகள்தான். போய்விட்டார்.

இப்படியே இன்னும் ஒன்றிரெண்டு நபர்களிடம், தம்பதியினரிடம் சொன்னான்.

என்ன ஆச்சு? என்று கேட்டார்கள். உச்சுக் கொட்டினார்கள். பாவம் நல்ல மனுஷன் என்று வருத்தப்பட்டார்கள். சற்று நேரம் நின்றுவிட்டுக் கிளம்பிவிட்டார்கள். அவனுக்கு ஆறவில்லை. ‘அவ்வளவுதானா அவர்!’

சுற்றுமுற்றும் பார்த்தான். வேறு சில கார்கள் நின்று கொண்டிருந்தன. சில புதிய முகங்கள் தென்பட்டன. நாய்கள் அவை போக்கில் போய்க்கொண்டிருந்தன. காகங்கள் யாரையோ எதிர்பார்த்துக் கத்திக்கொண்டிருந்தன. அவர் கார் நிறுத்தி இருந்த இடத்தில் இப்போது அவர் கார் இல்லை. அந்த இடத்தில் சற்றுத்தள்ளி ஒரு புது மோட்டார் சைக்கிள் நின்று கொண்டிருந்தது.

அவர் கார் நிறுத்துமிடத்தில் இருந்த சிமிண்ட் வரப்பில் உட்கார்ந்து கொண்டான். தலையை முட்டிக்கால்களின்மீது கவிழ்த்துக் கொண்டான். சற்று நேரத்தில் அவன் விம்மி அழும் சத்தம் கேட்டது.

கொரானா ஒழிக.

•

22. எது கேட்கும்?

எட்டு மணிக்கு அபிஷேகம். மணி ஏழு அம்பதுதான். இன்னும் பத்து நிமிடங்கள் இருக்கிறது. 'தனது' அபிஷேகம் என்பதாலோ என்னவோ கூட்டம் அதிகம் இல்லை. உடையவர்கள் சிலர் அபிஷேகத்துக்கான பழங்களைத் திருத்திக்கொண்டிருந்தார்கள். சிலர் பால் பாக்கெட்டுகளைக் கத்தரித்து எவர்சில்வர் வாளியில் ஊற்றிக்கொண்டு இருந்தார்கள்.

சிவராமனுக்கு வெள்ளைவேட்டியுடன் தரையில் உட்கார யோசனையாக இருந்தது.

'சும்மா உட்காருங்க தம்பி. அதெல்லாம் பாத்தா முடியுமா?'

தெரிந்தவர்தான். பெரியப்பா முறை சொல்லலாம். உட்கார்ந்தான். அவன் அமர்ந்ததும் அவன் முட்டிக்காலில் இடிப்பதுபோல மற்றொரு பெரியவர் இடித்துக்கொண்டு உட்கார்ந்தார். அதற்குக் கொஞ்ச நேரத்தில் மேலும் பலர் வந்து கூடிவிட்டார்கள்.

அடுத்து ஓர் அம்மாள் அவர்களை எல்லாம் தாண்டிக்கொண்டு, சாமிக்கு நேர் எதிராக இருந்த நந்திக்குக் கீழ் உட்கார முடியாமல் தடுமாறியபடி உட்கார்ந்தார்கள். பலரும் மற்றவர்க்கு சாமியை மறைக்காதவிதமாக சன்னதிக்கு இரு பக்கங்களிலும் உட்கார, அந்த அம்மாள் மிக தைரியமாக நேரெதிராக அமர்ந்தார். எவரும் யோசித்திராத இடம். அங்கே அப்படி அமர்ந்தவரை சிலர் திரும்பிப் பார்த்தார்கள். அவர் அதை உணர்ந்தாலும் எவர் முகத்தையும் ஏறிட்டுப் பார்க்கவில்லை.

அருகில் அமர்ந்திருந்த சிவராமன் சொன்னான், ‘பரவாயில்லை. நன்றாக அபிஷேகம் பார்க்கக்கூடியவிதமாக, சாமிக்கு நேர் பார்வையில் உட்கார்ந்துவிட்டீர்கள்.’

அதற்கு அந்த அம்மாள், ‘நல்லா உட்காருவேன். அப்படியாவது நான் சொல்றது சாமிக்குக் கேட்கட்டும். எத்தனை மாசமா வர்றேன், அம்மன்கிட்ட சொல்றேன்’ என்றார் சத்தமாக. அதன் பின் அது குறித்து எவரும் பேசவில்லை. அபிஷேகம் ஆரம்பிக்கப் போவதுபோல் மணி சத்தம் கேட்டது.

சங்கல்பம் செய்துகொள்ள, அபிஷேகத்துக்குப் பணம் கொடுத்து ஏற்பாடு செய்திருந்த உடையவரைத் தேடினார்கள். ‘அழகப்பா...’ என்று அவர் பெயர் சொல்லி ஒரு பெரியவர் அழைத்தார். அழகப்பன் சந்நிதி அறைக்குள் இல்லை போலும். சன்னதிக்கு அடுத்த வெளி இடத்திலும் இல்லை. பலரும் அவர் எங்கிருக்கிறார் என்று திரும்பித் திரும்பிப் பார்த்தார்கள். அவர் பலருக்கும் பின்னால் தள்ளி நின்றுகொண்டிருந்தார். கூப்பிடுவது தெரிந்து பதறிக்கொண்டு சன்னதிக்குள் போனார்.

‘இவர்தானே உபயதாரர். எல்லாம் பண்ணிட்டு இவர் ஏன் அவ்வளவு தள்ளி நிற்கிறார்?’ என்று ஒருவர் முணுமுணுத்தார்.

அதற்கு அந்த அம்மாள் வெடுக்கென பதில் சொன்னார். ‘அவருக்கு என்ன, எல்லாம் கிடைச்சிருச்சு. சாதாரணமாய் இருந்தவர் நல்லா வந்துட்டார். கிட்டக்க நின்னு சாமிகிட்ட ஏதும் கேட்கணும் என்று இனி என்ன அவசியம்?’ அவர் குரலில் ஏளனம்.

‘இல்லம்மா. அப்படிச் சொல்லாதீங்க. அழகப்பன் சார் எப்பவுமே இப்படித்தான். எங்கேயும் தள்ளித்தான் நிப்பார்.’

சிவராமனை உட்காரச் சொன்ன பெரியவரின் பதில் இது.

அபிஷேகம் முடிந்து தீபாராதனை காட்டினார்கள். கன்னத்தில் போட்டுக்கொண்டபடி, வாய்விட்டுச் சத்தமாக பல கோரிக்கைகளை மடமடவென்று சொல்லிக்கொண்டிருந்தார் அந்த அம்மாள். அழகப்பன் எங்கிருக்கிறார் என்று சுற்றுமுற்றும் பார்த்தார் சிவராமன். மற்றவர்கள் சாமியைப் பார்க்க வழிவிட்டு தள்ளி நின்று, சற்று எம்பினார்போல சாமியை மௌனமாய்ப் பார்த்துக்கொண்டிருந்தார் அழகப்பன்.

•

23. செல்லம்

பார்த்திபன் ஆபீஸிலிருந்து வீடு திரும்பியபோது அவருடைய பிள்ளைகள் இருவரும் அமைதியாக படித்துக் கொண்டிருந்தார்கள். அந்தச் சூழ்நிலை வழக்கத்துக்கு விரோதமாக வித்தியாசமாக இருக்க, ஏதாவது பிரச்னையா என்று இருவரையும் பார்த்து பொதுவாகக் கேட்டார்.

பெரியவன், நமட்டுச் சிரிப்புடன் ஓரக்கண்ணால் தம்பியைப் பார்த்தான். அவன் பார்த்தவிதம், அப்பாவுக்கு ஏதோ சேதி தெரிய வேண்டும் என்பதுபோல நாடகத்தனமாக இருந்தது. ஆக, அது சின்னவன் ராஜன் சார்ந்த விஷயம்தான் என்று புரிந்துவிட்டது.

'ஏன்டா என்னைப் பார்த்துச் சிரிச்ச?' சின்னவன் சீறினான்.

'யாருடா உன்னைப் பார்த்துச் சிரித்தது? குற்றமுள்ள நெஞ்சு குறுகுறுக்குதோ!' இது பெரியவன்.

தொடங்கிவிட்டார்கள். இது முடிவதற்குள் வீடு ரணகளம் ஆகிவிடும். ஆனால், அவர் எதிர்பார்த்ததைவிட மகன்கள் வாக்குவாதம் விரைவாக முடிந்தது.

சின்ன மகன் ராஜன் அடங்கிப்போனதுதான் பார்த்திபனுக்கு ஆச்சரியமாக இருந்தது. மேலும் ஏதும் பேசாமல் இருவரையும் முறைத்தபடி, ஷூக்களைக் கழற்றிப் போட்டுவிட்டு உள் அறைக்குச் சென்றார். மனதுக்குள் குறுகுறுப்பு தொடர்ந்தது. 'என்ன ஆச்சு ராஜனுக்கு. இது அவன் குணம் இல்லையே' என்று யோசித்தார்.

தன்னை விட ஐந்து வயது மூத்தவன் பாபுவை, ராஜன் அண்ணா என்று கூப்பிடமாட்டான். தன் பொருள்கள் எதையும் பாபு பயன்படுத்தக்கூடாது என்பான். அவனுக்கு வரும் போன் கால்கள், மற்றும் அவனுடைய நண்பர்களுடனும் எவ்வளவு அவசியமாக இருந்தாலும் பாபு பேசக்கூடாது என்பான்.

போட்டுக்கொள்ளும் சட்டை முதல் பள்ளிக்குக் கொண்டு செல்லும் பை, கம்ப்யூட்டரில் உட்காரும் நேரம், அப்பா பக்கத்தில் யார் படுப்பது, ஸ்பான்ஞ் தலையணையை யார் வைத்துக்கொள்வது என்பதுவரை எல்லாவற்றுக்கும் அவர்கள் இருவருக்குள்ளும் போட்டிதான். இது ஓயவே ஓயாது என்று அம்மா சுமதியும் போராடிப் பார்த்துவிட்டு விட்டுவிட்டாள்.

ராஜன் மற்றவர்களுக்கெல்லாம் விட்டுக் கொடுப்பான். பரோபகாரி. ஆனால், அண்ணன் விஷயத்தில் மட்டும் ஒப்புக் கொள்ளவே மாட்டான். இப்படித்தான் அடிக்கடி நடக்கும். அவர் அலுவலகம் போய்விட்டு மாலை வீடு வந்ததும் சட்டசபை கூடும். அன்றைய நடப்புகள் மனைவியால் செய்தி போல வாசிக்கப் படும். புத்திரர்கள் அவர்களது தரப்பு நியாயங்களை எடுத்துச் சொல்வார்கள். தீர்ப்பு சொல்ல வேண்டிய பார்த்திபன், தொலைக்காட்சி செய்திகளையோ, அன்றைய தபால்களையோ பார்த்தபடியே அவர்கள் சொல்கிறவற்றைக் கேட்டுக் கொண்டிருப்பார்.

‘என் பரீட்சை பேப்பர் எல்லாம் வந்துடுச்சு. பாக்கறீங்களா?’

பெரியவன் பாபு கேட்டான். ஒன்பதாவது படிக்கிறான். அடுத்த வருடம் அவனுக்கு பொதுத்தேர்வு. படிப்பில் படுகெட்டி. அவன் கையில் கற்றையாக கேஸ் கட்டுகள்போல, நீளவாக்கில் பாதியாக மடிக்கப்பட்டு, முனையில் மொரமொரப்பான கெட்டி வெள்ளை நூலால் கட்டப்பட்டிருந்த ஆன்ஸர் பேப்பர்கள்.

தந்தை என்றமுறையில் தனக்குப் பொறுப்பு இருக்கிறது; அவன் காட்டும் திருத்தப்பட்ட தேர்வுத்தாள்களை கவனமாகப் பார்க்க வேண்டும்; மகனைத் தட்டிக் கொடுத்துப் பேசவேண்டும் என்பதையெல்லாம் நினைவுப்படுத்திக்கொண்டு பேப்பர்களைக் கையில் வாங்கினார்.

அவர் அலுவலகத்தில் மதியம் சாப்பிட்டது. அதனால் பசிப்பது போலிருந்தது. தவிர, கிரெடிட் கார்டு பில்லுக்குப் பணம் கட்ட இரண்டு நாட்கள்தான் இருந்தன. அதிலுள்ளவற்றைச் சரி

பார்க்கவேண்டும் என்றும் ஏற்கெனவே திட்டமிட்டிருந்தார். அந்த இரண்டு நினைப்புகளையும் வலிந்து தள்ளிவைத்துவிட்டு முகத்தை சீரியஸாக வைத்துக்கொண்டு பேப்பர்களைப் பார்க்க ஆரம்பித்தார்.

அப்போது அவர்கள் இருவரும் இருந்த ஹாலை ஒட்டிய கதவுக்குப் பக்கம் சின்னவன் ராஜன் வந்து நிற்க, 'ஏன்டா இங்க வர்ற? என் பேப்பரை நீ பார்த்தால், நானும் உன் மார்க்கு என்னன்னு பார்ப்பேன்' என்றான் பெரியவன் பாபு.

'நான் ஒன்னும் உன் பேப்பரைப் பார்க்கலையே! என்னோட புக்ஸ் எடுக்க வந்தேன்' என்று சொல்லிவிட்டு விறுவிறுவென்று ஹாலுக்குள் வந்து ஒரு நோட்டுப் புத்தகத்தை எடுத்துக்கொண்டு ஓடிவிட்டான். பார்த்திபனுக்கு ராஜனைப் பார்க்கப் பாவமாக இருந்தது.

'அவனைப் பார்த்தது போதும். இங்க கொஞ்சம் பேப்பரை பாருங்கப்பா. என் பேப்பர்களைப் பார்க்க உங்களுக்கு நேரம் இருக்கா இல்லை. உங்க செல்லப் பிள்ளையைக் கொஞ்சப் போகணுமா?' என்று கேட்டபடி அவர் கையிலிருந்த பேப்பர்களை இழுத்தான்.

அவனைத் தீர்க்கமாக பார்த்தபடி கையிலிருந்த பேப்பர்களைப் பார்க்க ஆரம்பித்தார் பார்த்திபன்.

முதல் பேப்பர், கணிதம். நூற்றுக்கு 99 மதிப்பெண்கள். அதற்கு கீழ் 'வெரிகுட்' என பச்சை மசியில் கணக்கு ஆசிரியையின் பாராட்டு. வெள்ளை வெளேரென்றிருந்த பேப்பரில் நீல நிற இங்க்கால், அடித்தல் திருத்தல் இல்லாமலிருந்த அழகான கையெழுத்து. பக்கம் பக்கமாகப் புரட்டினார்.

'100 வரவில்லையா?' அவரை அறியாமல் அவர் வாயிலிருந்து வார்த்தைகள் வந்துவிட்டன.

'கொடுங்கப்பா. நீங்க பேப்பரே பார்க்கவேண்டாம்' பிடுங்கினான்.

அவரும் விடாமல் அழுத்தமாக பிடித்துக்கொண்டார்.

'என்ன, ஏது என்று அப்பா நான் கேட்கக் கூடாதா?'

'ஏம்ப்பா! நூத்துக்கு 99 வாங்கியிருக்கேன். அதைப் பாராட்டல. ஏன் ஒரு மார்க் குறைஞ்சிருக்கின்னு திட்றீங்க' அவன் முகத்தில் ஏமாற்றமும் கோபமும். தொடர்ந்து, 'அடுத்த வருஷம் பப்ளிக்

எக்ஸாம் போறதாலே, இப்ப எவ்வளவு கரெக்ட்டா எழுதினாலும் 100 போட மாட்டாங்களாம்' என்றான்.

அவர் அடுத்தடுத்த பேப்பர்களைப் பார்த்தார். 98,96,92,90. பாபு எப்போதுமே அதிக மதிப்பெண் வாங்கிய பேப்பரிலிருந்து குறைந்த மதிப்பெண்கள் வாங்கிய பேப்பர் என்ற வரிசையில் வைத்துத்தான் காட்டுவான். அவனுடைய எழுத்து நேர்த்தியும் ஒழுங்கும் அவருக்குப் பிடிக்கும். ஆனால், ஏனோ அவனை வாய்விட்டுப் பாராட்ட மாட்டார்.

'பரவாயில்லை. ஆனால், இது போதாது. எல்லாவற்றிலும் எனக்குத் தொண்ணூத்தி எட்டுக்கு மேல் வேண்டும். கணக்கில் கண்டிப்பாக 100 வேண்டும்' சொல்லிவிட்டு பேப்பர்களை அவனிடம் நீட்டினார்.

'முழுசா பாத்தீங்களா அப்பா? உள்ள படிச்சுப் பாருங்க.' பேப்பர்களை கையில் வாங்காமலேயே அழுத்தமாய் நின்றபடி சொன்னான்.

'எல்லாம் பார்த்தாச்சு. எனக்குப் பசிக்குது. தம்பியோட சண்டை போடுற நேரத்தைக் குறைச்சுக்கிட்டு அந்த நேரத்திலயும் படிச்சீன்னா இன்னும் அதிகம் மார்க் வாங்கலாம்.'

அவர் எழுந்து டைனிங் டேபிளுக்குச் சென்றார். அதுவரை ஹாலுக்கு வெளியே இருந்து அவர்கள் பேச்சைக் கேட்டுக் கொண்டிருந்த ராஜன் அவசரமாக வெளியேறுவதை ஓடிச்சென்று கண்டுபிடித்த பாபு, 'ஏன்டா ஒளிஞ்சிருந்து என் மார்க் பத்தின பேச்சைக் கேட்ட?'

'நான் எங்கடா கேட்டேன்? உன் வேலையைப் பார்த்துக்கிட்டு போடா.'

'அப்ப இங்க நின்னுகிட்டு என்னடா பண்ணின? தைரியம் இருந்தா உன் பேப்பர்களையும் அப்பாகிட்டக் காட்டேன்.'

அந்த சமயம் பார்த்திபன் ராஜனைத் திரும்பிப் பார்க்க, அதைக் கவனித்த ராஜன், 'எனக்கு இன்னும் பேப்பர் வரல்லியே. வந்த உடனே காண்பிப்பேனே. உன்னை மாதிரி 70ம் 80ம் வாங்கமாட்டேன்.'

'யாரு... நானா? 70ம் 80ம் வாங்கியிருக்கேன். எடுடா உன் பேப்பரை. உனக்குத்தான் கம்ப்யூட்டர் பேப்பர் திருத்தித் தந்திட்டாங்களாமே!'

பாபு இப்படி சொன்னதும் ராஜனுக்கு ஆத்திரம் வந்துவிட்டது. ஒரு கையை மடக்கிக்கொண்டு மறு கையால் பாபுவின் சட்டையைப் பிடித்து இழுத்து, 'எங்கடா கொடுத்தாங்க கம்ப்யூட்டர் பேப்பர்? உன் வேலையைப் பார்த்துட்டு மரியாதையா போ' என்று கத்தினான்.

இதைப் பார்த்த பார்திபனுக்கு கோபம் வந்துவிட்டது. எட்டி ராஜனின் கையை பிடித்து இழுத்தார். 'அது என்னடா, பெரியவனை அடிக்கக் கையை ஓங்குறது. பேப்பர் வரலன்னா, இன்னும் வரலன்னுட்டுப் போ. அதுக்கு ஏன் இப்படி கத்துற? அடிக்க வேற போற?'

அப்பா இப்படி கேட்டதும் ராஜனுக்குத் தாங்கவில்லை. அழுகை வந்துவிட்டது. 'இவனுக்கு என்னப்பா வந்துச்சு? எப்ப பார்த்தாலும் என் விஷயத்தில் தலையிட்டுக்கிட்டே இருக்கான்! நீங்களும் அவன் பேச்சைக் கேட்டுக்கிட்டு என்ன அடிக்கிறீங்க' அவனுடைய மெலிவான உடம்பு வெடவெடவென நடுங்க கீச்சுக் குரலில் கத்தினான்.

'எக்கேடோ கெட்டுப்போ. உனக்கு பேப்பர் வந்துருச்சுன்னு எனக்கு நல்லாத் தெரியும்' என்று சொல்லிவிட்டு பாபு ஒதுங்கினான்.

அதைக் கேட்ட பார்த்திபன் சின்னவனைப் பார்க்க, 'எனக்கு இன்னும் பேப்பர் திருத்தித் தரலப்பா. இவன் பொய் சொல்கிறான்' என்று கத்தியபடி பெட்ரூமுக்குள் ஓடிச் சென்று கட்டிலில் குப்புறப் படுத்துக் கொண்டான்.

அவன் உடம்பு குலுங்கியது. அழும் சத்தம் கேட்டது. அவனருகே போக முயற்சி செய்த பார்த்திபனை முகபாவத்தால் கடிந்தபடி, கையைப்பிடித்து சத்தமில்லாமல் தடுத்தாள் மனைவி சுமதி. இவற்றையெல்லாம் கவனித்த பாபு உச்சுக்கொட்டியபடி, 'அவனைக் கெடுக்கிறதே நீங்கதான்ப்பா' என்று சலித்துக் கொண்டான்.

'பாவம்டா. பிள்ளை சாப்பிடாமலே படுத்துட்டான்! அப்படியே தூங்கிடப்போறான். அதுக்காகத்தான்' என்று அவர் கிசுகிசுத்ததற்கும் அம்மா பிள்ளை இருவரிடமிருந்தும் எதிர்ப்புதான். பாபுவும் சுமதியுமாக அவரை அங்கு நிற்க விடாமல் கையை பிடித்து இழுத்துச் சென்றார்கள்.

இரவு மணி பதினொன்று. அவருடைய ‘பேட்டரி பேக்கப்’பை ஒவ்வொரு இடமாகத் தேடியும் கிடைக்காமல், தற்செயலாக ராஜன் படுத்திருந்த அறைக்குள் வந்தவர், தூங்கிக்கொண்டிருந்த ராஜனின் தலையை வருடிக்கொடுத்தார். கட்டிலுக்குக் கீழ் பவர் பேக்கப் இருக்கிறதா என்று குனிந்து பார்த்தவர் கண்ணில் சுருட்டிக் கிடந்த ராஜனின் நீலநிற யூனிஃபார்ம் டிரவுசர் பட்டது.

சத்தம் போடாமல் குனிந்து அதை எடுத்தவர், சற்று புடைத்திருந்த டிரவுசர் பேக்கெட்டிற்குள் கையை விட்டார். ஏதோ பேப்பர் தட்டுப்பட்டது. உடனே அநிச்சையாக சுற்றுமுற்றும் பார்த்தவர், யாரும் இல்லை என்று தெரிந்ததும் நிம்மதியடைந்தார். அந்தப் பேப்பரை மேல் பனியனுக்குள் சொருகிக்கொண்டவர், வேகமாக அவர் அறைக்குச் சென்று கதவைத் தாளிட்டுக்கொண்டார்.

பரபரப்பாக அந்தப் பேப்பரை வெளியே எடுத்தார். எட்டாய் மடிக்கப்பட்டு, கசங்கிய நிலையில் இருந்த அது ராஜனின் கம்ப்யூட்டர் பரீட்சைப் பேப்பர்தான். பிரித்து, மதிப்பெண் எவ்வளவு என்று பார்த்தார். நூற்றுக்கு 30 என்றும், அதன்கீழ் ‘வெரி புவர்’ என்றும் சிவப்பு மையில் எழுதியிருந்தது. யார் கண்ணிலும் பட்டுவிடாதவண்ணம் அவரது ஆபீஸ் பைக்குள் ஒளித்து வைத்துக்கொண்டவர் ஒரு பெருமூச்சுவிட்டார்.

•

24. காதல் - கல்யாணம்

பம்பாய் தாதர் ஸ்டேஷனில் இறங்கியதுமே சுந்தரின் மனது கீதாவைத்தான் நினைத்தது. அவன் அவளை கடைசியாகப் பார்த்து நான்காண்டுகள் இருக்கலாம். பம்பாயில் இருக்கப் போகும் இந்த இரண்டு நாட்களில் அவளைச் சந்திக்க முடியுமா? அவள் இன்னும் வேலையில் இருக்கிறாளா அல்லது விட்டு விட்டாளா என்று அவனுக்குத் தெரியாது. அவன் இப்போது வேறு நிறுவனத்தில் வேலை செய்கிறான்.

கீ...தா...

இந்த இரண்டு எழுத்துகளுக்குத்தான் எத்தனை சக்தி! ஏழு ஆண்டுகளுக்கு முன் துவங்கிய தாக்கம். அவர்கள் அலுவலகத்தின் அழகு தேவதை. சின்னப்பெண். ஸ்டெனோகிராஃபர். புதிதாகத் துவக்கப்பட்ட அந்த வியாபார நிறுவனத்தின் சுறுசுறு இளைஞர் களுக்கு விற்பனை இலக்குகளை எட்டுவதுதவிர, கீதாவின் மதிப்பையும் அன்பையும் பெறுவதிலும் பெரிய போட்டி இருந்தது.

ஜீன்ஸ் பேண்ட்கள், இளம் தாடிகள், சிகரெட் புகை, மோட்டார் சைக்கிள்கள் நிறைந்திருந்த அந்த ஆணாதிக்க அலுவலகத்தின் ஒற்றை மலர் கீதா. அவள் உ... என்று தொடங்கி ...தவி என்று முடிக்கும்முன், நான், நீ என்று போட்டி போட்டுக்கொண்டு செய்தார்கள்.

ஆரம்ப ஈர்ப்புகள் முடிந்தது. மியூசிக்கல் சேரின் மூன்றாவது நான்காவது சுற்றுபோல போட்டியாளர்கள் குறைந்து, அவன்,

பாஸ்கர் மற்றும் மோகன் ஆகிய மூவர் மட்டுமே தீவிர முயற்சியாளர்கள் ஆனார்கள். ‘சீச்சீ இந்தப் பழம் புளிக்கும் கோஷ்டி’ யினர் அவர்களை வெளிப்படையாகவே கிண்டல் செய்யவும் தொடங்கியாயிற்று.

ஆனாலும் அவர்களில் எவருக்கும் அவளிடம் அந்த மூன்று வார்த்தை ஆங்கில மந்திர வாக்கியத்தைச் சொல்லும் தைரியம் இல்லை. ‘அதைச் சொல்லப்போய் அவள் நிராகரித்து விட்டால்...’ என்கிற பயம். அவர்களில் எவருக்கும் போட்டியில் இருந்து வெளியேற விருப்பமில்லை. இறுதியில் வெற்றி கிடைக்கிறதோ இல்லையோ, முயற்சி செய்யும் காலம் முழுவதும் கிடைக்கும் அந்த நினைப்பு சுகத்துக்காகத் தொடர்ந்து ஓடிக்கொண்டிருந்தார்கள்.

தாதரில் இருந்து ஆட்டோ பிடித்து ஓரியண்டல் ஓட்டலுக்கு வந்து அறைக்குள் செட்டில் ஆனதும் கீதாவின் அலுவலகத் தொலைபேசி எண்ணைத் தேடினான்.

தொலைபேசி...

தொலைபேசி தொடர்பானதுதான் அவனுக்கும் கீதாவுக்கும் ஆன முதல் நேரடி உரையாடல்.

‘மிஸ்டர் சுந்தர் இருக்காரா?’

‘எஸ். சுந்தர் ஸ்பீக்கிங்.’

‘குட் மார்னிங் சார். நான் கீதா பேசறேன். உங்ககிட்ட ஒரு நிமிஷம் பேசலாமா?’

‘சொல்லுங்க மிஸ் கீதா.’

‘நீங்க சி. ஏ. எக்ஸாமுக்கு பிரிப்பேர் செய்றீங்களாமே சார்.’

‘ஆமா. சொல்லுங்க. ஏதாவது உதவிவேண்டுமா?’

‘சார்ட்டர்ட் அக்கவுண்டன்சி’ கோச்சிங்கில் சேர்ந்திருந்த சுந்தருடன் சி. ஏ. தேர்வு எழுத ஆயத்தம் ஆகிக்கொண்டிருந்த கீதா அடிக்கடி பேச வேண்டிவந்தது சுந்தரின் அதிர்ஷ்டம்.

’நீங்கள் டயல் செய்த எண் இப்போது உபயோகத்தில் இல்லை’ என்ற பதிவு செய்யப்பட்ட குரல் கேட்டது. கீதா வேலை மாறிவிட்டாளா? அல்லது வேறு யூனிட்டுக்கு ட்ரான்ஸ்ஃபர் ஆகிவிட்டாளா? சிறிது ஏமாற்றமாக இருந்தது அவனுக்கு.

ஆகட்டும். சிறிது நேரம் கழித்து வலைதளத்தில் அவள் அலுவலக எண் தேடிப்பார்த்துக் கிடைக்கும் எண்ணில் முயற்சி செய்யலாம் என்று நினைத்துக்கொண்டு குளிக்கப் போனான்.

'ஏன் சார் நீங்க 'பிசினெஸ் லாஸ்' இவ்வளவு நல்லாத் தெரிந்து வச்சிருக்கீங்க. எல்லாம் கடகடன்னு சொல்றீங்க. முன்ன 'லா' படிச்சிங்களா?'

'பிசினெஸ் எக்கனாமிக்ஸ் அற்புதமாக சொல்றீங்க. டிகிரியில எக்கனாமிக்ஸா? எப்படி சார் மேக்ரோ எக்னாமிக்ஸ் டயக்ராம் எல்லாம் புரிஞ்சுகிட்டுப் போடுறீங்க.'

'ஸ்டாடிஸ்டிக்ஸில் கலக்குறீங்க.'

கீதா அவ்வப்போது சுந்தரின் சீட்டுக்கு வந்துவிடுவாள். பாஸ்கர், மோகன் ஆகியோரின் பொறாமைக் கண்கள் விரியும்.

கீதா சுந்தரிடம் படிப்புபற்றி தாராளமாகப் பேசுவாளே தவிர, அவளுடைய பர்சனல் விஷயங்கள் பேச அனுமதிக்கமாட்டாள். நன்கு உடுத்துவாள். உடலை சரியாய் மறைப்பதில் கவனமாக இருப்பாள். மொத்தத்தில் அழகான நெருப்பு. புத்திசாலித் தனமான சிநேகிதி.

•

குளித்து, உடுத்தி கீழே ரெஸ்டாரண்டுக்கு வந்தான்.

'என்ன இருக்கு?'

'இட்லி, வடை, தோசை, கிச்சடி.'

'ஒரு பிளேட் கிச்சடி கொண்டு வா.'

கிச்சடி அவனை இன்னும் ஒரு சுற்று கீதாவிடம் நெருங்க செய்த டிஃபன்.

'என்ன சார். ரொம்ப டல்லா இருக்கீங்க.'

'ஒன்னும் இல்லை.'

'நைட் எல்லாம் படிச்சீங்களோ!'

'சீச்சி.'

'மேனேஜர் ஏதாவது திட்டி விட்டாரா?'

'சேச்சே. அதெல்லாம் இல்லை. யாரை என்னையா!'

'நான் உங்க சீட்டுக்கு வந்து வந்து பேசுவது அவருக்குப் பிடிக்கலையாமே. உங்களை 'வார்ன்' செய்திருப்பதாகச் சொல்றாங்க.'

அவள் கண்களில் இரக்கம்.

'யாரு பாஸ்கர் சொன்னானா? அவனுக்கு இதே வேலை.'

'சரி, சாப்பிட்டீங்களா?'

'உம்.'

'எங்க, டிஃபன்பாக்ஸ்சைக் காணோம்? வாங்க. நான் கிச்சடி கொண்டு வந்திருக்கிறேன்.'

அவளுடைய டிஃபன் பாக்ஸ் மூடியில் கொஞ்சம் வைத்துக் கொடுத்தாள். மஞ்சள் நிறக் கிச்சடியில் விரவிக்கிடந்த பழுப்பு நிற கடலைப்பருப்புகளைத் தேடி எடுத்துச் சாப்பிட்டுக்கொண்டே பேசினான்.

அவனுடைய பாம்பே அலுவலக வேலை சுவாரசியம் அதிகரித்து, மீண்டும் கீதாவுக்குப் போன் பண்ண வேண்டுமே என்று நினைவு வந்தபோது மணி 11:30. வலைதளத்தில் கீதாவின் அலுவலக டெலிஃபோன் எண்ணைத் தேடினான்.

டெலிஃபோன்!

தினம் தினம் அவளோடு நேரடியாக நெடு நேரம் பேசினாலும் அவன் காதலை அவளுக்குத் தெரிவிக்க தேர்ந்தெடுத்தது லேண்ட் லைன் டெலிஃபோனைத்தான்.

முடிவு செய்த அந்த நாள் அலுவலகத்துக்கு லீவு போட்டு விட்டான். மதிய உணவு இடைவேளை நேரம். அவன் வீட்டுக்குப் பக்கத்தில் இருக்கும் நாடார் கடையில் இருந்து, அலுவலகத்தில் இருந்த கீதாவை ஃபோனில் அழைத்தான். அவன் அவளை மனதார விரும்புவதைச் சொன்னான். தான் ஒரே பிள்ளை என்றும், வசதியானவன் என்றும், கீதாவை உள்ளங்கையில் வைத்துத் தாங்குவேன் என்றும் சொன்னான்.

பலமுறை யோசித்து வைத்திருந்த அந்தச் சில வார்த்தைகளைத் தெளிவாகச் சொல்லி முடிப்பதற்குள் அவனுக்கு வியர்த்து விட்டது.

ஆனால் அதற்கு கீதா சொன்ன நிதானமான பதில் அவனை வியக்க வைத்தது.

'சுந்தர் நீங்க சொல்றது நிஜம். நீங்க ரொம்ப டீசண்டானவர். உங்களைக் கல்யாணம் பண்ணிக்கிறவளை நிச்சயம் நன்றாக வைத்துக்கொள்வீர்கள். எந்தப் பெண்ணும் உங்களைக் கல்யாணம் செய்துகொள்வதை வேண்டாம் என்று சொல்ல மாட்டாள். நான் உள்பட. ஆனால், தயவுசெய்து என்னிடம் காதல்னு பேசாதீர்கள். நான் எதையாவது விரும்ப ஆரம்பித்து விட்டால் அதை அடையாமல் விடமாட்டேன். அதனால் சிலவற்றை விரும்புவது இல்லை. ஏன் என்றால் எனக்கு என் அம்மா அப்பா பார்க்கிற 'அரேன்ஜ்டு மேரேஜ்தான்' வேண்டும். சாரி. நான் சொன்னதில் ஏதும் கடுமையா இருந்தா என்னை மன்னித்துவிடுங்கள்.'

போனை வைத்துவிட்டாள்.

அவளுடைய அலுவலகம் எண் கிடைத்துவிட்டது. பதிலுக்காகக் காத்திருந்தான்.

'ஹலோ. ஆல்டைம் ரிசார்ட்ஸ் குட்மார்னிங். யார் வேண்டும்?'

'மிஸஸ் கீதா.'

'கீதாதான் பேசுறேன் நீங்க?'

அட! அவள்தான்.

'ஹலோ... நானா? எங்கே கண்டுபிடிங்க பார்க்கலாம்.'

நான்கைந்து வினாடிகள் அமைதி.

'யாரு சுந்தரா?' அவள் குரலில் ஆச்சர்யம்.

'எஸ். பரவாயில்லையே! ஹலோன்னு ஒரு வார்த்தை சொன்னதிலயே கண்டுபிடித்து விட்டாயே.'

'என்ன? பாம்பே வந்திருக்கீங்களா? ஆபீஸ் வேலையா, பர்சனலா?'

'ஆபீஸ் வேலைதான். ஆன் டூட்டி.'

'உம்.'

'அவசியம் வீட்டுக்கு வரணும். எத்தனை நாள் டூர்?'

'வீட்டுக்கா? கொஞ்சம் ஓர்க் இருக்கே!'

‘சாயங்காலம் என்ன பண்றீங்க?’

‘ஷாப்பிங்.’

‘புடலங்காய் ஷாப்பிங். கட்டாயம் எங்க வீட்டுக்கு வர்றீங்க.’

அவன் கீதா சொன்ன இடத்தில் சரியாக 5 மணிக்கு நிற்க, தூரத்தில் அவள் வருவது தெரிந்தது. சற்று குண்டாகியிருந்தாள். கண்ணாடி வேறு போட்டிருந்தாள். தூரத்தில் இருந்து பார்க்க அவள் சற்றுக் குள்ளமாக இருப்பதுபோலகூட அவனுக்குப் பட்டது. அருகில் வந்ததும்தான் அவள் சுந்தரைக் கவனித்தாள். அதே கலகலப்பு.

சாலையைக் கடந்து எதிர்ப்பக்கம் சென்று அவள் தன் ஸ்கூட்டரை ஸ்டார்ட் செய்து சுந்தரை அவள் பின்னே அமரச் சொல்ல, தயங்கியபடி அமர்ந்தான். மூன்று நான்கு தெருக்கள் தள்ளி ஒரு பழைய, அதிக வீடுகள் இருந்த மிகப்பெரிய குடியிருப்பின் காம்பவுண்ட்டுக்குள் நுழைந்து ‘எப் பிளாக்’ என்று எழுதியிருந்த கட்டிடத்துக்கு முன்பு வண்டியை நிறுத்தினாள்.

அழுக்கான படிக்கட்டுகளில் ஏறினார்கள். இரண்டாவது மாடியில் இருந்த ஒரு வீட்டுக்குள்ளிருந்து இரண்டு வாண்டுகள் ஓடி வந்து அம்மா என்று அவளைக் கட்டிக்கொண்டன. பின்னமே லுங்கி, அரைக்கை சட்டையுடன் ஒருவர் வெளிவந்தார். சுந்தரை ‘வாங்க’ என்றார்.

‘என் ஹஸ்பெண்ட்’ என்று அறிமுகப்படுத்திவிட்டு, இருவரையும் பார்த்து ‘பேசிக்கிட்டு இருங்க’ என்று சொல்லிவிட்டு கீதா உள்ளே போனாள். தன்னை அறிமுகப்படுத்திக்கொள்ள சுந்தர் தயங்கினான். கீதாவின் கணவர் சிரித்தபடி, ‘மதியமே ஆபீசுக்கு ஃபோன் செய்து நீங்கள் வருவதைப்பற்றி கீதா சொன்னாள்’ என்றார்.

ஓர் அறையும் சமையல்கட்டு மட்டும் கொண்ட சின்ன ஃபிளாட் அது. அவருக்கு சரியான வேலை இல்லையோ என்று அவனுக்குத் தோன்றியது. உடன், இதெல்லாம் கீதாவே விரும்பி ஏற்றுக்கொண்ட தண்டனைதானே என்றும் சிந்தனை ஓடியது.

அவசரமாய் சமையல் செய்தாள். அவள் கணவன் சமையல் முதல் பரிமாறுவதுவரை அவளுக்கு உதவி செய்தார். அவர் சரியான கூஜா என்று சுந்தருக்குத் தோன்றியது. சொல்லிக்கொண்டு கிளம்பினான்.

‘பஸ் ஸ்டாண்ட்வரை போய் சாரை விட்டுவிட்டு வா’ என்று கீதாவை அவர் அனுப்பி வைத்தார். கீதாவும் சுந்தரும் மௌனமாக நடந்தார்கள். சுந்தர் அடக்க இயலாது கேட்டே விட்டான்.

‘உனக்கு இதுபோல ஒரு வாழ்க்கை அமையவேண்டுமா? தேவையா? காதல் என்ன இந்த உலகத்தில் நடக்காத விஷயமா?’

மெலிதாக சிரித்தபடி கீதா சொன்னாள், ‘யு ஆர் டெரிபிலி மிஸ்டேக்கன் சுந்தர். நான் சந்தோஷமா இல்லேன்னு நீங்க நினைக்கிறீர்கள். நான் ரொம்ப சந்தோஷமாக இருக்கேன். என் பெற்றோர் பார்த்தவரையே கட்டிக்கிட்டு இருக்கேன். அவர்களுக்கு அநாவசிய பிரச்னைகள், மனஅழுத்தங்களைக் கொடுக்கவில்லை. நீ என்னை ஒப்பனாகக் கேட்டும், எனக்கு உன் மேல நல்ல அபிப்பிராயம் இருந்தும் நான் சம்மதிக்கவில்லை.

என் கணவருக்கு உங்களைவிட வசதி குறைச்சல்தான். அவர் படிப்பு, ஸ்டைல், வேலை, சம்பளம் எல்லாம் உன்னைவிடக் குறைவுதான். இன் ஃபேக்ட் அவருக்கு லேசா ஆஸ்மாகூட உண்டு. ஆனால், அவர் மேல் எனக்கு கொள்ளைப் பிரியம்.

நான் தேர்வு செய்தா என் அப்பா அம்மா எனக்குக் கிடைத்தார்கள்? என் குழந்தைகள், ஆசிரியர்கள், சுற்றம் எதையுமே நான் தேர்வு செய்யவில்லை. அவர்களெல்லாம் பெஸ்டாக இல்லாமல் இருக்கலாம். அதற்காக நான் அவர்களை ஒதுக்கியாவிட்டேன்? ஏற்றுக்கொண்டேன்.

என்னுடையது இதுதான் என்று நினைத்துவிட்டால், ஏற்றுக் கொண்டுவிட்டால் ஏது பிரச்னை? இன்றைய தேதிக்கு காதலித்துக் கல்யாணம் பண்ணாமல், பெற்றோர் செய்து வைக்கும் கல்யாணத்தை ஏற்றுக்கொண்டு எவ்வளவோ பேர் சந்தோஷமாகத்தான் இருக்கிறோம் சுந்தர்.’

•

25. இவரைப் புரிந்துகொள்ளுங்கள்

'என்னங்க மணி 12 ஆகப் போகுதுங்க! இன்னுமா தூங்கல நீங்க?' விருட்டென்று எழுந்து உட்கார்ந்துகொண்டு விட்டாள் மரகதம். ஃபேன் ஓடும் சத்தம் மட்டும் கேட்டுக்கொண்டிருந்த நடுராத்திரி.

'ஸ்ஸ்... ஏன் சத்தம் போடுகிறாய்? புள்ளைங்க எல்லாம் தூங்குவதில்லை.'

அவருக்கு இப்போதெல்லாம் இரவானால் வரவேண்டும் என்கிற பழக்கத்துக்குத் தூக்கம் கட்டுப்படவில்லை. சதா சிந்தனை. ரிட்டையர் ஆகி ஒரு வருடம் ஆகிவிட்டது. பெரியவள் பி.எஸ்.சி. படித்துவிட்டு சொற்ப சம்பளத்துக்கு நர்சரிப் பள்ளி டீச்சராக வேலை பார்க்கிறாள். அடுத்த பையன் டி.எம்.இ. முடிக்கப் போகிறான். அவன் வாங்கப்போகும் தர்ட் கிளாஸ் மார்க்குக்கு யார் வேலை கொடுப்பார்கள்?

'எனக்குப் பயமா இருக்குங்க. நீங்க இப்படிக் கவலைப்பட்டு கவலைப்பட்டு உடம்புக்கு ஏதாவது கொண்டுவந்து வந்து விடுவீர்களோன்னு கலக்கமா இருக்கு.'

மல்லாந்து படுத்துக்கொண்டு ஒரு காலை குத்துக்கால் போட்டுக் கொண்டு மற்றொன்றை அதன் மேல் கைவைத்து, கால் கட்டை விரலை கைகளால் திருக்கிக்கொண்டு சதா யோசனைதான்.

'உங்களுக்கு வேண்டியவர் கணேசன் பர்சனல் மேனேஜராத்தானே இருக்கார். அவரைப் பார்த்து ஒருமுறை கேளுங்கன்னா கேக்காம.'

‘ஆமாம். அதுதான் சரி. வேறு வழி தெரியவில்லை’ என்று அவருக்கும் தோன்றியது. அவர் மகனுக்கு டி.எம்.இ. முடித்ததும் அவசியம் வேலைவேண்டும். அதற்கு ஒரே வழி கணேசனைப் பார்த்துக் கேட்டுவிடவேண்டியதுதான் என்று முடிவு செய்தார்.

மறுநாள் காலை எழுந்து பிள்ளைகளுக்கு முன்பே குளித்துவிட்டு அவர்கள் குடியிருக்கும் திருவேங்கடநகர் விநாயகரைப் பார்க்கக் கிளம்பினார். விநாயகரைக் கும்பிட்டுவிட்டு கிளம்புதல் அவரது பல வருட வாடிக்கை.

‘என்ன சங்கரன் சார். எப்படி இருக்கேள்?’ குரல் கேட்டுத் திரும்பினார். கணேசன் சார்தான். கும்பிடப் போன தெய்வம் குறுக்கே வந்ததுபோல.

குளித்து, நல்ல வெள்ளை சட்டை, வேட்டி அணிந்து, நெற்றியில் திருநீறு பளிச்சிட கம்பீரமாய் கணேசன் சார்.

‘உங்களைத்தான் பார்க்கணும்னு நினைச்சிட்டு இருந்தேன் கரெக்டா பாருங்க நம்ம பிள்ளையார்...’ என்று சொன்னது கணேசன்.

நானும் உங்களைப் பார்க்கத்தான் கிளம்பிக் கொண்டிருந்தேன் என்று சொல்லவேண்டும். ஆனால் சொல்லவில்லை.

‘எல்லாம் அவன் செயல்’ என்று மட்டும் சொல்லியபடி, சங்கரன், சன்னதியைப் பார்த்து கன்னத்தில் போட்டுக்கொண்டார்.

‘வாங்க ஒரு காபி சாப்பிட்டுக்கொண்டே பேசலாம்’ என்று அருகில் இருக்கும் ஒரு காபி ஹோட்டலுக்கு கணேசன் அழைத்தார்.

‘சரி. நல்லதாகப் போயிற்று. எப்படியும் விஷயத்தை கடைசியாகவாவது ஒரு வார்த்தை சொல்லிவிடலாம்’ என்று நினைத்தபடி சங்கரன் அவருடன் நடந்தார்.

மிகச் சிறிய விநாயகர் கோவில். ஒரே தொழிற்சாலையில் பணிபுரியும் இவர்கள் எல்லாம் சேர்ந்து திருவேங்கடநகர் என்று பின்னால் பெயர் வைக்கப்பட்ட விவசாயம் பொய்த்துப் போன இடத்தில் சுமார் இருநூறு அலுவலர்கள் ஆளுக்கு ஒரு கிரவுண்டு, இரண்டு கிரவுண்டு என்று வாங்கி, வீடு கட்ட ஆரம்பிக்கையி லேயே ஒரு மரத்தடியில் இந்த விநாயகர் இருந்தார். இவர்கள் எல்லாம் வந்ததும் அவருக்கு ஐயர் ஏற்பாடு செய்து மூன்று கால பூஜைகள் செய்ய ஆரம்பித்தார்கள்.

கணேசன் சார்தான் அந்த வேலையை எடுத்துச் செய்தார். இப்போது விநாயகர் இருக்கும் இடத்துக்குப் பக்கத்திலேயே விநாயகரைத் தற்காலிகமாக பிரதிஷ்டை செய்துவிட்டு, கோயிலாக பெரிய கோபுரம் கட்டப்போகிறார்கள். பிளான் எல்லாம் தயார். வசூலும் தொண்ணூறு சதவிகிதம் முடிந்து விட்டதாம்.

வேலைகளை முழு நேர வேலையாய் சங்கரன்தான் பார்க்க வேண்டுமாம். ரிட்டையர் ஆகி வீட்டில் சும்மாதான் இருக்கிறார் என்பதைவிட, இம்மாதிரி விஷயங்களில் அனுபவ ஞானமும் ஈடுபாடும் உள்ளவர் என்பதால்தான் கணேசன் சார் அவரைக் கேட்டுக்கொள்கிறாராம்.

'தினப்படி செலவுக்கு கொஞ்சம் ரூபாய் தருகிறோம். இது சம்பளமல்ல. கை செலவுக்குத்தான். அதற்குமேல் கொடுக்க பிள்ளையாரால் முடியாது' என்றார் சிரித்துக்கொண்டே.

சங்கரனும் சந்தோஷமாக ஒப்புக்கொண்டார். எல்லாம் அவன் செயல் என்று வணங்கினார். தன் மகன் விஷயத்தை இந்த மாதிரி நேரத்தில் சொன்னால் எப்படி இருக்கும் என்று தயங்கி, பிறகு பார்த்துக்கொள்ளலாம் என்று விட்டுவிட்டார்.

கோயில் வேலைகள் கிடுகிடுவென்று நடந்தன. கடவுள் காரியம் என்பதாலோ அல்லது சங்கரன் சார் சிரத்தையோ, எல்லாம் நல்லபடியாக முடிந்தது. இரண்டு மாதத்தில், வண்ண வண்ண பொம்மைகளுடனான அழகிய சின்ன கோபுரமும், வெளிப்பிரகார காம்பவுண்ட்டும், உள்ளே சிமெண்ட் தரை என்று எல்லாம் சிறப்பாக நடந்து முடிந்தன.

சாயங்கால வேளைகளில் தினமும் சங்கரன், கோவிலுக்கு எதிரில், மணலில் உட்கார்ந்திருப்பார். அந்தப் புதிய நகரின் முக்கியஸ்தர்கள் வருவார்கள். கணேசன் தினமும் வருவார். பேசுவார்கள்.

கும்பாபிஷேகமும் நடந்தது.மேடையிலேயே பொன்னாடை போர்த்தி, கணேசன் சார், சங்கரனின் உழைப்பைப் பாராட்டினார். இன்னும் பலரும் பாராட்டினார்கள்.

அதேநாள் சங்கரன் மகன் வீரசேகரனின் தேர்வு ரிசல்ட் வந்தது. நாற்பத்தி இரண்டு சதவிகித மதிப்பெண் பெற்று பாஸ் பண்ணியிருந்தான்.

மரகதம் தன் மகனுக்கு நிச்சயம் வேலை கிடைத்துவிடும். அதுவும் கணேசன் சார் சொல்லி அவருக்குப் பெயர் வருவது போல தன்

கணவர் சங்கரன், கோவில் வேலை இவ்வளவு செய்திருக்கும் போது, கணேசன் சார் தன் மகனுக்கு ஒரு வேலை வாங்கிக் கொடுக்காமலா போய்விடுவார் என்று நினைத்தார்.

வீட்டின் நிதி நிலைமையும் இன்னொருவர் கட்டாயம் சம்பாதிக்க வேண்டும் என்ற அளவுக்குப் போய்விட்டிருந்தது.

கும்பாபிஷேகம் முடிந்த அடுத்தநாள் மாலை வழக்கம்போல முக்கியஸ்தர்கள் மணலில் அமர்ந்திருந்தார்கள். வரவு செலவு கணக்குப் பார்த்தார்கள். அடுத்த கட்ட வேலையாக ஆஞ்சனேயர் சன்னதியை எங்கு வைக்கலாம், எப்போது ஆரம்பிக்கலாம் எனப் பேசினார்கள்.

கணேசன் சார், இந்த செல்வ விநாயகர் கும்பாபிஷேகம் நடந்த நேரம் தனக்கு ஃபாரின் அசைன்மெண்ட் வந்திருப்பதாகவும், கம்பெனி வேலையாக அவர் ஒரு வருட காலம் லண்டன் போவதாகவும் கண்கள் பனிக்கச் சொன்னார்.

இரவு ஒன்பது மணிவரை பேசிக்கொண்டிருந்துவிட்டு அனைவரும் கலைந்து தத்தம் வீடுகளுக்குப் போனார்கள்.

‘என்ன , கேட்டீங்களா, கேட்டீங்களா?’ என்று தினமும் மரகதம் சங்கரனை நச்சரித்தாள். ‘நீங்கள் கேட்கலைன்னா விடுங்க. நான் கேட்கிறேன் அவரை’ என்றாள்.

சங்கரனுக்கு முன்பைவிட மனதுக்குள் பெரிய போராட்டம். முன்பாவது பரவாயில்லை. இப்போதுதான் கணேசன் சார் சொல்லி, ஒரு பெரிய வேலையை செய்து முடித்துக் கொடுத்திருக் கிறோம். தினம் தினம், ‘சங்கரன் செய்தார், உழைத்தார்’ என்கிறார் கணேசன் சார். அவரிடம் போய் இப்போது சொந்த உதவி கேட்டு நிற்பதா... என்ன நினைப்பார்? அவர் நிச்சயம் செய்வார். ஆனால், அவர் மனதின் ஓரத்தில் நாம் பிரதி உபகாரம் கேட்பதாக நினைத்துவிட்டால்!

வேண்டவே வேண்டாம். அவருக்காக ஒரு வேலை செய்து கொடுத்துவிட்டு, பின் இதைக் கேட்க அவரால் முடியவில்லை. அவரைப் புரிந்துகொள்ள முடியாமல் மரகதமும் தினமும் கத்திக் கொண்டிருக்கிறாள். மரகதத்தால் மட்டுமா... ஏன் எவ்வளவோ நபர்களாலும் சங்கரனைப் புரிந்துகொள்ளமுடியாதுதான்.

•

26. அவரவர்க்குப் பிடித்தது

‘இருக்கிற பிரச்னை பத்தாதுன்னு இந்த குருவிக வேற! ஊர்ல இருக்கிறவங்க குப்பையெல்லாம் கொண்டாந்து இங்க போடுதுக’ பார்வதி சலித்துக்கொண்டே, குச்சி, தழைகள், சணல் அடங்கிய ஒரு கை குப்பையை அள்ளி பால்கனி வழியே வெளியே எறிந்தாள்.

‘நான் ஒரு ஆளு எவ்வளவுதான் செய்யமுடியும்? அங்க இருக்கிறத எடுத்து இங்க வைக்க முடியாது உங்கள் இரண்டு பேராலும். மேக்கொண்டு ஆக்கினை பண்ணி வைக்கிறீக.’

அவள் உங்கள் இரண்டுபேராலும் என்று சொல்லியது, என்னையும் எங்கள் நாலு வயது மகள் சுமிக் குட்டியையும்தான்.

நாங்கள் வசிப்பது ஒரு சிறிய வீட்டில். கடவுள் புண்ணியத்தில் எங்களுக்கு எல்லா வசதிகளும் இருக்கின்றன. டிவி, கிரைண்டர், தையல் மெஷின். ஏன் சமீபத்தில் வாஷிங் மெஷின்கூட வாங்கி விட்டோம். பிரச்னையே இவை எல்லாவற்றையும் வைக்க போதிய இடம் இல்லை என்பதுதான்.

பார்வதிக்கு எதிலும் ஓர் ஒழுங்கு வேண்டும். எல்லாம் அதனதன் இடத்தில் இருக்கவேண்டும். கழிவறை பளிச்சென்று இருக்க வேண்டும். மெத்தையைக் கசங்க விடமாட்டாள். ஞாயிற்றுக் கிழமைகளில் பேன், ப்ரிட்ஜ் எல்லாம் துடைக்க வேண்டும். சலவைக்குப் போய்வந்த துணியைக்கூட இவள் ஒரு முறை தண்ணீரில் அலசி காயப்போட்டுத்தான் உபயோகிப்பாள். நான் இதற்கு நேரெதிராக இல்லாவிட்டாலும், கொஞ்சம் சோம்பேறி. எங்கள் மகளோ பார்வதி எண்ணப்படி, பொறுப்புத் தெரியாதவள்.

இரண்டு வாரங்களாகவே எங்களோடு சேர்ந்து கொண்டதுபோல இரண்டு குருவிகளும் குப்பை போட ஆரம்பித்துவிட்டன. எங்கள் வீட்டுக்குப் பின்புறம் இருக்கும் ஜன்னல் வழியாக கீச்கீச் என்று கத்திக்கொண்டே உள்ளே வரும். கழிவறையில் உள்ள ஃபிளஷ் டேங்கின் மேல் கொஞ்சம் முருங்கை இலைகள், சணல், வைக்கோல் போன்றவற்றை வைக்கும். மீண்டும் கர்ம சிரத்தையாக ஜன்னல் வழியே பொருள்கள் தேடிப் பறக்கும். ஃபிளஷ் டேங்க்கின் மேல் வைத்த பொருள்கள் அதன்மீது நிற்காது, வழுக்கிக் கீழே விழும்.

அவை அங்கு கூடு கட்ட முயற்சிப்பதை முதலில் தெரிந்து சொன்னது பார்வதிதான். இதுகளுக்கு வேற எங்கயுமா இடம் கிடைக்கல. இங்கே வந்து குப்பை போடுதுக. திட்டிக்கொண்டே அள்ளி அள்ளி எறிவாள். குருவிகளும் சளைக்காது மீண்டும் மீண்டும் கொண்டுவந்து போடும். அவற்றை அவள் திட்டத் திட்ட எங்களுக்குள் வாக்குவாதம் வளரும்.

'ஏம்மா... நமக்கு வீடு இருக்கு. கட்டிலிருக்கு, மெத்தையிருக்கு. குருவிகள் பாவம் எங்க போகும்? அதுகளுக்கு நாம எதுவும் செய்யாவிட்டாலும் அதுகளா செஞ்சுக்கிறத கெடுக்காம இருக்கலாமில்லையா?'

'ஹூம்... அப்படியா. ஏன்... நீங்க வேணா அதுகளுக்கு ஒரு வீடு கட்டி, கட்டிலும் மெத்தையும் வாங்கிப்போடுங்களேன்.'

'ஒருவாட்டி இந்த ஃபிரிட்ஜைத் துடைச்சிருப்பீங்களா? பழைய பேப்பர்களை அடிக்கி வைச்சிருப்பீங்களா? பரணியை ஒழுங்கு பண்ணியிருப்பீங்களா? செய்றவளுக்குத்தானே தெரியும் சிரமம்!'

இவ்வளவு சொல்வாளே தவிர, குருவிகளை விரட்டிவிட மாட்டாள். குரலில் எரிச்சல் இருக்கும். அவ்வளவுதான். குருவியின் முயற்சியும் பார்வதியின் எரிச்சலும் தொடர்ந்தன.

இரண்டு நாள்கள் கழித்து பார்வதி செங்கல்பட்டில் இருக்கும் அவள் அம்மா வீட்டுக்கு கிளம்பிப் போனாள். உடன் சுமிக்குட்டியையும் கூட்டிப்போனாள். போகும்போது, 'நான் வர்றதுக்குள்ள அடுப்படியில் எல்லாத்தையும் கலைச்சுப் போட்டுடாதீங்க. வேங்கரிசிமா, ரவை, ஜாம், சீனி, காபித்தூள் எல்லாம் ஒண்ணா மர அலமாரியில வச்சிருக்கேன். ஹோட்டல்ல சாப்பிடாதீங்க. மறக்காம தயிர் உறைய வச்சுக் குடிங்க' என்று திரும்பத் திரும்பச் சொல்லிவிட்டுத்தான் ஊருக்குப் போனாள்.

பார்வதியும் சுமியும் வீட்டில் இருக்கிறபோது என்னால் எதையும் என் இஷ்டத்துக்குச் செய்ய முடியாது. என் நேரம் அவர்களால் அவர்களுக்காகச் செலவழிக்கப்படும்.

‘இதை எடுத்துவையுங்க. அதை வாங்கிட்டு வாங்க.’

‘சதா சர்வகாலமும் அப்படி என்னதான் அந்தப் பேப்பர்ல இருக்குமோ! சதா பேப்பரும் கையுமா இருந்தா குடும்பம் எப்படி நடக்கும்!’

‘ஏங்க ஞாயிற்றுக்கிழமை ஒரு நாள்தானே வீட்ல இருக்கீங்க. அன்னைக்கும் உங்கள் சம்பளக் கணக்கு பாக்குறது, இல்லன்னா தூங்குறதுன்னா, நான் ஒருத்தியே எல்லாம் செய்ய முடியுமா?’ என தாக்குதல் உடன் ஆரம்பிப்பாள்.

‘சரி. இப்ப என்ன பண்ணனும்கிற?’ என்று கேட்டுவிட்டு ஒன்று கீரை ஆய்ந்துகொண்டிருப்பேன். அல்லது ஃபேன் துடைத்துக் கொண்டிருப்பேன். அவற்றை எல்லாம் வேகமாக முடித்தால் ஆன்டனா ரிப்பேர் காத்திருக்கும்.

அப்பாடா! ஒருவரும் வீட்டில் இல்லை. சாப்பாடுதான் சிறிது சிரமம். ஆனால், ரொம்ப நாட்களாக செய்யாமல் விட்ட வேலைகளை முடித்துவிடலாம். ஓராண்டு முன்பு ஊர் மாற்றலாகி வந்தபோது சாமான்கள் வைத்து எடுத்துப்போக பெட்டிகள் செய்ய நிறுவனம் ‘ஸ்கிராப்’ மரப்பலகைகள் தந்தது. அவை ரொம்ப நாட்களாக இடத்தை அடைத்துக் கொண்டிருப்பதாய் என் மீது ஒரு குற்றச்சாட்டு இருந்ததை சரி செய்ய, மர ஆசாரி ஒருவரை வீட்டுக்கே கூட்டி வந்து மூவர் உட்காரும் சோஃபா ஒன்று செய்திருந்தேன்.

அவள் அதை வீட்டுக்கு வருவோரிடமெல்லாம் காண்பித்து, என் மானத்தை வாங்கினாள். ‘இது வேற இடத்தை அடைச்சிக்கிட்டு. காசைப் பிடிச்ச கேடு. இதுல யாரு உட்காருவார்கள்’ என்று. அந்த வார்னிஷ் பூசாத, பெயிண்ட் அடிக்காத, கொரகொரப்பான மரப்பலகை சோஃபா மேல் ஒரு கட்டம் போட்ட போர்வையை போட்டு மூடி, அதை ஓர் அவமானச் சின்னம் போலவே வைத்திருப்பாள். ஆனால், சுமிகுட்டி அதில் அமர்ந்துதான் படிக்கும், சாப்பிடும், தூங்கும்.

சோஃபா ரிப்பேர் செய்பவன் ஒருவனை அழைத்து அதற்கு நார் அடைத்து ரெக்ஸ்சின் உறை தைக்க எவ்வளவு ஆகுமெனக் கேட்டேன். அவன் சொன்ன தொகையைக் கேட்டு அதற்கு புதுசே வாங்கிவிடலாம் என்று தோள்பட்டையில் முகத்தை இடித்துக் கொண்டாள்.

அடுத்து ஒரு தச்சரைக் கூட்டிவந்து சன்மைக்கா ஒட்டலாமா என்று கேட்டதற்கு, அவரோ அவள் எதிரில் இதற்கு அதெல்லாம் செய்வது வேஸ்ட் என்று சொல்லிவிட்டார். வேறு வழியில்லை. நாமே இதை சரி செய்யலாம் என்று நினைத்திருந்தேன். ஆகா! நல்ல சந்தர்ப்பம். அவள் ஊருக்குப் போகிறாள்.

அவள் ஊருக்குப்போயிருக்கையில் நாம் எழுதிய பழைய கவிதைகளையெல்லாம் தேடி எடுத்து, ஒரு நோட்டில் எழுதுவது, ரொம்ப நாளா எழுதாமல் விட்ட டைரி எழுதுவது என்று என்னுடைய வேலைகள் பலவற்றை நான் சுதந்திரமாக செய்யலாம்.

முதல் நாள் மாலை வீட்டுக்கு வந்ததே லேட்டு. பால்காரன் வந்து போய்விட்டான். பரவாயில்லை. பிஸ்கட் மட்டும் தின்றுவிட்டு பரணில் ஏறி பழைய சாக்குகள், ஜமுக்காளம், ஆணி டப்பா, சுத்தியல் எல்லாம் எடுத்துக்கொண்டு வந்து என் சோஃபாவைச் சரி செய்தேன். முடிக்கையில் மணி ஒன்பதே கால்.

சோஃபா பிரமாதமாக இருந்தது. அவளுக்கு அடையாளமே தெரியாது. விழிக்கப் போகிறாள். பசி வயிற்றைக் கிள்ளியது. உப்புமா கிண்ட சோம்பேறித்தனம். காய்ந்த திராட்சைகளையும் வெள்ளரிக்காயும் சாப்பிட்டு, தண்ணீர் குடித்துவிட்டுப் படுத்து விட்டேன்.

மறு நாள் மாலை வீட்டுக்கு வரும்போது ரஸ்தாளி வாழைப்பழம் ஆறு வாங்கி வந்துவிட்டேன். சோஃபாவைப் பார்க்கப் பார்க்கப் பெருமையாக இருந்தது. இன்று என்ன... டைரியா கவிதைகளாக? குருவிகள் கீச் கீச் என்ற சத்தம் போட்டன. என்ன மறதி எனக்கு! இந்தக் குருவிகளைப்போய் மறந்தேனே. இன்றைக்கு இதுதான்.

இவற்றுக்கு என் திறமையெல்லாம் பயன்படுத்தி, ஓர் அழகான கூடுகட்ட உதவியாக இருக்கும் அமைப்பு. ஓகே... என்ன செய்யலாம்?

குருவிகள் முயற்சி செய்து கொண்டிருந்த இடத்தை பார்த்தேன். பார்வதி ஊரில் இல்லாததால் குருவிகள் பொட்ட குப்பை ஏராளமாக கிடந்தது. அவற்றால் கூடு கட்ட முடியவில்லை. ஆனால் குருவிகள் முயற்சி தொடர்ந்துகொண்டிருந்தன.

அட்டைப் பெட்டிகள், ஆங்...சமீபத்தில் வாங்கிய புதுச்செருப்பின் அட்டைப்பெட்டி ஞாபகம் வந்தது. அதை எடுத்துப்போய் ஃபிளஷ் டாங்குமேல் வைக்க எம்பி, எம்பிப் பார்த்தேன். உயரம் எட்ட வில்லை. மர ஸ்டூலை கொண்டுபோய் கக்கூஸில் போட்டு

(பார்வதி பார்த்தால் ஸ்டூலைக் குளிப்பாட்ட வேண்டியிருக்கும்) அதன் மேலேறி டப்பாவை வைக்க முயற்சித்தேன். அதன்மீது நிற்காமல் டப்பா வழுக்கி வழுக்கி விழுகிறது. என்ன செய்யலாம்?

ஆணி அடித்தால் என்ன? முயற்சி செய்ததில், அதைவிட நல்ல யோசனை வந்தது. பழைய கேலண்டர் அட்டைகள், கல்யாணம் அழைப்பிதழ் அட்டைகள் முதலியன வைத்து அழகான, பாதுகாப்பான தொட்டில் மாதிரி ஒன்று செய்து சுவற்றில் அடித்தேன்.

'நான் செய்வது குருவிகளுக்கு எவ்வளவு பெரிய உதவி யாருக்குத் தெரிகிறது அவர்களின் சிரமம்? பாவம் குருவிகள். கட்டமுடியாது எவ்வளவு திண்டாடின. இதை வந்து பார்த்தால் அவை எவ்வளவு சந்தோஷப்படும். இதனால் எனக்குப் புண்ணியம்கூட கிடைக்கும். இதற்குப் பிரதியுபகாரமாக என் குடும்பம் நல்லா இருக்கும்' என்றெல்லாம் சந்தோஷப்பட்டுக் கொண்டே வேர்க்க விறுவிறுக்கக் கட்டி முடித்தேன். கீழே கிடந்த இலைக்குச்சிகள் முதலியவற்றை எடுத்து அதற்குள் போட்டேன். இரவு மணி ஏழு முக்கால். குருவிகளைக் காணோம்.

டிவி பார்த்துக்கொண்டே இரண்டு ரஸ்தாளிப் பழமும் பாலும் சாப்பிட்டுவிட்டு மனதிருப்தியுடன் இரவு தூங்கினேன்.

மறுநாள் ஆஃபிஸில் புதுத் தொல்லைகள். அதனால் வேறு எதையும் நினைக்க நேரமில்லை. மாலை செங்கல்பட்டிலிருந்து பார்வதி சுமியுடன் வந்துவிட்டாள். சுமி தன் சோபா உருவம் மாறி இருப்பது கண்டு அதன் அருகிலேயே வரவில்லை. பார்வதி இந்தமுறை வீடு அதிக குப்பை இல்லாமல் இருப்பதுபற்றியோ, சோஃபா நன்றாக இருப்பது குறித்தோ ஒரு வார்த்தையும் சொல்லவில்லை. ஊர்க் கதைகள் சொல்லிக் கொண்டிருந்தாள். நானும் சோஃபா ரிப்பேர் குறித்துச் சொன்னேனே தவிர, குருவிக்குக் கூடு கட்டியதுபற்றிச் சொல்லவில்லை.

இரண்டு நாள் கழித்து அவளைக் கேட்டேன், 'என்ன குருவிகளின் சத்தத்தையே காணோம்?'

அவள் சொன்னாள், 'அதுக பின்னாடி மா மரத்தில் கூடுகட்டிக் கிடுச்சு. பார்க்கலையா?' தூரத்தில் குருவிகள் கீச் கீச் என்று கத்திக்கொண்டிருந்தன.

•

27. போராட்டம்

‘**எ**ன்ன சமையல் ஆச்சா இல்லையா... இன்னைக்கும் நான் பதினொரு மணிக்குத்தான் சாப்பிடமுடியுமா?’ சண்முகம் சமையலறைக்கு வந்து நடப்பவற்றை நோட்டம் விட்டார். பிறகு மீண்டும் ஒருமுறை நிமிர்ந்து சுவர் கடிகாரத்தைப் பார்த்தார். காலை மணி 9.35. இன்னும் பத்து நிமிடங்கள்தான் இருக்கிறது. கிளாஸ் ஆரம்பித்துவிடும். அதற்குமுன் சாப்பிடா விட்டால், பிறகு 11 மணிக்கு கிளாஸ் முடிந்தபின்தான் சாப்பிடலாம்.

‘தட்டை எடுத்து வையுங்க. சாதத் தவலையை நிமிர்க்க வேண்டியது தான்.’

கௌரியும் பரபரப்பாய் இருந்தாள்.

பதற்றமாக நிமிர்ந்து சுவர் கடிகாரத்தைப் பார்த்தபடி சாப்பிட்ட அப்பாவைப் பார்க்க கௌரிக்குப் பரிதாபமாக இருந்தது. குழம்பு சாதம் சாப்பிட்டு முடிக்கையில் மணி 9.40.

கையை உதறிவிட்டு எழுந்துபோய் தனது மொபைல் போனில் எல்கேஜி சி செக்ஷன் வகுப்பை ‘டீம் வியூவர்’ ரில் ஆன் செய்தார். மைக்கை மியூட்டில் போட்டார். கையளவே இருந்த அந்த போனின் சின்னத்திரையில் குட்டிக் குட்டி தபால்தலைகள் போல பல வாண்டுகளின் முகங்கள் தெரிந்தன. மிஸ் இன்னும் வரவில்லை. அதனால், பிள்ளைகள் அவர்களுக்குள் பேசிக் கொண்டிருந்தார்கள்.

முதன்முதலாகப் பள்ளியில் சேர்ந்த பிள்ளைகளுக்கு இது இரண்டாவது ஆண்டு. ஆசிரியரையோ உடன் படிக்கும் பிள்ளைகளையோ எவரையுமே நேரில் பார்க்காமல் ஓராண்டு எல்கேஜி படிப்பை முடித்து யுகேஜி வந்துவிட்ட பிள்ளைகள். கொரனாவும் ஊரடங்கும் செய்தவேலை.

சுறுசுறுப்பான சில பிள்ளைகள் 'குட்மார்னிங் ஆல்' சொல்லிக் கொண்டிருந்தன. மீண்டும் கடிகாரத்தை நிமிர்ந்து பார்த்தார். மணி 9.41. இனி முடியாது என்று மோர் சாதம் சாப்பிடாமலேயே கை கழுவிவிட்டு எழுந்தார்.

'என்ன ஆயிடப் போகுது? அஞ்சு நிமிஷம் லேட்டாதான் போனால் என்ன?' என்று கௌரி சொல்லக் கேட்காமல் கையை கழுவிவிட்டு, பேரன் அண்ணாமலையைத் தூக்கி நாற்காலியில் உட்கார வைத்து, போனை அவனுக்கு எதிரில் அமைப்பாய் வைத்தார். பின்பு கேமராவையும் மைக்கையும் ஆன் செய்தார்.

மிஸ் வந்துவிட்டார்கள். பல பிள்ளைகள் ஒரு சேர, 'குட் மார்னிங் மிஸ்' என்று சத்தமாய்ச் சொல்ல, 'டோண்ட் ஷவுட்' ஒவ்வொரு வராகத்தான் சொல்லவேண்டும் என்று சொல்லியிருக்கிறேன், இல்லையா?' என்று வரலட்சுமி மிஸ் சொல்லிக் கொண்டிருந்தார்கள்.

28 பிள்ளைகள் படிக்கும் அந்த வகுப்பில் ஒவ்வொருநாளும் எத்தனை பேர் வருகிறார்கள் என்று கண்டுபிடிப்பது சிரமம்தான். சண்முகத்துடைய மொபைல்போன் திரையில் அதிகபட்சம் பத்துப் பிள்ளைகள்தான், அதுவும் பெரிய கேலரி வைத்தால்தான் தெரிவார்கள். அவ்விதம் பார்த்தால் பிள்ளைகளின் முகங்கள் சரியாகத் தெரியாது.

வேறுவழியின்றி சிறிய கேலரிக்கு மாற்றிவிட்டு, மிஸ் படத்தை 'பின்' செய்து பெரிதாக்கினார்.

பேரன் அண்ணாமலை ஏதும் பேசாமல் பக்கவாட்டில் கிடந்த கிரையான் பாக்ஸைத் திறந்து உருட்டிக்கொண்டிருந்தான். 'நேராக உட்கார்ந்து கண்களை மூடுங்கள். கைகளைக் குவியுங்கள். இப்போது 'பிரேயர் சாங்' என்று சொல்லி, அந்த மிஸ் சமஸ்கிருதத்தில் ஒரு பாட்டு பாடினார்.

தன் உருவம் கேமராவில் படாதவாறு பக்கவாட்டில் உட்கார்ந்து கொண்டு ஸ்க்ரீனில் நடப்பவற்றை கவனமாகப் பார்த்துக் கொண்டு இருந்தார் சண்முகம்.

இறைவணக்கம் முடிந்ததும், முதல் நாள் விடுமுறையில் என்ன செய்தார்கள் என்பது குறித்து மிஸ் பிள்ளைகளைக் கேட்டார்கள். மீண்டும் ஒரே நேரத்தில் பல குரல்கள்.

'எல்லோர் மைக்கையும் நான் மியூட் செய்யப்போறேன். நான் பெயர் சொல்லி அழைக்கிறவர்கள் மட்டும்தான் பதில் சொல்ல வேண்டும்' என்று ஆங்கிலத்தில் கொஞ்சம் கண்டிப்புடன் சொன்னார் அந்த மிஸ். சண்முகம் குனிந்து செல்போன் திரையில் பார்த்தார். அவருடைய போன் மைக்மீது குறுக்குவாட்டில் சிவப்பு நிறத்தில் ஓர் அடித்தல் கோடு வந்தது.

மிஸ் முதலில், 'அனன்யா' என்று கூப்பிட்டார்கள். ஆனால், அந்தக் குழந்தை பதில் சொல்லவில்லை. இருமுறை அனன்யா என்று பெயர் சொல்லி அழைத்தும் பதில் இல்லாததால், அதே வகுப்பில் இருந்த மற்றொரு மிஸ், 'அனன்யா கேமரா ஆஃப் ஆகியிருக்கு மிஸ்' என்றார்கள்.

ஓக்கே என்று சொல்லிவிட்டு அடுத்து, அக்ஷயா என்று வரலட்சுமி மிஸ் கூப்பிட்டார்கள். அக்ஷயா பதில் சொல்ல ஆரம்பிக்கும் முன்பே சண்முகம் பரபரப்பானார். 'ஓகோ! இப்போது அகர வரிசயில் பெயர்கள் கூப்பிடுகிறார்கள்போல' என்று யூகித்து, 'அட்டெண்டென்சில் அக்ஷயாவுக்கு அடுத்தது உன் பெயர்தான். உன்னைக் கேட்பார்கள்' என்று பேரன் அண்ணாமலையைத் தயார்படுத்தினார். கூடவே, 'நேத்து நாம 'பார்க்' போனதைச் சொல். அதை இங்கிலீஷில சொல்லனும். 'ஐ வெண்ட் டு பார்க் மிஸ்' என்று சொல்' என்றார். அண்ணாமலையும் சொல்லிப்பார்த்துக்கொண்டு சந்தோஷமாகத் தயாரானான்.

அக்ஷயா பேச்சு முடிவதுபோலத் தெரியவில்லை. நீண்டு கொண்டே போனது. அவள் பாட்டி வீட்டுக்கு விளையாடப்போன கதையைச் சொல்லிக்கொண்டிருந்தாள். கூடவே அவள் மறந்ததை எல்லாம் அவள் அம்மா நினைவுபடுத்திக் கொண்டிருந்தார்கள். அடுத்து தன்னைத்தான் கேட்கப் போகிறார்கள் என்று தாத்தா சொன்னதால், அவனாகவே மைக்கை ஆன் செய்துகொண்டான் அண்ணாமலை.

அக்ஷயாவுக்கு 'ஓக்கே, குட்' என்று சொன்ன மிஸ், அடுத்து, 'ராஜேஷ் யு டெல்' என்று வேறு ஒரு பையனை அழைத்தார்கள். இதை எதிர்பார்க்காத அண்ணாமலை, 'ஐ வெண்ட் டு பார்க் மிஸ்' என்று சொல்ல, 'கேட்கிறவங்கதான் ஆன்சர் சொல்லணுமின்னு சொன்னேனா இல்லையா? என்று சொல்லிவிட்டு, டக்கென்று

அண்ணாமலையின் மைக்கை அணைத்துவிட்டார்கள் வரலட்சுமி மிஸ்.

அண்ணாமலை முகம் மாறிவிட்டது. 'பாருங்கள். மிஸ் என்ன செய்கிறார்!' என்பதுபோல தாத்தாவைப் பார்த்தான்.

ராஜேஷ் சொல்லி முடித்ததும் 'ஓக்கே. குட். நவ் ஆல் ஆஃப் யூ டேக் யுவர் இங்கிலீஷ் ஒர்க் புக்' என்றார்கள். நான் இப்ப சொல்லட்டுமா தாத்தா என்று அண்ணாமலை கேட்க, அவர், 'வேண்டாம்டா. அவுங்க சப்ஜெக்ட்டுக்குப் போய்ட்டாங்க' என்றார்.

'எப்பவுமே என்னை மட்டும் கேட்க மாட்டேங்கிறாங்க தாத்தா' என்று வருத்தப்பட்ட அண்ணாமலை, வேகமாக கேமராவை அணைத்துவிட்டு நாற்காலியிலிருந்து இறங்கிவிட்டான்.

அவனை சமாதானப்படுத்தி மீண்டும் உட்காரவைத்த சண்முகம் மனதிலும் அதே எண்ணம்தான் எழுந்தது.

'ஆமாம். நானும் உடன் இருக்கும் ஒரு மாதமாகப் பார்க்கிறேன். எப்போதும் இப்படித்தான் செய்கிறார்கள். இந்த வரலட்சுமி மிஸ் மட்டுமல்ல. மற்ற ஆசிரியர்களும் இப்படித்தான் செய்கிறார்கள். அதென்ன எப்போதும் சில குறிப்பிட்ட பிள்ளைகளுக்கு மட்டுமே முக்கியத்துவம் கொடுப்பது? சிலரை மட்டுமே பேச விடுவது? அந்தச் சில பிள்ளைகள் எவ்வளவு பேசினாலும் தடுப்பதில்லை. அவர்கள் தொடர்பில்லாதவை பேசினாலும் அனுமதிப்பது. இவர்கள் ஏன் எல்லாப் பிள்ளைகளையும் கவனிப்பதில்லை?

அண்ணாமலை போன்ற சில பிள்ளைகள் எழுதியதைக் காட்ட முயன்றாலும் கவனிப்பதில்லை. நான்கைந்துமுறை, 'ஐ ஹவ் பினிஷ்டு மிஸ்' பிள்ளைகள் அழைத்தபின், பார்க்கிறார்களா இல்லையா என்றுகூடத் தெரியாது. ஒப்புக்குப் பார்த்துவிட்டு, உடனே ஓக்கே என்று சொல்லிவிட்டு அடுத்த விஷயத்துக்குப் போய்விடுவார்கள்.

ஒரு 'வெரி குட்', 'குட்' சொல்ல வேண்டாம். அவ்வப்போது பிள்ளைகளின் பெயரையாவது சொல்லவேண்டுமல்லவா. மாட்டார்கள். அதுவும் இது ஆன்லைன் கிளாஸ். தொடர்பேயில்லாத வகுப்பு. யோசிக்கவேண்டாமா?

ஆனால் சண்முகம் உட்காருகிற வகுப்புகளில் லேசில் விடமாட்டார். ஒவ்வொரு கேள்விக்கும் அண்ணாமலையைப் பதில் சொல்லச்

சொல்வார். மிஸ்கள் கொடுக்கும் வேலைகளை உடனுக்குடன் முடிக்க வைப்பார். 'நான் முடித்துவிட்டேன்' என்று பேரனை ஆங்கிலத்தில் சொல்லச் சொல்வார்.

அப்படி நடப்பதை ஒருநாள் கவனித்துவிட்ட கௌரி சொன்னாள், 'விடுங்கப்பா. நீங்க ஏன் சிரமப்படுறீங்க. கிளாஸ் தொடங்கி கொஞ்ச நேரத்தில் நம்ம கேமராவையும் மைக்கையும் ஆஃப் பண்ணிடுங்க. கிளாஸில் நடப்பதை அவன் கவனிச்சா போதும். மிஸ்ஸுங்க எப்பவுமே இப்படித்தான். சில பிள்ளைகளை மட்டும்தான் கவனிப்பாங்க. நாம் என்ன செய்யமுடியும்?'

வகுப்பு முடிந்தபின் மகளை அழைத்து சண்முகம் சொன்னார். 'இல்லம்மா. நாம் விடக்கூடாது. அவுங்களும் நாம் அப்படி ஒதுங்கிவிடுவோமின்னுதான் எதிர்பார்க்கிறாங்க. தொடர்ந்து 'இக்னோர்' செய்யுறாங்க. விடக்கூடாதும்மா. தொடர்ந்து கேட்டுக்கிட்டே, பேசிக்கிட்டே இருக்கணும். நான் பல இடத்தில அனுபவப்பட்டிருக்கேன். ஆனா, இப்பத்தான் தெரியுது, இது எவ்வளவு சின்ன வயசிலிருந்தே ஆரம்பிக்குதுன்னு.'

•

28. அருகதை

பகல் நேர ரயில் வண்டியில்போய் எவ்வளவு நாள் ஆகிறது! அதுவும் ஒரு கொழுத்த வேலைநாளில். காலை 7.40க்கு கிளம்பும் குருவாயூர் எக்ஸ்பிரஸில் கிளம்பி, திருச்சியில் இறங்கி, அங்கிருந்து தஞ்சாவூருக்குக் காரில்போய், மாலை ஒரு கூட்டத்தில் பேசிவிட்டு இரவு ரயிலில் சென்னை திரும்புவதாகத் திட்டம்.

ஏற்பாட்டாளர்கள், முதல்நாள் இரவு ரயிலில் கிளம்பிக் காலையிலேயே வந்துவிடச் சொன்னார்கள். நல்ல ஹோட்டலில் ரூம் போட்டிருப்பதாகவும், காலையில் பெரிய கோயில் போகலாம், உடன் வேறு எவரும் வருவது என்றாலும் வரலாம் என்றும் சொல்லியிருந்தார்கள். இரவு வீட்டில் தூங்கிவிட்டு, பகல் வண்டியில் வருகிறேன் என்றேன். கூட்டம் மாலை ஆறு மணிக்குத்தான். இரண்டாம் வகுப்பு ஏசி என்பதால் பகல்நேர வண்டியில் ஏதாவது படிக்கலாம், எழுதலாம் என்று யோசித்ததும் அதற்குக் காரணம்.

வழக்கம்போல எக்மோர் ஸ்டேஷனின் மெயின் நுழைவாயில் வழியாகப் போகாமல் பார்சல் வாசல் வழியே நுழைந்தேன். ஓலா டாக்ஸிதான் எவ்வளவு சௌகரியமாக இருக்கிறது. அழைத்தவுடன் வீட்டு வாசலில் வந்து நிற்கிறது. பேரம் இல்லை. பெட்டி பைகளை ஆட்டோ ஸ்டாண்ட்வரை தூக்க வேண்டியதில்லை. அல்லது ஆட்டோ கூட்டிவர ஓர் ஆள் அனுப்ப வேண்டியதில்லை.

காக்கி உடையில் இருந்த போலீஸ்காரர்கள் தயங்கிய சிலரை மட்டும், அவர்கள் தூக்கிவரும் பெட்டி பைகளை பரிசோதிக்க

ஸ்கேன் மிஷினில் போடச் சொன்னார்கள். அவர்கள் மேம்போக்காகச் சொல்வதைக் கண்டுகொள்ளாமல் நடந்தவர்களை விட்டுவிட்டார்கள். நான் வலியப் போய் என் பையை ஸ்கேனரில் அனுப்பி மறுபக்கம் எடுத்துக்கொண்டேன்.

பிளாட்ஃபாரத்தில் ரயில் நின்றுகொண்டிருந்தது. ஏறி அமர்ந்தாயிற்று. கூட்டம் அதிகம் இல்லை. அதுவும் என்னுடைய B2 பெட்டியில் அங்கொன்றும் இங்கொன்றுமாய் சிலர் மட்டுமே.

வாங்கி வந்திருந்த காலைப் பேப்பரை படித்து முடித்தபோது தாம்பரம் வந்துவிட்டது. எவரும் ஏறவில்லை. ஒரு சிலர் கையில் பெட்டி, பைகளுடன் மற்றப் பெட்டிகளை நோக்கி ஓடுவது ஜன்னல் வழி தெரிந்தது.

செங்கல்பட்டில்தான் அவர்கள் ஏறினார்கள். நடுத்தர வயது தம்பதியினர் மற்றும் கனத்த உடம்புடன் ஓர் இளம்வயதுப் பெண். அவர்களது மகளாக இருக்கலாம் என்று நினைத்துக் கொண்டு படித்த பேப்பரையே மீண்டும் புரட்டினேன். நான் மற்றும் அவர்கள் மூன்று பேர். மொத்தம் நால்வர் மட்டுமே அங்கே. மற்ற இரண்டு பேருக்கான இடங்கள் காலியாகவே இருந்தன.

அவரும் ஒரு பேப்பர் வாங்கி வந்திருந்தார். தமிழ் பேப்பர். அவர்களது பெட்டிகளை உட்காருமிடத்துக்குக் கீழே தள்ளிவிட்டு, என் பக்கத்தில் அமர்ந்து பேப்பர் படிக்க ஆரம்பித்தார். அந்த அம்மாவும் பெண்ணும் அவர்களுக்குள் பேசிக்கொண்டே யிருந்தார்கள். அவர்கள் ஸ்ரீரங்கம் போகிறார்கள். அந்தப் பெண்ணுக்குத் திருமணம் ஆக வேண்டும் என்று பிரார்த்தனை போல. அவர்கள் பேச்சில் இருந்து அது தெரிந்தது.

அந்தப் பெண் சுறுசுறுப்பாய் பேசினாள். அடுத்து பையில் இருந்து ஓர் அட்டை கசங்கியிருந்த புத்தகத்தை எடுத்து ஒரு ஸ்வாமி பாடலைச் சத்தமாகப் படிக்க, அந்த அம்மாள் காலை நீட்டி அமர்ந்தபடி கேட்டுக்கொண்டிருந்தார்கள்.

அவர்களைக் கவனிக்கவேண்டாம் என்று எண்ணி கைப்பையிலிருந்து ஒரு புத்தகத்தை எடுத்து வைத்துக் கொண்டேன். ஆனால் மனம் லயித்துப் படிக்க முடியவில்லை. அவர்கள் டிஃபன் முடித்துவிட்டு வந்திருப்பார்கள்போல. நான் வீட்டில் இருந்து வரும்போதே சில பிரட் துண்டங்களை சாப்பிட்டுவிட்டு வந்திருந்தேன். விழுப்புரத்தில் டீ குடிக்கலாம் என்று நினைத்திருந்தேன்.

விழுப்புரம் வந்ததும் பிளாட்ஃபார்மில் இறங்கினேன். நல்ல வெயில். ஏசி பெட்டியில் இருந்து இறங்கியதால் சுகமாக இருந்தது. சற்றுத்தள்ளியிருந்த ஸ்டாலில் இருந்து ஒரு டீயை பேப்பர் கப்பில் வாங்கிக்கொண்டு பெட்டிக்குள் ஏறினேன்.

அப்போது அவரும் உள்ளே வந்தார். அவர் கையில் பேப்பர் பிளேட்டில் வைத்திருந்த சுட்ட வெங்காய வாசனை வந்த மசால் வடைகள். மூவரும் ஆவலாய் சாப்பிட்டார்கள்.

'அப்பா.. எனக்கு இன்னொன்னு வேணும்' என்றாள் அந்தப்பெண்.

அவர், 'இனி யார் போய் வாங்குவது. போதும்' என்றார்.

டீ போதும் என்றிருந்த எனக்கும் மசால் வடை சாப்பிடலாம் என்கிற ஆசையை அதன் பொன்நிறமும் வாசனையும் தூண்டிவிட்டிருந்தன. 'நான் வாங்கி வருகிறேன். எனக்கு வாங்கப் போகிறேன்' என்றேன். அவர் இருபது ரூபாய் கொடுத்து, 'இரண்டு சார்' என்றார். காசை வாங்காமல் கிளம்பினேன்.

வண்டியில் இருந்து இறங்கினேன். தற்செயலாக ஒருவன் வடை கொண்டுவந்தான். அவனிடம் இரண்டுதான் இருந்தது. ஒன்று பத்து ரூபாய். இரண்டையும் வாங்கிக்கொண்டேன். உடன் ரயிலும் கிளம்பிவிட்டது.

நான் ஒன்று எடுத்துக்கொண்டு அவரிடம் ஒன்றைத் தந்தேன். இரண்டுதான் இருந்தது என்றேன். 'தாங்க்ஸ் அங்கிள்' என்றாள் அந்தப் பெண். அவர் மீண்டும் 20 ரூபாய் நோட்டை நீட்டினார். மறுத்துவிட்டேன். வடையைச் சாப்பிட்டபடியே சன்னலுக்கு வெளியே பார்த்துக்கொண்டிருந்தேன். பிறகு ஏறி என்னுடைய மேல் பர்த்தில் படுத்துக்கொண்டேன்.

சற்று நேரத்தில் ரயில் நின்றது. அந்த அம்மாளிடம் அவர் விருதாசலம் என்பது என் காதில் விழுந்தது. உடன் கொய்யாப்பழக்கூடையுடன் ஒரு பெண்மணி ஏறினார். எனக்கு என் அப்பா நினைவு வந்தது. கொய்யாப்பழ அம்மாள் கொஞ்சம் தெலுங்கு கலந்த தமிழில் பேசி விலை சொன்னார். அவர்கள் பேரம் பேசி வாங்கி வைத்துக்கொண்டார்கள்.

அடுத்த ஸ்டேஷனில் வண்டி நின்றபோது ஒரு பூக்காரி வந்தார். ஸ்வாமிக்குப் போடவேண்டும் என்று பேசிக்கொண்டார்கள். அவள் மல்லி நாலு முழம் நூறு ரூபாய் என்றாள். அவர்கள் நூறு ரூபாய்க்கு ஆறு முழம் கேட்டார்கள். அவள் முடியவே முடியாது

என்றாள். அவர்களும் விடுவதாக இல்லை. 'மகராசி மாதிரி இருக்கிங்க... சரி ஐஞ்சு முழம் தருகிறேன் என்றாள். அவர்கள் ஆறிலேயே நின்றார்கள். அவள் உங்க காலைத் தொட்டுக் கேட்கிறேன் தாயி' என்றதற்கும் ஒப்புக்கொள்ளவில்லை. வேண்டாம். ஆறுமுழம் தருவதாக இருந்தால் தா' என்றார் அந்தப்பெண்.

சரி என்று சொல்லி பூக்காரி பூவை முழம் போட ஆரம்பிக்க, 'இல்ல... இல்ல, இன்னும் மேல சரியா விடணும் என்றார்கள் அந்த அம்மாள். அடுத்து கீழேயும் விட்டு அளக்கவேண்டும் என்றார்கள். இப்படியே ஆறு முழம். மேல் பர்த்தில் இருந்து இவற்றையெல்லாம் பார்த்த எனக்கு அவர்கள் செய்வது அநியாயமாகப் பட்டது. ஆனாலும் நான் எதுவும் பேசவில்லை. நான் மேலிருந்து பார்ப்பதை அவர்கள் கவனிக்கவில்லை. இறுதியாக ஆறு முழம் போக கிட்டத்தட்ட அரை முழம் மீதம் இருந்ததை சும்மா போடச் சொன்னார்கள். சாமிக்குத்தானே என்றார்கள்.

ஸ்ரீரங்கம் பெருமாளுக்கு என்றாள் அந்தப்பெண். பூக்காரி சரி என்று கொடுத்துவிட்டாள். அவர் பர்ஸைத் திறந்து பணம் எடுத்தார். ஐநூறு ரூபாய் நோட்டுகள்தான் இருந்தன. சில்லறையாக இல்லை. அந்த அம்மாள் அவர்கள் பர்ஸைக் கூடையில் இருந்து எடுத்தார். ஓர் அம்பது ரூபாய் மூன்று 20 ரூபாய் நோட்டுகள் கொடுத்துவிட்டு, மீதம் பத்து ரூபாய் கேட்டார்கள்.

அந்த அம்மாவிடம் ஒன்றிரெண்டு ஐம்பது ரூபாய்கள் மற்றும் கசங்கிய இருபது ரூபாய் நோட்டுகளும் சில்லறைகளும்தான். என்ன நடக்கிறது என்று தொடர்ந்து பார்த்தேன். நான் சில்லறை கொடுக்க முயற்சி செய்யவில்லை.

'ஆறரை முழம் கொடுத்திருக்கிறேன். அடுத்த அடுத்த பெட்டி களுக்குப்போய் மீதமிருந்த பூக்களை விற்கவேண்டும்' என்று என்ன சொல்லியும் அவர்கள் விடவில்லை. சில்லறை களைத் தேடி எடுத்து பத்து ரூபாய் வாங்கிக்கொண்டுதான் விட்டார்கள்.

அதற்குள் வாங்கி முடிக்கவும் அவர்கள் இறங்கவேண்டிய ஸ்டேஷன் வரவும் சரியாக இருந்தது. ஒருவரை ஒருவர் குறை சொல்லியபடி அடித்துப் பிடித்து இறங்கினார்கள்.

'என்ன மனிதர்கள்! இரண்டாம் வகுப்பு ஏசி டிக்கெட் எவ்வளவு? கோயிலுக்கு எவ்வளவு செலவு செய்யப்போகிறார்கள்? இந்தப்

பூக்காரியிடம் ஏன் இவ்வளவு பேரம் செய்தார்கள் என்று என் மனதில் ஓடியது.

'என்ன பெரிய பத்து ரூபாய்! அதில் என்ன வந்துவிடும்? அவர்களுக்கு அது ஒரு பொருட்டா? ஆனால் அந்தப் பூக்காரிக்கு அது கூடுதல் முக்கியமாக இருந்திருக்கும். பாவம் அவள். அந்த மூவருடன் சாமர்த்தியமாகப் பேச முடியாமல் விட்டுவிட்டுப் போய்விட்டாள். அந்தப் பத்து ரூபாய்க்கு அவர்கள் அவ்வளவு தூரம் விரட்டினார்களே. அவர்களுக்கு நான் வாங்கிக்கொடுத்த மசால்வடைக்கு பத்து ரூபாய் வேண்டாம் என்றபோது அதைக் கட்டாயப்படுத்திக் கொடுக்கவில்லையே' என்று நினைத்தேன்.

அடுத்த நொடி மனதுக்குள் ஒரு குரல் கேட்டது: 'என்ன தம்பி! அவர்கள் அப்படி எல்லாம் விரட்டியது தவறுதான். ஆனால், உன் நினைப்பும் நீ வாங்காமல்விட்ட பத்து ரூபாய்மீது இருக்கிறதோ! அதை இப்போது நினைக்கிறாயே... அப்படியென்றால் அவர்களைப்பற்றி அப்படி யோசிக்க உனக்கு என்ன தகுதி இருக்கிறது?

•

www.ingramcontent.com/pod-product-compliance
Lightning Source LLC
LaVergne TN
LVHW100815051026
849519LV00006B/2082
* 9 7 8 9 3 9 0 9 5 8 3 0 6 *